விற்கன்ஸ்ரைன்:
மொழி, அர்த்தம், மனம்

செ. வே. காசிநாதன்

க்ரியா

vir̠kan̠srain̠: mol̠i, arttam, man̠am
(Wittgenstein: Language, Meaning and Mind)

© *S.V. Kasynathan*

First Edition: July 2021

Published by
Cre-A:
New No. 2 Old No. 25
17th East Street
Kamarajar Nagar
Thiruvanmiyur
Chennai-600 041
Phone: 72999 05950
email: creapublishers@gmail.com
website: www.crea.in

Printed at
Sudarsan Graphics Pvt. Ltd.,
Chennai-600 041.

Price: Rs.375

ISBN: 978-93-82394-62-4

இச்சிறு நூல்
நான் கற்றவனாக வேண்டும் என்று
இடையறாது பிரார்த்தித்த என் அம்மா
நாகமுத்து வேலுப்பிள்ளையின்
நினைவுக்கும்,

பருத்தித்துறையின் பல தலைமுறை
மாணவ, மாணவியர்க்கு ஆசிரியைகளாயிருந்து
ஓய்வுபெற்றிருக்கும் என் அருமைச் சகோதரிகள்
தில்லைநாயகிக்கும் தனலட்சுமிக்கும்.

எந்தரோ மஹானுபாவுலு
அந்தரிக்கு வந்தனமு...

- தியாகராஜர்

இருவேறு உலகத் தியற்கை திருவேறு
தெள்ளியராதலும் வேறு.

- குறள் 374

"மெய்யியலாளன் எந்தக் கருத்துலகினதும் பிரஜை அல்ல, அவனை மெய்யியலாளனாக்குவது அதுவே."

- விற்கன்ஸ்ரைன், Zettel 455

செய்நன்றி செய்தார்க்கு

இலங்கைப் பல்கலைக்கழகத்தில் மெய்யியலைச் சிறப்புப் பாடமாய்க் கற்குமாறு என்னைத் தூண்டி, மாறா ஆதரவுடன் எனக்குக் கற்பித்த என் முதல் ஆசிரியர் பசில் மெண்டிஸ் (Basil Mendis) அவர்களுக்கு எனது நன்றியைத் தெரிவிக்க இவ்வாய்ப்பைப் பயன்படுத்துவதில் பெருமகிழ்ச்சி அடைகிறேன்.

லண்டனில் பேராசிரியர் டீ. டபிள்யூ. ஹம்லின் (D. W. Hamlyn 1924-2012) வாரந்தோறும் நடத்திய கருத்தரங்குகளில் நான்காண்டுகள் ஒழுங்காய்ப் பங்குபெறவும் அவ்வப்போது அவரோடு நீண்டு ஆய்வுரையாடவும் கிடைத்த வாய்ப்பு, சமகால ஆங்கில மெய்யியலில், குறிப்பாய் மனமெய்யியலில் ஏற்பட்டுக்கொண்டிருந்த சிந்தனை முறையிற் பயிலப் பெரிதும் உதவிற்று. பேராசிரியர் ஹம்லினுக்கும் இவ்வாய்ப்பைச் சாத்தியமாக்கிய என் குடும்பத்தினர்க்கும் அக்கால இலங்கைப் பல்கலைக்கழக நிர்வாகத்தினர்க்கும் நன்றியுடையேன்.

பெயரளவிலேயே எனக்கு அதுவரையிற் தெரிந்திருந்த விற்கன்ஸ்ரைனின் சிந்தனைகளில் ஈடுபடுவதற்கும், புரிந்துகொள்ள முயலவும் எனது இத்தாலிய நண்பர் பிஎரோ பின்சவுற்றியுடன் (Piero Pinzauti) செய்த எண்ணிறந்த உரையாடல்கள் வழிகோலின. விற்கன்ஸ்ரைனைப் பற்றிய ஆய்வை நான் மேற்கொள்ள முடிந்தமைக்கான எனது நன்றி முழுவதும் பிஎரோவுக்கே.

என் தடித்த தாமச குணத்தின் காரியமாய், ஆண்டுகள் பலவாய்க் கவனிக்கப்படாதிருந்த இக்கட்டுரை, நூலாய் வெளிவர வேண்டுமென அழுத்தம் தந்த அன்புடை நண்பர் மு. நித்தியானந்தன், எம். சிறிபதி, பேராசிரியர் இரா. சிவச்சந்திரன், பேராசிரியர் அர்ஜுன பராக்கிரம, பேராசிரியர் எம். எஸ். எம். அனஸ், நளினி காசிநாதன் முதலாய் அநேகர் இம் முயற்சியில் உதவினர். இவர்கள் எல்லோர்க்கும் என்னுடைய மனமார்ந்த நன்றிகள்.

இவர்களுள், அன்பாலும் ஆர்வத்தாலும் வலிமைபெற்ற தன் கைகளால் என் கழுத்தைத் தன் நேரம் பாராமல் விடாது நெரித்துக்கொண்டிருக்கும் நித்திக்கு வேறு என்ன சொல்லலாம், இங்கிவனை நான் பெறவே என்ன தவம் செய்துவிட்டேன் என்பதைவிட?

நூலின் அமைப்புக்குத் தன் திறனைச் சலிக்காது ஈந்துதவிய கே. கிருஷ்ண ராஜா, பிரதியொன்றை நித்தியோடு சேர்ந்து பார்த்து உதவிய இ. பத்மநாப ஐயர் ஆகியோருக்கும் நன்றிகள். மேலும், பதவகைகள் சிலவற்றிற்கு, தமிழ் இலக்கணத்தில் வழங்கும் சரியான சொற்களைப் பதிலீடு செய்து உதவியதற்கு, கலாநிதி செல்லதுரை சுதர்சனுக்கும் எனது நன்றிகள். நூலாய் வர, குறுகிய காலத்தில் இதனை அச்சிற் தட்டித் தந்த என். கமலகாந்தனுக்கு மிக்க நன்றி.

இந்த நூலைச் செம்மையாய்ப் பதிப்பிக்க, தங்கள் நேரத்தையும் உழைப்பையும் நல்கிய கலாநிதி என். சிவராமன், பொன். தனசேகரன் அவர்களுக்கும் என் நன்றிகள் உரியன.

தமிழ்ப் பதிப்புலகில் ஒரு கொங்குதேர் வாழ்க்கைத் தும்பியாய்த் திரிந்து, தீவிரமாய் உழைத்து, திடுமெனப் போய்விட்ட க்ரியா ராமகிருஷ்ணனின் நினைவில் துயருறும் அவருடைய அநேக நண்பர்கள், அபிமானிகளின் இழப்பை நானும் பகிர்கிறேன்.

இறுதியாக, தரந்தேடலில் அவரைத் தொடரும் சென்னை, க்ரியா பதிப்பகத்தினர்க்கு என்னுடைய வாழ்த்துடனான நன்றி.

செ. வே. காசிநாதன்
மெல்பண்
svkasy@gmail.com
14 ஏப்ரல், 2021

உள்ளடக்கம்

1. விரோச்சன தரிசனம்: ஒரு குறும்பு — 15
2. முன்னுரை — 17
3. அகமும் மொழியும் — 26
4. பிரத்தியேக மொழி வாதம் — 44
5. பிரத்தியேக மொழிகுறித்து ஏ.ஜே. அயர் — 56
6. சொல்லும் பொருளும்: சுட்டல்முறை வரைவிலக்கணம் — 67
7. சொல்லும் அர்த்தமும்: பெயரும் பெயரை உடையதும் — 85
8. அர்த்தமும் பயன்பாடும்: வரைவிலக்கணமும் விளக்கமும் — 105
9. மொழி, அர்த்தம், மனம்: பின்குறிப்புகள் — 128
10. அடிக்குறிப்புகள் — 145
11. கலைச்சொற்கள் — 152

விரோச்சன தரிசனம்: ஒரு குறும்பு

*அவனை நான் காண்பது ஒரு ஆத்மாவாக;
அவனுக்கு ஆத்மா இருக்கிறது என்பது என்னுடைய
ஒரு அபிப்பிராயமல்ல.*

***- விற்கன்ஸ்ரைன்**, 'மெய்யியல் ஆய்வுகள்' - 178*

அசுரர்களுக்கும் தேவர்களுக்கும் இடையிடையே ஏற்படும் சமாதான காலங்களில் ஒன்றிடையே, 'நான் யார்?' என்றொரு முக்கியமான கேள்வி இருப்பதாகவும், அதற்கான விடையை அகில பிதாவாகிய பிரஜாபதியிடம் போய் அறிந்துகொள்ளலாம் என்றும் கேள்விப்பட்ட தேவர்களது அரசனான இந்திரன், அசுரர்களின் தலைவனான விரோச்சனனையும் கூட்டிக்கொண்டு பிரஜாபதியிடம் போனான். காற்று அதிகமில்லாத ஒரு காலை நேரத்தில், ஆசிரமத்திற்கு அண்மையில் இருந்த குளத்தின் தெளிந்த நீரில் தெரிந்த ஒவ்வொருவரது உருவத்தையும் காட்டி, 'இதுவே நீ' என்றார், ஊழிகள் பலவாய் உலகனைத்தையும் பார்த்தவரான பிரஜாபதி. இதைக் கேட்டதும், வேறு சோலி பல இருந்த விரோச்சனன், அதுதான் தெளிவாய்த் தெரிகிறதே என்று சொல்லி, பிரஜாபதியை நமஸ்கரித்து, நன்றி பல கூறி, விடைபெற்றுப் பூவுலகிற்குத் திரும்பினான். அமரத்துவ வரம்பெற்ற இனத்தவனான இந்திரனுக்கு நேரப் பிரச்சினை பெரிதாய் இல்லை. அன்றியும், கௌதமரின் சாபத்தினால் வந்த அந்த உடலை, இதுவே நான் என்று தேவர்க்கரசன் எப்படி ஏற்பான்? பிரஜாபதியிடம் போய், நான் எப்படி இந்த உருவமாக முடியும்? சாபவிமோசனம் எப்பொழுது வரும் என்று இன்னும் தெரிய வில்லையென்றாலும், இது நித்தியமல்லவே என்று மீண்டும் இறைஞ் சினான். பிரஜாபதியும், இந்திரனைப் போல, அக்காலத் தேவருலகில் ஊன்றி நிறுவப்பட்டிருந்த சாரக் கொள்கையை அறிந்திருந்தவராதலால், அவனுக்கு வேறு பல மேலும் ஆழமான விடைகள் சொன்னதாக சாந் தோக்கிய உபநிஷதத்திலே சொல்லப்பட்டிருக்கிறது.

அறிஞர் பலர், பாவம் விரோச்சனன், ஆன்ம விசாரணைக்கு வேண்டிய பக்குவமில்லாத அசுரனானபடியால், தேவர் தலைவனுக்குக் கிடைத்த ஞான பாக்கியத்தைப் பெறாதுபோனான் என்று சொல்கிறார்கள். ●

முன்னுரை

சில ஆண்டுகளாக இங்கிலாந்தில் கேம்ப்ரிஜ் பல்கலைக்கழகத்தில் மெய்யியல் துறையில் பேராசிரியராக இருந்து **1951**இல் இறந்த லுட்விக் விற்கன்ஸ்ரைனின் (Ludwig Wittgenstein 1889-1951) 'மெய்யியல் ஆய்வுகள்' (Philosophical Investigations) எனும் நூல் **1953**இல் வெளியாகியது. இதில் இருந்த கருத்துகள் பலவற்றை, நான் அவற்றைப் புரிந்துகொண்டவாறு, **1973**இல் இருந்து இலங்கைப் பல்கலைக்கழகப் பேராதனை வளாகத்தில் தமிழ் மொழியில் மெய்யியல் கற்ற மாணவர்களுக்குத் தர முயன்றேன். இடையில், ஆய்வு ஒன்று சமர்ப்பிப்பது அவசியம் என்று வந்தபோது, வகுப்பில் மாணவர்களுக்குச் சொல்லிக்கொண்டிருந்த சிலவற்றைக் கட்டுரை உருவிற்கொடுப்பது அவ்வளவு கடினமாயிருக்கவில்லை. உங்கள் கையில் இருப்பது **1983**ஆம் ஆண்டில் சமர்ப்பித்த அந்தக் கட்டுரையின் நூலாக்கமே.

1. இதில் நான் எழுதியுள்ள சில—குறிப்பாய் அர்த்தம் என்பது விளக்கத்தால் தரப்படுவதே, பெறுவதுவே அன்றிச் சொல்லோடு இணைக்கப்பட்டுள்ள எவ்வகையான அகநிகழ்வோ, பொருளோ, பயன்பாடோ அன்று எனும் விற்கன்ஸ்ரைனது தரிசனம்பற்றியன—அக்காலத்தில் வெளியாகியிருந்த மெய்யியல் நூல்களிலும் கட்டுரைகளிலும் அத்தனை தெளிவாக உணரப்பட்டிருக்கவில்லை. சொல்லின் அர்த்தம் என்பது சொல்லோடு இணைந்த பொருள், சொல்லுடன் எம்மகத்தே சேர்ந்திருக்கும் படிமம், சொல் சுட்டும் சாரம் என்றெல்லாம் சொல்லப்பட்டதற்குப் பதிலாக, சொல்லின் அர்த்தம் என்பது அதன் பயன்பாடு என்கிற ஒரு புதிய சமீகரணத்தை விற்கன்ஸ்ரைன் தந்தார் எனப் பலர் எழுதினார்கள். இன்றுவரையும்கூட இதுபற்றிய குழப்பமான கருத்துகள் பிரபலமான மெய்யியலாளர் சிலரது எழுத்துகளில் இடம்பெறுகின்றன. எனவே, அப்பொழுது எழுதியதுபோலவே இதை வெளியிடுவது வரலாற்றுக்கு அனுகூலமானதென முடிவாகியதால், புதிதாய் அதிகம் சேராது இது வருகிறது. வேண்டாம் எனத் தோன்றிய சில பகுதிகளை நீக்கியுள்ளேன்.

இருபதாம் நூற்றாண்டின் பிரதான மெய்யியலாளர்களில் ஒருவர் எனக் கருதப்படுகிற விற்கன்ஸ்ரைனைப் பற்றி ஆங்கிலத்திலும் பிற மொழிகளிலும்

அநேக நல்ல நூல்களும், கட்டுரைகளும், ஆய்வுகளும், புனராய்வுகளும் இப்பொழுது வெளிவந்துள்ளபோதிலும், நாம் அறிந்தவரை தமிழில் எதுவு மில்லை என்பதே, இவ்வளவு காலங்கடந்தும் இதைப் பிரசுரிப்பதற்கான நியாயமாகும்.

விற்கன்ஸ்ரைன் தன் வாணாளில் பெரும் பகுதியை மெய்யியல் ஆய்வுகளுக்கு அர்ப்பணித்தவர்; அதற்காகத் துறவு பூண்ட ரிஷியொருவர் போலக் கடினமாக உழைத்தவர். அநேக நாடுகளில் அக்கால மெய்யிய லாளர் பலராலும் கொண்டாடப்பட்ட தன்னுடைய முதல் நூலில், தான் சொன்னவை சரியல்ல என்கிற தனது தரிசனத்தைத் தனக்கும் பிறர்க்கும் தெளிவுபடுத்துதற்காகப் பல்லாயிரக் கணக்கான குறிப்புகளை எழுதியவர். மொழி, அர்த்தம், மனம் என்பவை பற்றிச் சிந்திக்கையில் ஏற்படும், ஏற்படக்கூடிய குழப்பங்களையும், எம்மீது அவற்றின் விடாப் பிடியையும் தளர்த்துவதற்கு முன்பொருபோதுமில்லாத தீட்சண்யத்துடன் வாதங்களை அமைத்தவர். பல்லாயிரம் ஆண்டுகளாக மனித சிந்தனையில் உறைந்துபோயிருக்கும் கருத்து வடிவங்களின் பீடிப்பினால் மெய்யியலில் தொடர்ந்தெழும் பிரச்சினைகளிலிருந்து எமக்கு விடுதலை தர உழைத்த சளையா வைத்தியர் விற்கன்ஸ்ரைன் எனின் மிகையாகாது. அவர் மெய்யிய லாளரின் மெய்யியலாளர். எட்ட நின்று யோசித்துக் குழம்புபவர்களைக் கிட்டவந்து சுற்றிப்பார்க்க அழைத்தவர். சாதாரண வாசகர்கள், சுருக்கங் களின் மூலம் அவரைப் பற்றி அறிவதைக் கடினமாக்குவது இதுவே.

''எல்லாச் சொல்லும் பொருள் குறித்ததுவே'' என்கிற தொல்காப்பியரைப் போன்ற கருத்துடைய ஒகஸ்தீன் சுவாமியாரின் (St. Augustine 354-430) கருத் தொன்றோடு தொடங்கும் 'மெய்யியல் ஆய்வுகள்', இது என்ன சொல் கிறது, 'எல்லா' என்பதும், 'குறித்தல்' என்பதும் ஏன், 'சொல்', 'பொருள்' என்கிற பொதுச்சொற்கள் ஒவ்வொன்றும்கூட ஏதோ பொருளைக் குறிக் கிறது என்கிறதா, அல்லது 'இந்த ஆடு', 'என்னுடைய செருப்பு' போன்ற தனிப்பொருட் சொற்களைப் பற்றி மட்டும் பேசுகிறதா, அல்லது 'இஔ', 'யரவ' போன்றவை சொற்களாகா என்பதைத்தான் சொல்கிறதா? என்பது போன்ற விசாரணைக்கு எங்களை அழைக்கிறது. அங்கிருந்து எமது மொழி யின் வளத்தையும், அது எமது வாழ்வின் வளத்தோடும் வறுமையோடும் பிரிக்க முடியாது பின்னிப் பலபல வழிகளிற் செயற்படுமாற்றையும் களைப் பின்றிக் காட்டுகிறது. ஒவ்வொரு சொல்லுக்கும் ஒரு அர்த்தமிருக்கிறது, அந்த அர்த்தம் அதனோடு இணைந்திருக்கிறது, சொல் எதற்காக நிற்கிறதோ அதுவே அதன் அர்த்தம் என்கிற தொல்காப்பியரும், ஒகஸ்தீன் சுவாமியாரும், நம்மிற் பெரும்பாலானோரும் அதிக ஆய்வின்றி எடுத்துக்கொள்ளும் மொழி பற்றிய இந்தக் குறுகிய விளக்கம், எப்படி உலகையும் மனிதரையும் பற்றிய எமது பார்வையை வழிப்படுத்தி, மெய்யியலில் எம்மை அலைக்கழிக்கிறது என 'மெய்யியல் ஆய்வுகள்' காட்டுகிறது.

இந்நூலின் மூலம், ஓர் ஆய்வுக் கட்டுரை; இது விற்கன்ஸ்ரைனின் மெய்யியலினது சுருக்கமல்ல. அன்றியும், இந்நூலில் மொழி, அர்த்தம், மனம் என்பவை பற்றி விற்கன்ஸ்ரைன் தந்த எண்ணிறந்த வாதங்கள் எல்லாவற்றையும் இங்கு நான் தர முயலவில்லை. ஆனால், பிரத்தியேக மொழி எனும் கருத்தைப் பற்றிய தன் நெருக்கமான விசாரணையால் இம் மூன்றையும் பற்றி மேற்கத்திய மெய்யியலுக்கு அவர் கொணர்ந்த புதிய விளக்கத்தைக் காட்ட முயன்றிருக்கிறேன். இதன் மூலம், மொழியின் ஆரம்பம், அர்த்தத்தின் இயல்பு, சொற்கள் சுட்டுவனவற்றின் சாரம், ஏகான்ம வாத ஐயங்களின் பொருந்தாமை என்பனவற்றையும், அவற்றிற்கும் மேலாக, மனிதர் என்போர் உடல், மனம் எனும் இரண்டால், அல்லது சமையற் குறிப்புகளிற் போல, உங்களுடைய சுவைக்கேற்ப பிரக்ஞை உள்ள ஆன்மா, பிரக்ஞை இல்லாத ஆன்மா எனப் பல சூக்குமப் பொருட்களாலும் ஆனவர்கள் எனும் பல மெய்யியலாளர் கதைகளைப் பற்றியும் தெளிவு ஏற்படுமென நம்புகிறேன்.

இதில் உள்ள சரியான விளக்கங்கள் அனைத்தும் விற்கன்ஸ்ரைனை வாசித்து நான் பெற்றவையே. தவறுகள், குழப்பங்கள் காணப்படின், அவை என்னுடயவை.

2. எம்மகத்தே இருக்கும் எதனையும் சொல்லோடு இணைப்பதனால் அர்த்தமோ அர்த்தவிதிகளோ ஆகின்றன எனும் எண்ணம் குழப்பமானது, அத்தகைய தனிமையில் மொழி ஆரம்பிக்கவும் முடியாது, மனிதர் கூட்டத்திலேயே, அவர்களது வாழ்க்கையினிடையேதான் மொழியாடல்கள் தோன்றலாம், சாத்தியமாகலாம் என்பது விற்கன்ஸ்ரைனுடைய ஒரு முக்கிய தரிசனம்.

அன்றியும், சொற்களின் அர்த்தம் மக்களின் நடவடிக்கைகளினூடே பயிலப்படுவதே, படிமம் அல்லது சாரம் போன்ற எதனுடனோ இணைப்பதனால் நியமிக்கப்படுவதில்லை என்றதும் நோ, பசி, விருப்பு, வெறுப்பு, கோபம் போன்ற உணர்வுகள் எமது அகத்தே, பிறரால் அறிய முடியாத, எனக்கு மட்டும் தெரிந்து, நான் தனியே பெயரிட்டு வெளிப்படுத்தும் உணர்வுகள் என்கிற கருத்து சாத்தியமில்லை எனும் விளைவுண்டாகிறது. ஆயினும், இவையெல்லாம் எனக்கேற்படும்போது, எனக்குக் கோபம் வருகிறபோதும் விருப்பமேற்படுகிறபோதும், பல வேளைகளில் மற்றவர்களுக்குத் தெரிவது உண்மையே எனினும், இவை உண்மையில் எனக்குள்ளே நிகழ்வனவே, இவை எனது அகநிகழ்ச்சிகளே எனும் எண்ணம் தவிர்க்க முடியாது எழும். அகத்தின் அழகு முகத்திற் தெரிந்தாலும், அப்படித் தெரிபவை நடப்பது எப்படியோ அகத்துள்ளேதானே என்பதே உண்மை போலத் தோன்றும்.

இனி நோ, விருப்பு, கோபம் முதலாயன மனிதர்க்கு ஏற்படும் உணர்வுகள் அல்ல என்று எந்த மேதை கூறினாலும் ஏற்க முடியாது. இந்த நோ, எனக் குள்ளே ஏற்படுகிற இந்த உணர்வு எனக்கு மட்டும் தெரிகின்ற ஒன் றல்லவோ? இந்த, எனக்கு மட்டும் பிரத்தியேகமான உணர்வின் பெயர் தானே 'நோ'? இந்த மிகமிக உறுதியான சுயம்பிரகாசமான உண்மையை எப்படி மறுக்கலாம்? எந்த வாதத்திற்கும் இப்படியொரு விளைவென்றால் அந்த வாதத்தை எப்படி ஏற்கலாம்? என்று தோன்றும்.

விற்கன்ஸ்ரைனுடைய வாதத்தைத் தெளிவாய்ப் புரிந்துகொண்டால், இத்தகைய ஐயங்கள் தோன்ற இடமில்லை என இந்நூலில் கூறப்படுகிறது. ஆனால், இங்கு தோன்றுகிற ஆகூலம் வாதமொன்றால், ஆறக்கூடிய வருத்த மல்ல: விற்கன்ஸ்ரைன் ஓரிடத்தில் கூறுவதுபோல, இந்த நோய்க்கு நீண்ட, தொடர்ந்த வைத்தியம் தேவை.

3. மத்திய கால ஐரோப்பிய ஓவியங்கள் பலவற்றிலே இயேசுவும் இன்னும் இருவரும் சிலுவையில் அறையப்பட்டிருப்பதைச் சித்தரித்திருப்பார்கள். ஒவ்வொருவருடைய வாயிலிருந்தும் மனிதன் போன்ற சிறு உரு மேலே போவதையும் இவற்றுட் சிலவற்றில் காணலாம். எமக்குள்ளேயிருக்கிற உயிரோ, ஆன்மாவோ நாம் சாகும்போது எம் உடலின் ஏதோவொரு துவாரம் மூலம் வெளியேறுகிறது எனும் நம்பிக்கையை என் சிறு வயதில் என்னோடு வாழ்ந்தவர்களுடன் நானும் பகிர்ந்திருக்கிறேன். இந்நாட்களில் இப்படிப் பலர் நம்புவதில்லை, பேசுவதில்லை என்றாலும், அகமும் புறமுமான இருமையானவரே நாமும், எல்லா மனிதரும் என்கிற ஒரு சித்திரம், மனிதர்களைப் பற்றிய 'புரிதல்' எனுமளவிற்குப் பரவலாய் உளது. சடத்தாலாகிய உடல், அவ்வாறில்லாத மனம் எனும் இரண்டா லானவன் மனிதன் என்கிற, சிந்தித்தோ சிந்தியாமலோ பலரும் ஏற்கும் இக்கொள்கை, 17ஆம் நூற்றாண்டில் பிரான்சில் வாழ்ந்தவரும், இக்கொள் கையை நியமமாய் எடுத்துக் கூறியவருமான றெனேய் டேக்காட் (Rene Descartes 1596-1650) என்பவரைத் தொடர்ந்து, காட்டீசிய துவிதம் என மேற்கத்திய மெய்யியல் வரலாற்றில் வழங்கும். மனம் வேறு, உடல் வேறு எனும் சாதாரணமாய் எவரும் நம்பும் இந்த உண்மை பல கேள்விகளை எழுப்பியிருக்கிறது: இந்த மனம் எங்கே இருக்கிறது, சடமான உடல் எப்படிச் சூக்குமமான மனத்துடன் தொடர்புகொள்கிறது, உடலின் நிகழ்வுகளையெல்லாம் மனம் எப்படி அறிகிறது? மனம் எப்படி உடலை இயக்குகிறது, மனத் துணிவும், மனப் பயமும் எப்படி உடலை முன்னாலும் பின்னாலும் ஓடச்செய்கின்றன? சடப்பொருளும் சூக்குமப் பொருளும் ஒன்றையொன்று அருட்டுவது எவ்வாறு? இனி, புலன்களால் அறிவது யார்? கண் பார்க்கிறதா அல்லது கண்ணும் பிறவும் சேர்ந்த உடலின் அகத்தே இருக்கும் நானா? காலில் நோகிறதா அல்லது உள்ளேயிருக்கும் எனக்கா?

'எனக்குத்தான் தெரிகிறது என் கண் மூலமாய்; எனக்குத்தான் என் காலில் நோகிறது.' இப்படிச் சொன்னதும், எனக்கென்றும், என்னுடைய என்றும் சொல்கிற நான் யார், நான் என்னுடைய உடல் அல்லவே என்று மீண்டும் கேள்வி எழும்.

4. இவ்வாறு எம்மை அலைக்கழிக்கும் கேள்விகள் வருவது, இயல்பாய் நாம் பயன்படுத்தும் மொழியின் பிரச்சினையில்லாப் பாவனைகளைச் சற்றே எட்டிப்போய்ப் புரிந்துகொள்ள முயல்கிறபோது, எம்மை எத்தனையோ சித்திரங்கள் வழிநடத்துகிறபடியால் என விற்கன்ஸ்ரைன் கூறுகிறார்: எமது மொழியாடல்களைக் கவனமாய் அவதானிப்பதை இவை கடினமாக்குகின்றன. இச்சித்திரங்கள் மிகவும் வசீகரமானவை; வலிமையோடு எம்மைப் பீடித்திருப்பவை. பண்டைய சித்தர் பலரின், புராதன மடாலயங்களின் அங்கீகார முத்திரைகளோடு வருபவை, எமக்கு மிகவும் இயல்பாகிப்போனவை. அவன் யார், நீ யார் என்றெல்லாம் கேட்பதிலிருந்து, நான் யார் என்று கேட்பதும் சாத்தியம் என எண்ணவும், விடைகள் பல தரவும் அனுமதிப்பது இவ்வகைச் சித்திரங்களின் பீடிப்பே. இவற்றிலிருந்து விடுபட்டு எமது மொழியாடல்களை அவை நடைபெறுமாறே காண்பதற்கு மிகுந்த பிரயத்தனமும் அவதானமும் வேண்டும். முரணுரை போலத் தோன்றினும் தவம் வேண்டுவது இதற்கே.

5. எம்முடைய மொழி, மக்களின் செயல்களிடையே, செயல்களோடு, அவற்றிற் சிலவாய் வருவது; எம் வாழ்க்கையின் செயல்களும் மொழியாடல்களும் பல்வகையின: பேசுதல், ஏசுதல், பிரார்த்தித்தல், வருணித்தல், விதித்தல், அழைத்தல், இறைஞ்சல், பாவனை செய்தல், பொய் சொல்லுதல், ஆணையிடுதல், ஏவுதல், ஏற்றல், தருதல், இரங்குதல், மறுத்தல், கெஞ்சல், கொஞ்சல், வாக்களித்தல், உறுதிசெய்தல் என இவை பல. இவற்றிடையே சரியாய் இனங்காணல் எப்போதும் இலகுவல்ல. ''எங்கள் வீட்டார் எப்போதும் இப்படித்தான் இதைச் செய்வார்கள்'' என்பது வெறும் வருணனையா அல்லது அழுத்தும் விதி கூறலா என்பது எப்போதும் தெளிவாயிருப்பதில்லை. அன்றைய காதலியைப் பொன்னே, அன்னமே, அமிர்தமே என்பவன் செய்வது யதார்த்த வருணனை அல்லவென இனங்கண்டு கொள்ளுகிறதுபோல, பொய்யையும் வருணனையையும் அல்லது வாக்குறுதியையும் அவற்றிற் பயன்படும் சொற்களை மட்டும் நோக்குவதன் மூலம் எப்போதும் இலகுவாய் இனங்காண முடியாது. குறள் சொல்வதுபோல, ''மக்களே போல்வர் கயவர்''. இலகுவாய் முடியுமெனின் பொய் என்கிற செயல் தோன்றியுமிராது. அச்சொல்லாடல்களில் முன்னும்பின்னும் சுற்றியும் வந்த செயல்களையெல்லாம் நோக்கியே இயல்பு தெரியும். ''சொல் எப்படிப் பயன்படுகிறதென்று வெறுமனே ஊகிக்க முடியாது. சொல்லின் பயன்பாட்டை அவதானித்தே அதை அறிந்துகொள்ள வேண்டும். நெருங்கிய

அவதானிப்புக்கு இடராயிருக்கும் முற்கோட்டத்தைத் தவிர்ப்பது கடினம். ஆனால், இது ஒரு அசட்டு முற்கோட்டமல்ல.'' (மெய்யியல் ஆய்வுகள் - 340) விவகாரத்தில், ஜெயிக்க வேண்டியிருக்கையில் வில்லை எறிந்துவிட்டு விழிப்பவனே அசடன்.

''என்னோடு என்றும் விடாது நிற்கும் தாயே, தந்தையே, தேவனே'' என்று பிரார்த்திப்பவனுடைய மொழி, ''இவர் என்னுடைய வீட்டி லிருக்கும் சித்தப்பா'' என்று சொல்கிற மொழியாடல் அல்ல என்பது பலருக்கு உடனடியாகத் தெளிவாவதில்லை. ஓரின மொழியாடல்களை வேறினமாகக் காண்பதால் எழும் குழப்பங்களை 'இனக்குழறுபடிகள்' என்று, ஒக்ஸ்பட் பல்கலைக்கழகப் பேராசிரியராயிருந்த கில்பேட் றைல் (Gilbert Ryle 1900-1976) **1949**இல் வெளிவந்த 'மனமெனும் கருத்து' (The Concept of Mind) எனும் தனது நூலில் பெயரிட்டார். பல்கலைக்கழகம் பார்க்கப் போனவன், 'புவியியல் மண்டபம் முதலாயனவும், விளையாட் டிடங்களும், செயலகமும் காட்டியதற்கு நன்றி, ஆனால், பல்கலைக் கழகத்தை எனக்கு இன்னும் காட்டவில்லையே' எனக் குறைபடுவது, றைல் இதற்குத் தந்த ஒரு பிரசித்த உதாரணம்: 'புவியியல் மண்டபம்', 'பல்கலைக்கழகம்' எனும் இரண்டும் ஓரினப் பொருட்கள் அல்ல. இரண்டும் வெவ்வேறு விதங்களிற் 'காண'ப்படுவன.

ஒரு வகுப்பு மாணவரைப் பற்றி, ''இவனுடைய நிறையிது, இவ ளுடைய நிறையிது... இவர்கள் எல்லோருமுடைய நிறையென்ன'' என்று கேட்பதுபோல, ''இவனுடைய தாய் அவள்.., இவளுடைய தாய் அவள்...'' என்றதும், 'சரி, இவர்கள் எல்லோருமுடைய தாய் யார்?'' என்று கேட்க முடியாது; அப்படிக் கேட்டு, வரிந்துகட்டிக்கொண்டு விடையும் சொல் பவர்கள் இருக்கிறார்கள். அவர்கள் ஈடுபடுவது முற்றிலும் வேறின மொழி யாடல், வாழ்க்கையின் பிறிதொரு கோலம். அதேபோல, அவனைப் பற்றியும் என்னைப் பற்றியும் 'இவன் யார்?' என்று கேட்கலாம்; கேட்பது யார், எந்தச் சூழலில் என்பதற்கேற்ப இன்னாருடைய மகன் என்றோ, இந்தத் தெருவில் இருப்பவன், எங்கிருந்தோ வந்தவன், இடைச்சாதியான், முன் கடையிலே கணக்குப்பிள்ளை வேலை செய்பவன் என்றெல்லாம் விடை தரலாம். ஆனால், இவன் யார்? நீ யார்? என்கிற மாதிரி, நான் யார்? என்கிற கேள்வியையும் விளங்கிக்கொள்ள முடியாது.

ஆனால், விளங்கியதுபோல இப்படிக் கேட்பவரும், அதற்கு விடை யாக எனது உள்ளுக்குள்ளே இருக்கும் என்னை நான் ஆக்கும் எனது சாரத்தைக் கூறுவதுபோல விடைகள் பல தருபவரும் புகுவது வேறு விவகாரத்தில். ஒரே உருவமான கேள்விகள், முற்றிலும் வேறான மொழி யாடல்கள். இரண்டாவது எம்மை முற்றிலும் உயரமான தளத்திற்கு அல்லது மிக ஆழமான இடத்திற்குக் கொண்டுபோகிறது என்று சொல்வதும்

உண்டு. ஆனால், 10 அடி உயரமா, 2 அடி ஆழமா என்றெல்லாம் எமக்குத் தெரிகிற உயர, நீளங்கள் அல்ல இவை. 'இங்கே நாம் பேசிக் கொண்டிருக்கும் இதே நேரத்தில் கொழும்பில்...' என்பதுபோல, 'இங்கே நாம் பேசிக்கொண்டிருக்கும் இதே நேரத்தில், சூரியனில்...' என்று பேச முற்படுவது அபத்தம் என விஞ்ஞானி சொல்வதை ஏற்பவர்கள், 'இவன் யார்', 'நீ யார்' என்று கேட்பதுபோல, 'நான் யார்' என்று கேட்பவர் களைப் பூப்போட்டு வழிபடுகிறார்கள். இங்கே நடைபெறுகிற மொழி யாடல் மாற்றம் சரியாகக் கவனிக்கப்பட வேண்டியது.

ஆயிரமாயிரம் ஆண்டுகளாக வளர்ந்துவரும் மானுட மொழியாடல், திட்டமிட்டு அமைக்கப்பட்ட ஒன்றல்ல. வெவ்வேறு இயல்புடைய, வள முடைய, வளங்குறைந்த மக்கள், எப்போதும் ஒருமித்த திட்டமின்றி, ஆண்டாண்டு காலமாய் அந்தந்த நேரத் தேவைகளுக்கு ஏற்ப ஈடுபட்ட நடவடிக்கைகள், கண்ட கனவுகள், கொண்ட பயங்கள் என்பவற்றால் எல்லாம் வளர்ந்த, சிதைந்த, சிக்கலான, பரந்த பெருநகர் இது. இங்கே, விஞ்ஞானக் கல்லூரியும் இருக்கும், வேத பாடசாலையும் இருக்கும். கவிதையும் இருக்கும், விமர்சனம் எனப்படுபவையும் இருக்கும். அளந்து பார்க்கக்கூடிய ஆழமும் இருக்கும், அளக்க முடியாத உயர்வும் இருக்கும். அததற்குத் தேவையும் பயனும் மதிப்பும் உள; நமது பாட்டன், பாட் டிக்கும் முந்திய காலத்திலிருந்தே நிலைபெற்ற யதார்த்தங்கள் இவை. ஒன்றன் உண்மையை அறிகிற மாதிரி மற்றதன் உண்மையையும் பய னையும் மதிப்பிட முயல்வோரே தவறுக்குள்ளாகுபவர்கள். 'எமது புலன்கள் தரும் அனுபவங்களே அறியக்கூடியதெல்லாம்; உண்மையோ பொய்யோ என்று புலன்களால் சோதித்துப்பார்க்க முடியாத வாக்கியங்கள்', அதாவது, 'அவளுக்கொரு ஆன்மாவும் உண்டு' போன்றவை எல்லாம் அர்த்தமற்றவை என்று தருக்கப் புலனறிவுவாதிகள் சொன்னதற்கு மாறாக, ''எமக்கு அறியத் தரப்பட்டிருப்பவை, உள்ளவையென ஏற்கப்பட வேண்டியவை எமது வாழ்க்கையின் கோலங்களே'' என்றவர் விற்கன்ஸ்ரைன். ''இவ னொரு அற்பாத்மா, அவரொரு மஹாத்மா, உனக்கு ஆன்மாவே இல்லை'' என்கிற மொழியாடல் எங்களிடையே உளது. அதில், அவளுக்குமொரு ஆன்மா உண்டு என்று சத்தியத்துடன் சொல்வதும் உண்டு. எம்முடைய சமூகத்திலே வளர்ந்து, முதிர்ந்தவர்கள் இவற்றைக் கேட்டுக் குழம்பு வதில்லை. அவளுக்குமொரு ஆன்மாவும் உண்டு என்று சொல்வதை, அவ ளுக்குப் பெரிய மூக்கு என்பதைப் போல மதிப்பிட முயன்று, ''இது அர்த்தமற்ற வாக்கியம் என்போரை, பண்பட்ட நகரொன்றில் வாழ் வோரின் செயல்களை, அவற்றைப் பற்றிச் சிறிதும் அறியாது குழம்பும் காட்டுவாசிகள் போன்றவர்கள்'' என்கிறார் விற்கன்ஸ்ரைன்.

எமது மொழியின் பாவனைகள் பலவாறு வேறுபடுவன என்பதை வற்புறுத்தும் விற்கன்ஸ்ரைன், அவை மாறும்போது அம்மாற்றங்களை

இயல்பாய் நாம் எப்போதும் கண்டுகொள்ளத் தவறுவதே, ஆழமானவை போலத் தோன்றும் பல பிரச்சினைகளின் ஊற்று என்கிறார்: நாற்காலி என்றால் என்ன என்கிறவனுக்கு, இது நாற்காலி என்றும், கொக்கென்பது என்ன என்கிறவனுக்கு, அதுதான் கொக்கு என்றும் சொல்வதுபோல, மனம் என்றால் என்ன என்கிறவனுக்கு, மனம் எமது உடலில் உள்ள இதுவெனக் காட்ட முடியாதாகையால், கொக்கைப் போலக் காட்ட முடியாத இது உள்ளே உள்ள சூக்குமப் பொருள் என்று சொல்லத் தோன்றுகிறது. இந்தச் சூக்குமப் பொருள் எனப்படுவது, எங்கே உள்ளது, ஏதாகிலும் அளவுடையதோ, முடிவின்றி விரிவதோ என்றும், எங்களின் மூளைதான் இதுவோ, இதயமும் இதுவும் ஒன்றோ, சூக்குமமானதெனின் சடத்தோடு இது தொடர்புகொள்வது எப்படி என்றெல்லாம் கேள்விகளும் எழும்.

இச்சித்திரங்களின் பீடிப்பில், தனக்குக் காலில் நோகிறது என்று சொல்பவன், உண்மையில் தன்னகத்தே தெரியும் நோவைப் பற்றிச் சொல்கிறான் எனவும், அந்த நோ (என்னகத்தே) எனக்கிருக்கும் நோவைப் போன்றதோ அல்லவோ என்கிற தீரா ஐயம் எப்பொழுதும் உண்டு எனவும் சொல்வது சாத்தியமாகிறது. (ஆனால், இப்படியெல்லாம் சொல்லும் சிந்தனையாளர்கள், 'நோகிறது' என்கிற தங்கள் பிள்ளைக்குப் பரிகாரம் செய்யாமல், இவனுக்குள்ளே இருக்கிற இது, உண்மையில், நான் நோ என்று சொல்வதுதானோ, அல்லது வேறெதுவுமாயிருக்குமோ என்று சும்மா இருப்பதில்லை என்பதை, எமது மொழியையும் அர்த்தத்தையும் மனதையும் பற்றிச் சிந்திப்பவர்கள் மறந்துவிடலாகாது.)

6. எம்மையும் பீடிக்கும் காட்டீசிய துவித சித்திரத்தில், எனது மனதில் நிகழ்வனவே எனக்குத் தெரிவன (உடல், மனம் என்கிற துவிதத்துக்கு, மனதிலிருப்பவற்றை அவதானிக்கும் நான் என்கிற இன்னொரு இறக்கை இங்கே முளைப்பதையும் பார்க்கலாம்) என்றதும், எனக்கு உறுதியாகத் தெரிவன அனைத்தும் என்னகத்தே நிகழ்வனவேயாதலால், எனது உடல் உட்பட, உலகனைத்துமே என்னகத்தே நிகழ்வனவே என்கிற ஏகான்மவாத முடிபு—என்னுடைய அகத்தின் நிகழ்வுகளைத் தவிர பிறிது எதனதும் உண்மையையும் உறுதியாக அறிய முடியாது என்கிற ஐயவாத முடிபு—ஏற்பட்டுப்போகிறது. புறத்தே தோன்றுவதே அகமும் என்பது இந்த ஐயங்களிலிருந்து எம்மை விடுவிக்க விற்கன்ஸ்ரைன் காட்டும் வழி என்றால் மிகையாகாது. லோகாத்மாவும் ஜீவாத்மாவும் இரண்டல்ல என்கிற அத்துவிதத்தைத் தரிசிக்க இது இன்னொரு மார்க்கமும் ஆகலாம்!

சொற்களின் அர்த்தம் மக்கள் நடவடிக்கையினூடே பயிலப்படுவதே; ஏதோ படிமம் அல்லது சாரத்தோடு இணைப்பதால் நியமிக்கப்படுவதில்லை என்றதும், அர்த்தங்கள் என்பன வரைவிலக்கணங்களிற் தரப்படுவன

போன்ற மாறா நித்தியங்களல்ல, வாழ்க்கைக் கோலங்களின் மாற்றங்களோடு தாமும் நெகிழும் இயல்பின எனும் விளைவை உணர்ந்ததால், 20ஆம் நூற்றாண்டின் சிந்தனையில் மேலும் பல துறைகளில், குறிப்பாய்ச் சமூக, பண்பாட்டியல்களிலும் அரசியலிலும் அநேக முன்னேற்றங்கள் ஏற்பட வாய்ப்பேற்பட்டமை இங்கு எடுத்துக்கொள்ளப்படாத பிறிதோர் வரலாறு. ●

அகமும் மொழியும்

'இரண்டு மனங்களுக்குக் கிடைக்கும் தரவுகள் ஒத்தனவாய் இருக்கும் என்பதற்கு எந்த உறுதியும் இல்லை. எந்த இரண்டு மனங்களிலும் ஏற்படும் சிவப்பு நிறம்பற்றிய புலனுணர்வு ஒன்றாகத் தானிருக்கும் என்று எப்படி எங்களுக்குத் தெரியும்? எங்களுக்கு அதற்கு எந்த உத்தரவாதமும் இல்லை. உனது 'சிவப்பு நிறம்' நான் 'சிவப்பு' என்பதனை ஒத்திருப்பதற்குப் பதிலாக, நான் 'பல் வலி' என அழைப்பதைப் போன்றிருக்கலாம்... மரம் ஒன்றைப் பார்க்கையில், அது பச்சை நிறம் என நாம் ஒப்புக்கொள்கிறோம் என்பது, உன்னுடைய பச்சை நிறமும் என்னுடைய பச்சை நிறமும் ஒன்று என நிரூபியாது.'

இங்கிலாந்தில் கேம்ப்ரிஜ் பல்கலைக்கழகத்தில் பேராசிரியராய் இருந்த லுட்விக் விற்கன்ஸ்ரைன், இருபதாம் நூற்றாண்டின் மெய்யியலாளர்களில் மிக முக்கியமானவர். ஆஸ்திரியாவில் பிறந்த விற்கன்ஸ்ரைன், கேம்ப்ரிஜ் பல்கலைக்கழகத்தில், 1930முதல் 1947வரை மெய்யியல் கற்பித்தார். அவரது 'மெய்யியல் ஆய்வுகள்' எனும் நூலின் பெரும் பகுதியும், அதற்கான முன்னுரையும் 1946க்கு முன்னரே எழுதப்பட்டிருந்தன. எனினும், அவர் இறந்து இரண்டு ஆண்டுகள் கழித்தே, முன்னர் எழுதிய பெரும் பகுதியை முதலாம் பாகமாகவும், மன மெய்யியல்பற்றி அவர் மேலும் எழுதியிருந்த குறிப்புகளை இரண்டாம் பாகமாகவும் சேர்த்து 1953இல் 'மெய்யியல் ஆய்வுகள்' வெளியாயிற்று.[1]

அர்த்தம், மொழி, மனம் என்பவற்றோடு அளவையியல், கணிதத்தின் அடிப்படைகள் போன்ற கருத்துகளை நெருக்கமாய் விசாரித்த 'மெய்யியல் ஆய்வுகள்', இருபதாம் நூற்றாண்டின் முக்கியமான மெய்யியல் நூலென அறிஞர் பலராலும் மதிக்கப்பட்டது. மெய்யியலிலும் ஏனைத் துறைகள் பலவற்றிலும் மேற்கு நாடுகளில் ஏற்கப்பட்டிருந்த பிரதான சிந்தனை வழிகளில் பாரிய மாற்றங்களை இந்நூல் கொணர்ந்தது.

'மெய்யியல் ஆய்வுகள்' வெளியாவதற்கு முன்னரேயே, 1929ஆம் ஆண்டில் விற்கன்ஸ்ரைன் கேம்ப்ரிஜ் பல்கலைக்கழகத்திற்கு இரண்டாம் முறை வந்த பின் அங்கு நிகழ்த்திய கலந்துரையாடல்கள், விரிவுரைகள் மூலம் அவருடைய கருத்துகள் பரவலாகத் தெரியவந்ததுடன், மெய்யியலாளரிடையே அவை மிகுந்த தாக்கத்தினையும் ஏற்படுத்தியிருந்தன. அதுவரை, பல்வேறு வடிவங்களில் மாணவர்கள் அவரது விரிவுரைகளிலிருந்து எடுத்துக்

கொண்ட குறிப்புகளும், மாணவர்க்கு எழுத்து வடிவில் அவரே தயாரித்துத் தந்த விளக்கங்களும் பிறர்க்கும் விநியோகிக்கப்பெற்று, விற்கன்ஸ்ரைனை அவரது வாணாளில் சந்தியாதோரையும் அவரது சிந்தனையின் தாக்கத்துக் குட்படுத்தின. இங்கிலாந்து, அமெரிக்கா, அவுஸ்திரேலியா, தென்னாபிரிக்கா முதலிய ஆங்கிலம் பேசும் நாடுகளில் மட்டுமல்லாது, ஐரோப்பாவிலும், குறிப்பாக ஸ்கன்டினேவிய நாடுகளிலும் மெய்யியல் பயிலும் முறைகளில், விற்கன்ஸ்ரைனது அணுகுமுறையின் பாரிய செல்வாக்கு ஆய்வோர்க்கு எளிதில் புலப்படும்.

விற்கன்ஸ்ரைன், தான் எழுதியவற்றைக் கட்டாயம் யாவரும் புரிந்து கொள்ள வேண்டும் என மனத்திற் கொண்டு எழுதியவரல்லர். பேராசிரியர் அன்ரனி குவின்ரன் (Antony Quinton 1925-2010) ஓரிடத்திற் கூறுவது போல, தனது கருத்துகளை வெளிப்படுத்துகையில், தேர்ந்த சீடர்களுக்கு எட்டினாற் போதுமென நினைத்தவர்போல விற்கன்ஸ்ரைன் நடந்து கொண்டதால், அவரது சிந்தனைகள் பெரும்பாலானோர்க்கு விளங்கு வதற்குக் கடினமாக இருந்தன; அநேகரால் தவறாக எடுத்துக்கொள்ளப் பட்டன. ‘மெய்யியல் ஆய்வுகள்’ நூலின் முன்னுரையில்[2] அவர் எழுதிய இறுதி வரிகளை இங்கு தருதல் கூடும்.

> “எனது எழுத்துகள் பிறருக்குச் சிந்திக்கும் வேலையை எளிதாக்குவது என் விருப்பமல்ல. இயலுமாயின், இந்நூல் யாரையாவது சுயமாகச் சிந்திக்கத் தூண்ட வேண்டும்.”[3]

ஆனால், இதனாலெல்லாம் அவரது சிந்தனைகள் பிரபல்யம் அடைவது எவ்வகையிலும் குறைந்துவிடவில்லை. சொல்லப்போனால், இதனாலேயே மெய்யியல் மாணவரிடையே, விற்கன்ஸ்ரைனுக்கு ஒரு ‘மவுசும்’ ஒரு ‘குருஸ்தானமும்’ ஏற்பட்டுப்போயின. அன்றியும், விற்கன்ஸ்ரைன் தன் வாணாளிலேயே பயப்பட்டதுபோல, அவரது கூற்றுகள் புரிந்துகொள்ளப் படாமலும், தவறாக எடுத்துக்கொள்ளப்பட்டும் சுலோகங்கள்போல அநேக ரால் பயன்படுத்தப்படுகின்றன.

‘மெய்யியல் ஆய்வுகள்’ முன்னுரையில், விற்கன்ஸ்ரைன் சொல்லி யிருப்பதுபோல, அவரது நூலில் ஆளப்படும் விடயங்கள் ஒழுங்காகத் தொடர்புபடுத்தித் தரப்படவுமில்லை.

> “...இந்தச் சிந்தனைகளையெல்லாம் குறிப்புகளாக, சிறு பந்திகளாக எழுதியிருக்கிறேன். சிலவேளை ஒரே விடயத்தைப் பற்றியே, தொடர்ந்த ஒரு வரிசையாக இவை வருகின்றன. சிலவேளையில், திடீரென நான் மாறுகிறேன். ஒரு விடயத்திலிருந்து இன்னொன் றிற்குச் சடுதியாகப் போகிறேன். இவையனைத்தையும் ஒரு நூலாக அமைக்க வேண்டும் என்பது எனது விருப்பமாயிருந்தது... ஒரு விடயத்திலிருந்து இன்னொரு விடயத்திற்கு, இயல்பான முறையிலும்

முறிவின்றியும் இந்நூலில் எனது கருத்துகள் ஒழுங்குபடுத்தப்பட் டிருக்க வேண்டும் என்பது எனது முக்கியமான நோக்கமாக இருந்தது.

வெற்றி பெறாத பல முயற்சிகளின் பின், அத்தகைய ஒரு முழு மையாக எனது முடிவுகளைச் சேர்த்துத் தருவது ஒருபோதும் என்னால் ஆகாதென நான் உணர்ந்துகொண்டேன். ஆகக்கூடினால், என்னால் இந்த மெய்யியல் குறிப்புகளுக்கு மேல் எழுத முடியாது; எனது சிந்தனைகளை, அவற்றின் இயல்பான போக்கிற்கெதிராக, ஏதேனும் ஒரு திசையில் செலுத்த முயன்றால், அவை விரைவில் ஊனமடைந்து போயின.''[4]

விற்கன்ஸ்ரைன் தனது நூலைப் பற்றிக் கூறியிருப்பதையும், அவரது எழுத்தின் இயல்புபற்றி முன்னர் குறித்திருப்பதையும் நோக்கின், பல்வேறு விடயங்கள்பற்றி விற்கன்ஸ்ரைன் சொல்பவற்றின் தாற்பரியங்களையிட்டு சமகால மெய்யியலாளரிடையே, கருத்து வேறுபாடுகள் ஏற்பட்டிருப்பதற் கான விளக்கம் புலப்படும்.

இந்நூலில், விற்கன்ஸ்ரைனின் தரிசனங்களை விளக்குதற்கு, நுழை வாயிலாக எடுத்துக்கொள்கிற, 'பிரத்தியேக மொழி' (Private Language) எனும் கருத்தைப் பற்றி, விற்கன்ஸ்ரைன் கூறியிருப்பனவும் மேலே சொன்ன வற்றிற்கு விதிவிலக்கு அல்ல. இந்தக் கருத்து சம்பந்தமாக அவர் கூறி யுள்ளவை, அத்தனை இலகுவில் எவராலும் பூரணமாய் விளங்கிக்கொள்ளக் கூடியன எனவும் கூற முடியாது. அவரது நூலில், 'பிரத்தியேக மொழி' என்கிற சொற்றொடர், மூன்று முறை இடம்பெறுகிறது. 269ஆம் பகுதியின் பின்வரும் இறுதி வசனம், அந்தக் கருத்துக்கு விளக்கம்போல அமைகிறது.

''...எனக்குப் புரிவதுபோலத் தோன்றுவனவும், வேறு யாருக்கும் புரியாததுமான ஒலிகளை ஒரு 'பிரத்தியேக மொழி' என அழைக் கலாம்.''

மேற்குறித்தவாறு அறிமுகமாகும் பிரத்தியேக மொழி, இதற்கு முன்னால் யாரால் முன்வைக்கப்பட்டது என்பதுபற்றியோ, எந்த மெய்யியலாளர் களது சிந்தனையில், இத்தகைய மொழிபற்றிய கருத்து முக்கியத்துவம் பெறுகிறது என்பதுபற்றியோ, விற்கன்ஸ்ரைனது நூலில் எந்தக் குறிப்பும் இல்லை.

விற்கன்ஸ்ரைனது நூலின் குறிப்புகளிற் பல, பிரத்தியேக மொழி எனும் கருத்துக்கு எதிரானவை: மனம்பற்றிய அவரது ஆய்வில், பிரத்தியேக மொழிபற்றிய வாதங்களுக்கு, முக்கியமான பணி உள்ளது என்பது வெளிப் படை. அவரது இந்த ஆய்வினூடாக, மன மெய்யியலில் (Philosophy of Mind) மிகவும் கணிசமான முன்னேற்றத்தை ஏற்படுத்தியுள்ளார் என்பதும் உண்மையே. ஆனால், விற்கன்ஸ்ரைனை ஆய்வோரிடையே இக்கருத்து களில் ஒற்றுமைகள் இருந்தபோதிலும், கருத்து வேற்றுமைகளும் தெளி வின்மைகளும் அநேகம் உள்ளன.

விற்கன்ஸ்ரைனது 'பிரத்தியேக மொழி வாதம்' எனப் பிரபல்யம் அடைந் திருப்பது, தனது நோக்கத்தில் வெற்றியடைகிறதோ எனும் கேள்வி ஒருபுற மிருக்க, பிரத்தியேக மொழிபற்றிய விற்கன்ஸ்ரைனது குறிப்புகள் எவ்வகை யிலும் ஒழுங்கான, முழுமையான வாதமாகக் கொள்ளப்படக்கூடியனவா என்பதுபற்றியும் சந்தேகம் எழுப்பப்பட்டிருக்கிறது.

விற்கன்ஸ்ரைன் கூறுவன, மனநிகழ்ச்சிகள் சம்பந்தமான மொழியாடல் களை முக்கியமான வழிகளில் தெளிவுபடுத்துவனவெனினும், 'பிரத்தியேக மொழி வாதம்' எனப் பிரபல்யமடைந்திருப்பது, விற்கன்ஸ்ரைன் அவ்வாறு அமைத்த ஒன்றல்ல எனவும், விற்கன்ஸ்ரைன் ஆய்வாளர்களில் பிரதான மான ஒருவரும், அவரது நெருங்கிய மாணவருமான அமெரிக்க மெய் யியற் பேராசிரியர் நோமன் மல்கம் (Norman Malcolm 1911-1990) மெய் யியல் வரலாற்றில் புகுத்திய ஒன்றே அது எனவும்கூட வாதிக்கப்பட் டிருக்கிறது. பிரத்தியேக மொழி என ஒன்று சாத்தியமில்லை என்பது போன்ற பொதுப்படையான கொள்கைப் பிரகடனங்கள், "நாம் எத்தகைய கொள்கையையும் முன்வைத்தல் ஆகாது"[5] என்று கூறிய விற்கன்ஸ்ரைனின் மெய்யியற் தொனியைச் சரிவரப் புரிந்துகொள்ளாமையினாலேயே அவர் மீது ஏற்றிக் கூறப்பட்டுள்ளன என்பது இவர்களது கருத்தாகும்.[6]

விற்கன்ஸ்ரைனது குறிப்புகள், எத்தகைய விளைவுகளைத் தருவன என்பதுபற்றிய பலமான கருத்து வேற்றுமைகளும் எதிர்பார்க்கக்கூடி யனவே. இக்குறிப்புகளில் வெளிப்படும் அர்த்தம்பற்றிய கொள்கை, தருக்கப் புலனறிவுவாதிகளின் (Logical Positivists) அர்த்தக் கொள்கையே தான் என்பதும், அத்தகைய அர்த்தக் கொள்கையின் விளைவாய் வரும் இனமாற்ற அல்லது இனக்குறைப்புப் போக்குகள் விற்கன்ஸ்ரைனது கருத்து களிலிருந்து வருவனவோ என்பதும் வாதிக்கப்பட்டுள்ளது. இவ்வாறு கருது வோர், விற்கன்ஸ்ரைனே ஓரிடத்திற் கேட்டுக்கொள்வதுபோல, உண்மையில் தன்னை வெளிப்படுத்திக்கொள்ளாத ஒரு நடத்தைவாதிதான் (Behaviourist) எனவும் வாதித்துள்ளார்.

இனி, பிரத்தியேக மொழிபற்றிய யாருடைய கருத்துக்கு எதிராகத் தனது குறிப்புகள் சொல்லப்பட்டுள்ளன என விற்கன்ஸ்ரைன் ஓரிடத்திலும் கூற வில்லை என்பதும் அதிகம் வலியுறுத்திச் சொல்லக்கூடிய ஒரு குறை அல்ல; மெய்யியல் ஆய்வுகளின்போது, இத்தகைய வரலாற்றுக் குறிப்புகளைத் தருதல் அந்நியமானது என்பது தெளிவு. 232 பக்கங்களைக்கொண்ட அவரது நூல் முழுவதிலும், ஏழு மெய்யியலாளர்களின் பெயர்களே[7] குறிப் பிடப்பட்டுள்ளன. இவர்களுள், எவரது கொள்கையையும் விளக்குவதோ, வரலாற்று ஒழுங்கில் அறிமுகம்செய்வதோ அவரது நோக்கமல்ல என்பது விற்கன்ஸ்ரைனின் நூலின் இயல்பினை மேலெழுந்த வாரியாய் அறிந் தார்க்கும் புலப்படும். விற்கன்ஸ்ரைனின் இன்னொரு மாணவரான

ஜோன் குக் (John Cook)[8] பிரத்தியேக மொழியெனும் கருத்து எங்கிருந்து வந்தது என்பதுபற்றி விற்கன்ஸ்ரைன் எவ்வித விளக்கமும் தராததற்கு நியாயங்கூறுமுகமாக, இதனைப் பற்றி விற்கன்ஸ்ரைன் சிந்தித்துக்கொண்டிருந்த காலத்தில், பல மெய்யியலாளர்களது கொள்கைகளில் இந்தக் கருத்து இணைந்திருந்தமையைக் குறிப்பிடுகின்றார்.[9] இது உண்மையேயெனினும், இங்கு நாம் கூறியிருப்பதனையும் குறைத்து மதிப்பிடலாகாது: மெய்யியல் ஆய்வுகளில், இத்தகைய வரலாற்று விளக்கங்கள் இடம்பெறுவதைக் கற்பனைசெய்தல் கடினம்.

ஆனால், விற்கன்ஸ்ரைன் விமர்சிக்கும் பிரத்தியேக மொழிபற்றிய கருத்தின் இடத்தை, மெய்யியல் வரலாற்றிற் கண்டுகொள்வது, உண்மையிற் கடினமல்ல.

1. எனக்குப் புரிவதுபோலத் தோன்றுவனவும்
2. வேறு யாருக்கும் புரியாதனவுமான

ஒலிகளைப் 'பிரத்தியேக மொழி' என்று அழைக்கலாமென, 'மெய்யியல் ஆய்வுகள்' நூலில் 269ஆம் பகுதியில் வருவது முன்னர் கூறப்பட்டது. 1இல் 'எனக்குப் புரிவதுபோலத் தோன்றுவன' என்பதற்கு வெளிப்படையாக அர்த்தம் கொண்டால், எனக்கும் உண்மையிற் புரியாதனவும் புரிகிறது என நான் தவறாக நம்புவனவும், வேறு யாருக்கும் புரியாதனவுமான ஒன்றைத்தான், பிரத்தியேக மொழி என்று விற்கன்ஸ்ரைன் கூறுவதாகக் கொள்ள வேண்டும். அதாவது, 'பிரத்தியேக மொழி' என்பது விற்கன்ஸ்ரைனால் ஓர் இகழ்ச்சிச் சொல்லாகப் பயன்படுத்தப்படுகிறது எனக் கருத வேண்டும்.

இதை ஏற்றால், பிரத்தியேக மொழிக்கெதிராக வாதிப்பதில், விற்கன்ஸ்ரைன் ஏன் பிரயத்தனம் எடுத்தார் என்பதை, எவ்வகையிலும் புரிந்து கொள்ள முடியாது. எனவே, விற்கன்ஸ்ரைன் விமர்சிப்பது, எனது தவறான விளக்கத்தினால், எனக்குப் புரிவதும், வேறு யாருக்கும் புரியாததுமான ஒரு மொழியே எமது மொழி என்று ஏற்கப்படுகிற கற்பனையையே. அதாவது, வேறு யாருக்கும் புரியாமல், எனக்கு மட்டும் புரிகிற மொழி என்று நான் நம்புவது, உண்மையில் பிறருக்கு மட்டுமல்ல, எனக்கும் புரியாத வெறும் ஒலிகளாகவே இருக்கும் என்பதே 269ஆம் பகுதியில் வரும் கூற்றின் தாற்பரியமாகும்.

இனி, எனக்கு மட்டும் புரிவதும், வேறு யாருக்கும் புரியாததுமான ஒரு மொழியே பிரத்தியேக மொழி என்று அழைக்கப்படுவது எனின், அத்தகைய மொழி சாத்தியமல்ல என்று கூற முடியாது. ஏனெனில், ஒக்ஸ்பேட் பல்கலைக்கழகத்தில் மெய்யியற் பேராசிரியராயிருந்த ஏ. ஜே. அயர் (A. J. Ayer 1910-1981) கூறுவதுபோல, அத்தகைய பிரத்தியேக மொழிகள் பல உள. கடந்தகாலத்தில் பயன்பட்டு, வழக்கொழிந்துபோனதன் காரணமாய்,

'இறந்த மொழிகள்' என அழைக்கப்படுகிற மொழிகள் பல இத்தகையன ஆகலாம். அதாவது, ஒரு காலத்தில் வழக்கிலிருந்த மொழியொன்று, இப்போது ஒருவனுக்கு மட்டும் தெரிந்திருக்கலாம் எனக் கற்பனை செய்வது கடினமல்ல. இதைவிட, ரகசியமாய் வைத்திருப்பதற்காக, பிறர கையிற் சிக்கினாலும் அவர்களுக்குத் தெரியாதிருப்பதற்காக, தனது கருத்துகளைத் தனக்கு மட்டும் புரிகிற குறியீடுகளில் ஒருவன் குறித்து வைக்கிறபோது, அதுவும் அவனுக்கு மட்டும் புரிகிற, ஆனால், வேறு யாருக்கும் புரியாத ஒரு மொழியாகிறது எனலாம். இதனைப் பிரத்தியேக மொழியென அழைப்பதில் எவ்வித தவறும் இல்லை. ஆயின், இத்தகைய ஒன்றை யாருக்கும் புரியாத, ஆனால், மொழி எனக் கோரப்படும் வெறும் ஒலிகளின் அல்லது குறிகளின் சேர்க்கையே என்பது பொருந்தாது.

இத்தகைய ஒரு பிரத்தியேக மொழியை விற்கன்ஸ்ரைன் விமர்சிக்கிறார் எனக் கொள்ளலாகாது. சாத்தியமானதென எவரும் கண்டுகொள்ளக் கூடியதும் உண்மையிற் சாத்தியமாயிருப்பதுமான ஒன்றைச் சாத்தியமற்றது என்று கூறுவது அபத்தம். அத்துடன், பிரத்தியேக மொழி என்பதை இந்த அர்த்தத்திற் கொண்டு விமர்சிப்பதனால், மெய்யியலுக்கு என்ன பயன் வரப்போகிறது என்பதும் புலப்படாது. எனவே, விற்கன்ஸ்ரைன் 269ஆம் பகுதியில், இழிவுசெய்யும் பிரத்தியேக மொழியின் இயல்பு வேறாதல் வேண்டும். 243ஆம் பகுதியில் அவர் கூறுவதை நோக்கின் அது தெளிவாகிறது.

''தனது பாவனைக்காக மட்டும் தனது அக அனுபவங்களை, தனது மன உணர்வுகளை, மனநிலைகளை இவை போன்ற ஏனையவற்றைச் சொல்லவும் எழுதிவைக்கவும் ஒருவன் பயன்படுத்தக்கூடிய மொழி ஒன்றை நாம் கற்பனை செய்தல் கூடுமா? ஏன் எங்கள் சாதாரண மொழியிலேயே அவ்வாறு செய்ய முடியாதா? நான் கருதுவது அதுவல்ல. இந்த மொழியின் சொல் ஒவ்வொன்றும் பேசுவோனுக்கு மட்டும் தெரியக்கூடியவற்றையே சுட்டும்; அதாவது, அவனுக்கு நேரடியாய் ஏற்படுகிற அவனது பிரத்தியேகப் புலனுணர்வுகளையே! ஆகவே, வேறொருவன் இந்த மொழியைப் புரிந்துகொள்ள முடியாது.''

எனில், விற்கன்ஸ்ரைன் விமர்சிக்கும் பிரத்தியேக மொழி எனும் கருத்து எனக்குப் புரிவதும், பிறருக்குப் புரியாததுமான மொழி என்கிற கருத்து அல்ல. எனக்குப் புரிவதும், எனக்கு மட்டுமே தெரியக்கூடிய உணர்வுகளைச் சுட்டுவதால் பிறருக்குப் புரிய முடியாததுமான மொழி என்கிற கருத்தே அவரால் விமர்சிக்கப்படுவது எனல் வேண்டும்.

நாம் முன்னர் கூறியதுபோல, எமக்குப் புரிவதும், எமது பிரத்தியேக அனுபவங்களைச் சுட்டுவன எனும் காரணத்தால், பிறருக்குப் புரிய முடியாததுமான மொழி எனும் கருத்தின் இடத்தை, மெய்யியல் வரலாற்றிற் கண்டுகொள்வதற்கு, அதிகப் பிரயத்தனம் வேண்டியதில்லை.

மேற்கத்திய மெய்யியல் மரபில், இத்தகைய ஒரு மொழி சாத்தியம் என்பது, எப்போதும் பிரக்ஞையோடு அல்லவெனினும், பரவலாக ஏற்கப் பட்டு வந்திருக்கிறது. எனது அக அனுபவங்களிலிருந்தே நான் அறிவைப் பெற ஆரம்பிக்கிறேன் எனவும், இவ்வுலகுபற்றிய அறிவு முழுவதற்கும் எனது அக அனுபவங்களே அடிப்படையான தரவுகள் எனவும் கொள்ளும் எந்தச் சிந்தனை மரபும், அறிவோன் தன்னகத்தே விரியும் காட்சிகளையும் ஏனைய புலன் பதிவுகளையும் (Sense impressions) அல்லது புலன் தரவு களையும் (Sense data) தன்னந்தனியனாய்ச் சந்தித்து, அவற்றை மொழி ஒன்றில் வெளிப்படுத்துவது சாத்தியம் எனும் கற்பனையை உள்ளடக் கியதே எனலாம். சொல்லின் அர்த்தம் என்பது அது சுட்டும் பொருள் எனும் அர்த்தக் கொள்கையோடு, இந்தக் கற்பனை சேர்கையில் எனது மொழி எனக்கு மட்டும் புரிவதாயும் பிறரால் புரிய முடியாததாயும் ஆகிறது.

விற்கன்ஸ்ரைனது காலத்தில் வாழ்ந்த டபிள்யூ. ரீ. ஸ்ரேஸ் (W. T. Stace 1886-1967) ‘அறிவியலும் உள்பொருளும்’ (The Theory of Knowledge and Existence) எனும் தனது நூலின் ஆரம்பத்தில் பின்வருமாறு கூறுகிறார்:

> ‘‘யாரையும் சாராது நிற்கும் பொதுவான அனுபவம்பற்றிய கருத்தை அமைத்துக்கொள்ள இடமளிப்பது, எங்கள் ஒவ்வொருவரினதும் தனியான அனுபவம்தான். இங்கிருந்தே நாம் ஆரம்பித்தல் வேண்டும் எனின், ஒவ்வொருவரும் தங்களது மெய்க்கொள்கையின் இறுதி யான ஆரம்பமாக ஏற்றுக்கொள்ளக்கூடியது தங்களது சொந்தத் தனி யனுபவமேயன்றி வேறு எதுவுமல்ல. ஏனெனில், ஒருவகையில் ஒவ் வொருவனும் தனது மனதினுள் அடைபட்டிருக்கிறான்.’’[10]

‘‘...ஆரம்பத்தில் சில மூலத்தரவுகள் தரப்பட, மனம் இவற்றைக் கொண்டு அறிவின் முழு அமைப்பையும் நிர்மாணித்துக்கொள்கிறது.’’[11]

எனின், அகத்தே ஏற்படும் பிரத்தியேக அனுபவங்களை வைத்துக் கொண்டு, அறிவனைத்தையும் கட்டியெழுப்ப மனம் முயல்கையில், நாம் பயன்படுத்துவதும், நாம் பிறரோடு பேசுவதற்குப் பின்னர் பயன்படுத்து வதுமான மொழியை, நாம் தனியாகவே புனைந்துகொள்கிறோம் எனும் முடிவிற்கும் இங்கே இடமேற்படுகிறது.

முன்னர் கூறியதுபோல, எப்போதும் பிரக்ஞைபூர்வமாக அல்ல வெனினும், பரவலாக அனுபவவாத மரபில் ஏற்கப்பட்டுவந்த, மொழியின் தோற்றம்பற்றிய இந்த விளக்கத்திற்கு, வெளிப்படையான உதாரணமாக, இதுபற்றி ஜோன் லொக் (John Locke 1632-1704) கூறுவது அமைவதால் அதனை இங்கே விரிவாய் நோக்கலாம்.

> ‘‘மனிதன் தனக்கும் பிறர்க்கும், பயனையும் மகிழ்ச்சியையும் தர வல்ல அநேக கருத்துகளை உடையவனாயிருந்தபோதிலும், இவை அனைத்தும் பிறர் காண முடியாது அவனது நெஞ்சத்தினுள்ளே

மறைந்து உள்ளன. மனிதர் கூட்டத்தால் வரும் சுகமும் அனுகூலமும் சிந்தனைப் பரிமாற்றமின்றிக் கிடையாது என்பதால், தனது சிந்தனையை ஆக்குகின்ற, பிறர் காண முடியாதிருக்கின்ற தனது கருத்துகளை மற்றையோருக்குத் தெரிவிக்கக்கூடிய, புறத்தே புலப்படக்கூடிய குறிகளைத் தேடி அடைதல் அவனுக்கு அவசியமாயிற்று. இந்தத் தேவையை நிறைவேற்றுவதற்கு வேண்டிய அளவிலும் விரைவாகவும் கிடைக்கக் கூடியனவும் பொருத்தமானவையும் இலகுவாகப் பல்வேறு பேதங்களுடன் நாம் எழுப்பக்கூடிய ஒலிகளே. எனவே, தேவைக்கு மிகவும் பொருத்தமானவையாக இயற்கையால் அமைக்கப்பட்டுள்ள சொற்கள், மனிதனால் தமது கருத்துகளை வெளிப்படுத்துதற்கு இவ்வாறு பயன்படுத்த ஆரம்பிக்கப்பட்டவற்றை இலகுவாகப் புரிந்துகொள்ளலாம். கருத்துகளுக்கும் ஒலிகளுக்குமிடையேயுள்ள இயல்பான ஒற்றுமையினாலன்றி, வெறும் தீர்மானத்தினாலேயே (Arbitrarily) சொற்களும் கருத்துகளும் இணைக்கப்பட்டன அவ்வாறல்லவெனின், எல்லா மனிதரும் பொதுவான மொழியொன்றைப் பேசியிருப்பர். சொற்களின் பயன், கருத்துகளின் புலப்படுகுறிகளாவதே (The use of words is to be sensible marks of ideas). இவை எந்தக் கருத்துகளுக்காக நிற்கின்றனவோ, அவையே அவற்றின் சரியான நேரடிக் குறிப்புகளாகும்.''

'இந்தக் குறிகளை மனிதர் பயன்படுத்துவது, தங்களது ஞாபகத்திற்கு உதவுவதற்காகத் தமது கருத்துகளைப் பதிவுசெய்து வைப்பதற்கும், தங்களது கருத்துகளை மற்றையோரின் முன் இடுவதற்கும் எனலாம். சொற்கள், தமது உடனடியான அல்லது முதன்மையான குறிப்பில், தம்மைப் பயன்படுத்துவோனது அகத்தேயுள்ள கருத்துகளுக்காகவேயன்றி, பிறிதெதற்குமாய் நிற்பனவல்ல. யாரும் தனது மனதில் உள்ள கருத்துகளுக்காகவேயன்றி, வேறு எதற்காகவும் நேரடியாய் நிற்கும் குறிகளாய்ச் சொற்களைப் பயன்படுத்த முடியாது. இவ்வாறு ஒருவன் செய்யின், அவன் தனது மனத்தே எழுந்த கருத்துகளின் குறிகளை வேறு கருத்துகளுக்காகப் பிரயோகித்தவனாவான். பொருட்களின் பண்புகளையோ பிறரது மனதின் கருத்துகளையோ சுட்டுவதற்கு, தனது சொற்களை ஒருவன் பயன்படுத்த முடியாது.''[12]

தனது அனுபவங்களைத் தனது அகத்தே மட்டும் சந்தித்து, அங்கிருந்து மொழியை அமைத்துக்கொள்ளலாம் எனும் லொக்கின் கற்பனை, உண்மையில் அனுபவவாத மரபில் மீண்டும்மீண்டும் சந்திக்கப்படுவது. தனது உடல் உட்படப் புற உலகு அனைத்தையும், அக அனுபவத்துள்ளடக்கி, அங்கிருந்து வருவதாகக்கொள்ளும் சிந்தனை முறையில், மொழி அதன் உடனடியான குறிப்பில், புற உலகைப் பற்றி எதுவும் பேசாது, அக அனுபவங்களையே குறிக்கும் எனக் கொள்ளப்படல் தவிர்க்க முடியாது.

விற்கன்ஸ்ரைன் பிரத்தியேக மொழிபற்றிச் சிந்தித்த காலத்தில் பிரபல மாகியிருந்த, பேட்றன்ட் றசெலின் (Betrand Russell 1872-1970) 'லட்சிய மொழி' ஒன்றை அமைக்கும் திட்டம்பற்றிய பின்வரும் கூற்று இதனைக் காட்டும்:

"மெய்யியல் செய்வதென்பது, சில குறைந்தபட்ச நிபந்தனைகளுக் கமைய, அனுபவத்தை வருணிக்கவல்ல செம்மையான மொழியொன்றை அமைப்பதாகும். இவ்வாறு அமைந்த மொழி, இம்மொழியைப் புரிந்து கொள்ளும் ஆள் ஒருவன் உள்ளான் எனும் உட்கிடையைத் தரவல்ல சொற்களை உட்படுத்தல் ஆகாது. இம்மொழியைப் பயன்படுத்தும் பிற மனிதர்களோ மனங்களோ இருக்கின்றன எனும் தாற்பரியமும் அனுமதிக்கப் படலாகாது. இம்மொழியின் சொற்கள் சுட்டும் பொருட்களைக்கொண்ட உலகு ஒன்று உண்மையாய்ப் புறத்தே இருக்கிறது எனும் எடுகோளும் அனுமதிக்கப்படலாகாது."[13]

இக்கூற்றும், மொறிற்ஸ் ஷிலிக் (Moritz Schlick 1882-1936) ஆற்றிய விரிவுரையிலிருந்து ஜோன் குக் எடுத்தாளும் இன்னொரு கூற்றும், விற்கன்ஸ்ரைன் எழுதிய காலத்தே நிலவிய, அவர் விமர்சித்த பிரத்தியேக மொழி என்பதன் இயல்பை வெளிப்படுத்தும். மொழிபற்றிய தனது கொள்கை, தான் மட்டுமே இவ்வுலகில் உள்ளவர் எனும் கற்பிதத்தோடு, எவ்வகையிலும் முரணவில்லை என ஷிலிக் குறிப்பிட்டார். அவ்வாறு உலகில் தான் மட்டுமே இருப்பினும், "நேர்வுகளை (Facts) எனக்கு நானே தெரிவித்தலும், என்னோடு நான் தொடர்புகொள்ளுதலும் சாத்தியம். உண்மையில், எனது குறிப்புப் புத்தகத்தில் எதனையும் பதிவுசெய்கிற போதும் அல்லது எதனையும் நினைவில் வைத்துக்கொள்கிறபோதும்கூட, நான் நாளாந்தம் இதனைச் சாதிக்கிறேன்" எனவும், "கருத்துப் பரிவர்த்த னையைப் பொறுத்தவரையில் எனது குறிப்புப் புத்தகம் பௌதிகவதீத வியலாளர் கூறுவதுபோல, வெறுங் கனவாய் இருந்தால் என்ன அல்லது புற யதார்த்தமாயிருந்தாலென்ன, வேறுபாடு எதுவுமில்லை" எனவும் ஷிலிக் அங்கு கூறியிருந்தார்.

றசெலின் லட்சிய மொழியின் சொற்களுள் எதுவும், அவை சுட்டும் உண்மையான புற உலகு ஒன்று உள்ளது என அனுமதித்தலாகாது எனின், ஷிலிக் சொல்வதுபோல அவரது மொழியின் சொற்கள் சுட்டுவதற்குப் புற உலகு ஒன்று இருக்க வேண்டியதில்லையெனின், இச்சொற்கள் உண்மையில் எதனைச் சுட்டலாம் என்ற வினா எழலாம். ஜோன் லொக் கூறியதுபோல, எமது அகத்தேயுள்ள கருத்துகள் என இதற்கு விடை எடுத்துக்கொள்ளப்பட்டது. இவ்வாறு எடுத்துக்கொள்ளப்பட்டால், எமது அறிவுபற்றியும் மொழியின் இயல்புபற்றியும் தவிர்க்க முடியாத பிரச் சினைகள் சில எழும்.

எமது அனுபவத்திலிருந்தே நாம் ஆரம்பத்தில் வேண்டும் எனக் கூறிய ஸ்ரேஸ், மொழிபற்றிய இப்பிரச்சினைகளை மிக விரைவாகச் சந்திக்க நேரிடுகிறது. அவரது நூலின் 31ஆம் பக்கத்தில் பின்வருமாறு எழுதுகிறார்:

> *''இரண்டு மனங்களுக்குக் கிடைக்கும் தரவுகள் ஒத்தனவாய் இருக்கும் என்பதற்கு எந்த உறுதியும் இல்லை. எந்த இரண்டு மனங் களிலும் ஏற்படும் சிவப்பு நிறம்பற்றிய புலனுணர்வு ஒன்றாகத் தானிருக்கும் என்று எப்படி எங்களுக்குத் தெரியும்? எங்களுக்கு அதற்கு எந்த உத்தரவாதமும் இல்லை. உனது 'சிவப்பு நிறம்' நான் சிவப்பு என்பதனை ஒத்திருப்பதற்குப் பதிலாக, நான் 'பல் வலி' என அழைப்பதைப் போன்றிருக்கலாம். அல்லது எமது புலனுணர்வுகள் எவ்வகையிலும் ஒப்பிட முடியாதனவாயிருக்கலாம். உனது புலன் உணர்வுகள், நான் கற்பனை செய்யவே முடியாதனவையாயிருக் கலாம். எவ்வகையாலாயினும், நான் எப்போதாவது அவற்றை உணர முடிந்தால், நான் முன்பு ஒருபோதும் அறிந்திராத, முற்றிலும் புதிய அனுபவங்களாக அவை எனக்குத் தோன்றலாம்.''*
>
> *''நாம் எமது புலனுணர்வுகளைப் பற்றி தெரிந்தவர்கள்போல ஒருவருக்கொருவர் பேசிக்கொள்கிறோமென்பது இதில் எதனையும் மறுப்பதற்குப் போதிய நியாயமாகாது. நாம் இருவரும் மரம் ஒன்றைப் பார்க்கையில், அது பச்சை நிறமானது என ஒப்புக்கொள்கிறோம் என்பது, உன்னுடைய பச்சை நிறமும் என்னுடைய பச்சை நிறமும் ஒன்று என நிரூபியாது.''*[14]

பிரத்தியேக மொழியென்னும் கருத்தை ஏற்பதில் உள்ள பிரச்சினை, ஸ்ரேஸின் கூற்றில் முழுமையாக வெளிப்படுகிறது: நான் பயன்படுத்தும் மொழி எனது அக அனுபவங்களைச் சுட்டுவதாதலால், அது எனக்குப் புரிவதேயொழிய உனக்கோ வேறு யாருக்குமோ புரிய முடியாதது ஆகும். இதுவே விற்கன்ஸ்ரைன் விமர்சிக்கும் 'பிரத்தியேக மொழி' எனும் கருத்து என முன்னர் கூறினோம்.

பிரத்தியேக மொழிபற்றிய கருத்துக்கு எதிராக, விற்கன்ஸ்ரைன் செய்த விமர்சனங்களின் பூரணமான தாற்பரியத்தையும், மெய்யியல் வரலாற்றில் அதற்குள்ள முக்கியத்துவத்தையும் உணர்வதற்கு, 'அக அனுபவங்கள்' மட்டிலுமே நாம் நேரடியாய்ச் சந்திப்பன எனும் கருத்து எம்மிடையே ஏற்படுத்தியிருக்கும் பிடிப்பைச் சற்றே நோக்குதல் வேண்டும்.

எமது மனதிலுள்ளவற்றைப் பிறருக்குத் தெரியப்படுத்துவதற்கே மொழி வேண்டும் எனக் கூறும் போக்கு, மெய்யியலில் மட்டுமல்ல சாதாரண மக்களிடையேயும் ஏற்கப்பட்டவொன்று. மொழிபற்றி மிகவும் சாதாரண மாகச் சிந்திப்போரும், 'மொழி ஒரு பரிவர்த்தனைச் சாதனம்' எனக் கூறுவ துண்டு. இவ்வாறு கூறுகையில், புலன்களாலும் மற்றும் எமது மனத்தின்

செயல்களாலும் எமக்குக் கிடைக்கும் அறிவையும், எமக்கு ஏற்படும் உணர்ச்சிகள், எண்ணங்கள், கற்பனைகள் போன்ற அனைத்தையும் வெளிப் படுத்துதற்கே மொழி வேண்டும் எனவும், மொழியின்றியே மனிதன் இம்மன நிகழ்ச்சிகளை உடையவனாயிருத்தல் சாத்தியம் எனவும் ஏற்றுக் கொள்ளப்படுகிறது. இதற்கு அப்பாலும் சென்று, எமது மனதின் நிகழ்ச்சி களை வெளிப்படுத்துவதற்கென நாம் சமைத்துள்ள சாதனமாகிய மொழி, எமது மனத்தின் நிகழ்ச்சிகளை, அவை அங்கு நிகழுமாறே வெளிப்படுத்தும் திறனைப் போதிய அளவுக்குப் பெற்றதல்ல எனும் குறையும் பலரால் சொல்லப்படும்.

> *''மனித உலகில் உள்ள தனது மூத்த சகோதரர்களையும் சகோதரி களையும்போல, அவளும் தனது சோகத்தை, யாராலும் புரிந்துகொள் ளப்படாமல், யாருடைய ஆதரவுமின்றித் தனிமையிலேயே தாங்கிக் கொள்ள வேண்டியிருந்தது. மொழியும் புத்தியும் உள்ளுணர்வும் அனு தாபமும் என இவையெல்லாம் இருந்தாலும், உண்மையில் எதையும் எவருக்கும் தெரிவிக்க முடியாது. எந்த உணர்வினதும் நினைவினதும் மையமான சாரம் யாருக்கும் தெரிவிக்கப்பட முடியாததாய், ஒவ் வொரு தனிமனிதனது ஆன்மாவும் உடலும் சேர்ந்து ஆக்கும் கல்லறையில் சாசுவதமாகப் பூட்டிவைக்கப்பட்டிருக்கிறது. எமது வாழ்க்கை, தனியே ஆயுட்காலம் முழுவதும் சிறையிருக்கும் தண் டனையே... ஒவ்வொருவரும் தத்தம் தனியறையில் ஆயுட்காலச் சிறைத் தண்டனையை அனுபவித்துக்கொண்டிருக்கின்றனர். ஓர் அறைக்கும் இன்னொரு அறைக்கும் இடையே தொடர்பு இல்லை, எந்தவிதத் தொடர்பும் இல்லை.''*[15]

பூனைகளைப் பற்றிய தனது உபன்யாசம் ஒன்றில் அல்டஸ் ஹக்ஸ்லி (Aldous Haxley 1894-1963), மேற்கண்டவாறு விரித்துக் கூறும் இம்மனக் குறை, தமது அன்பின், ஆற்றாமையின், ஏக்கத்தின் ஆழத்தைச் சொல்லித் தெரிவிக்க முடியவில்லையே எனப் பெருமூச்சுவிடும் இளங்காதலர்களின் உரையாடல்களிலும், அவர்களை அருட்டுகிற மலிவு இலக்கியங்களிலு மிருந்து எமக்குப் பரிச்சயமானதே. ஆனால், இவற்றோடு இருபதாம் நூற் றாண்டின் ஆரம்பத்தில், ஆங்கில மெய்யியலில் மிகப் பெரிய ஸ்தானத்தைப் பிடித்திருந்த பிரான்சிஸ் எச். பிறாட்லி (Francis H. Bradley 1846-1924) 'தோற்றமும் உள்பொருளும்' (Appearance and Reality) என்ற தனது நூலில் கூறுவதை நோக்கின் ஒற்றுமையோடு ஒரு முக்கிய வேறுபாடும் புலப்படும்:

> ''எமது அக உலகுகள், ஒன்றிலிருந்து ஒன்று பிரிந்துள்ளன என்பது உண்மையே எனினும், நாம் அனுபவிக்கும் புற உலகு, எல்லோ ருக்கும் பொதுவானது என யாரும் சொல்லக்கூடும். இதுவே, எமக் கிடையே தொடர்பேற்படுவதைச் சாத்தியமாக்குகிறது எனவும்

சொல்லப்படலாம். இவ்வாறு கூறுவது தவறு. எனக்கு மட்டும் தனியே தெரிவன எனும் பண்பில், எனது புற உணர்வுகள், எனது சிந்தனை களிலிருந்தும் எனது அக உணர்வுகளிலிருந்தும் எவ்வகையிலும் வேறு பட்டனவல்ல. இருவகையான அனுபவங்களும் என்னுடைய வட்டத் தினுள்ளேயே, வெளிப்புறம் அடைக்கப்பட்டுள்ள இவ்வட்டத்தி னுள்ளே வீழ்கின்றன... சுருங்கக்கூறின், ஆன்மாவிற்குத் தெரியும் தோற்றமாகிற உலகு, ஒவ்வொரு ஆன்மாவிற்கும் தனியானதும், அதற்கு மட்டும் தெரிவதும் ஆகும்.''

ஹக்ஸ்லியின் பூனைப் பெண்பற்றிய உபன்யாசத்திற் கூறப்படுவதும், பொதுவாக நாம் சந்திப்பதுமான மொழிபற்றிய சஞ்சலம், எமது மனதின் அந்தரங்கத்திலேயே நிகழ்வதாகப் பொதுவாகக் கொள்ளப்படும் ஆசைகள், ஏக்கங்கள் போன்ற உணர்ச்சிகள்பற்றியது. பிறாட்லியின் வரிகள், முதிரா இளைஞரின் இம்மனக்குறை விரிந்து, உலகனைத்தையும் அக அனுபவம் எனும் வட்டத்தினுள் அடக்கும் ஏகான்மவாதத்தை நோக்கி விசாலிப் பதைப் புலப்படுத்துகின்றன. இங்கு எனக்கு மட்டும் தெரிவனவாகக் கொள்ளப்படுவன, எனது உணர்ச்சிகள் முதலானவை மட்டுமல்ல, நான் அனுபவிக்கும் புற உலகும்தான்.

'அனுபவம்' எனும் சொல்லின் சாதாரணப் பயன்பாடு, மெய்யியலில் நாம் சந்திக்கும் பயன்பாட்டினளவு விரிந்ததல்ல. சாதாரணப் பயன்பாட்டில், அனுபவம் என்கிறதைப் பிறாட்லி கூறுவதுபோல, எனக்கு மட்டும் தெரியக் கூடிய ஒன்றாகக்கொள்ளும் போக்கு எப்போதும் இல்லை. 'ஒரு மனிதன் தனது வாணாளில் பெருந்தொகையான அனுபவங்களைப் பெறுகிறான்' என்று கூறும்போதோ, 'அனுபவம் வெறும் புத்தகப் படிப்பிலும் நல்ல ஆசிரியன்' எனும்போதோ, 'எனக்கு இன்று தெருவில் புதியவோர் அனு பவம் ஏற்பட்டது' என்று கூறும்போதோ, 'முதியோர் எம்மிலும் அதிக அனுபவம் பெற்றவர்களாதலால், அவர்களது சொற்களைக் கவனித்தல் வேண்டும்' என்று கூறும்போது, ஒருவருக்கு மட்டும் தெரிகிறதும் பிறருக்குத் தெரிய முடியாததுமான ஒன்றைப் பற்றிப் பேசுவதாக யாரும் எடுத்துக் கொள்வதில்லை. புற உலகையோ பிற மனிதர்களையோ பற்றிய குறிப்பைத் தவிர்க்கும் நோக்கம் எதுவும் இப்பயன்பாட்டில் இல்லை. வாணாளில் நாம் பெறும் அனுபவங்களும் எமக்கு நல்லாசிரியனாகும் அனுபவங்களும் இவ் வுலகில் எல்லோரும் காண எமக்கு ஏற்பட்டவை. ஒரு புலனுக்கு எட்டும் காட்சியை மட்டும் குறிப்பிடாது, அனைத்தையும் அடக்கும் வசதியும், உலகு முழுவதிலும் சமகாலத்தில் நிகழ்வனவற்றிலிருந்து ஒருவனுக்கு எட்டு வனவற்றை எல்லைப்படுத்துதலும், இச்சொல்லின் பயன்பாட்டின் இயல்புகள் எனலாம். இருப்பினும், அனுபவம் எனப்படுவனவற்றை, யாவருக்கும் பொதுவான இவ்வுலகிலிருந்து பிரிப்பது இப்பயன்பாட்டின்

தாற்பரியமன்று. எனவேதான், எனது அறிவு முழுவதும் எனது அனுபவத் திலிருந்தே பெறப்படுகிறது. எனவே, எனது அனுபவத்தால் அறிவதே யன்றி, வேறெவ்வகையாலும் இவ்வுலகுபற்றி அறிய முடியாது என யாரும் கூறும்போது, அது மிகவும் இலகுவில் ஏற்கப்படக்கூடிய கூற்றாகத் தோன்றும். ஆனால், வெளிப்படையானதும் இலகுவில் யாராலும் ஏற்கக் கூடியதுமான இவ்வுண்மையிலிருந்து, மெய்யியலாளர் அநேகர் அனுமதித் திருக்கும் முடிவு, அத்தனை வெளிப்படையான உண்மை அல்ல என்ப தோடன்றி, பொதுவான பகுத்தறிவுக்கும் முற்றிலும் முரணானதாகும்.

இவ்வுலகும் அதிலுள்ள அனைத்துப் பொருள்கள், மனிதர்கள் உட்பட எல்லா உயிரினங்கள் ஆகிய யாவும் எனது அனுபவத்தின் ஊடாகவே எனக்குத் தெரிவனவாதலால், எனது அனுபவ நிகழ்ச்சிகள் எனுமளவிலேயே நான் இவற்றை நேரடியாய் அறிகிறேன். எனது எண்ணங்களையும் உணர்ச்சி களையும் கற்பனைகளையும் கனவுகளையும்போல, என அனுபவங்களையும் எனது அகத்தின் நிகழ்ச்சிகளாகக் கொள்ள வேண்டுமாதலால், புற உலகு எனப்படுவதையும் எனது அகத்தின் நிகழ்ச்சிகளாகவே முதலிற் கண்டுகொள் கிறேன்; அனுபவங்கள் எனுமளவில் இவற்றிற்கிடையே பெரிய பேத மில்லை. புற உலகின் உண்மையை ஏற்பதற்கும் இவ்வனுபவங்கள் மட்டுமே ஆதாரம் எனின், ஆதாரம் மட்டுமே நேரடியாய் எனக்குத் தெரிவதால், புற உலகு என்பது நேரடியாகத் தெரியாத, நம்பிக்கையின் பேரில் ஏற்கப் படுகிற ஒன்றுதான். எனவே, உறுதியான அறிவினை, ஐயத்திற்குச் சிறிதும் இடமளியாத அறிவினை வேண்டும் சிந்தனையாளன் எவனும், தான் உண்மையில் அறிவது தனது அக அனுபவங்களை மட்டுமே எனும் முடி பிற்கு வருதல் தவிர்க்க முடியாததாகும்.

பிறிதோர் தொடர்பில், விற்கன்ஸ்ரைன் கூறுவதுபோல, 'மெய்யியல் ஈடுபாட்டினால் மரத்துப்போகாத எவர்க்கும் பிழையெனத் தெரியும்'[16] ஏகான்மவாதம் எனும் இக்கொள்கை மெய்யியலாளரைப் பெரிதும் ஈர்த்து வந்திருக்கின்றது.

நாம் உண்மையில் அறிவது எமது அனுபவம் மட்டுமே என்கிற தீவிர ஏகான்மவாதம், மெய்யியல் வரலாற்றில் அநேகரால் ஏற்கப்பட்ட ஒரு கொள்கையல்ல. 'மெய்யியல் வித்துவான்களுடைய ஜனரஞ்சகமான உருப் படிகளுள் ஒன்றாக' ஏகான்மவாதம் பயன்பட்டுவந்திருக்கிறது என ரி. எஸ். எலியற் (T. S. Eliot 1888-1965) சொல்வதில்[17] உண்மையுள் ளதெனினும், ஏகான்மவாதத்தைக் கொள்கையளவிலாயினும் ஏற்க வேண்டும் போலத் தோன்றுவதே, 'மெய்யியலுக்கு ஒரு வெட்கக்கேடு' என இமானுவேல் கான்ற் (Immanuel Kant 1724-1804) கூறியதே மேற்கத்திய மெய்யியலில் இக்கொள்கைபற்றி ஏற்கப்பட்ட மதிப்பீடு என்பதில் தவறில்லை.

மெய்யியல் ஆய்வுகளினால் நாம் ஏற்கும்படி நிர்ப்பந்திக்கப்படுகிற உண்மைகள், ஏகான்மவாதத்திற்கு எம்மை இட்டுச்சென்றுவிடுமோ என்கிற பயமே, மெய்யியல் வரலாற்றில் ஏகான்மவாதம் பெற்றிருக்கும் முக்கியத் துவத்திற்குப் பெரிதும் காரணமாகிறது. ஏகான்மவாதம், மெய்யியல் வர லாற்றில் நிலைபெற்றிருப்பதுபற்றி, பேராசிரியர் எச். டிங்கிள் (H. Dingle 1890-1978) கூறியிருப்பது, வரலாற்றில் அதற்குள்ள தன்மையைத் தெளிவு படுத்தும்.

''ஏகான்மவாதத்தை மறுக்க விரும்புபவர்களுக்கு உள்ள ஒரு பிரச் சினை, எந்த ஏகான்மவாதியை மறுப்பது என்பதுபற்றி ஒரு முடிவிற்கு வர முடியாதிருப்பதாகும். 'ஏகான்மவாதி' என்று வரலாற்றில் உண்மையில் யாருமில்லை. ஒரு மெய்யியலாளனின் கொள்கையிலிருந்து வரவிருக்கும் ஏகான்மவாத முடிபுகளைத் தவிர்க்க முயல்கிறபோது, பிறிதோர் மெய்யிய லாளனின் கொள்கைகளின் தவிர்க்க முடியாத விளைவுபோல, ஏகான்ம வாதம் புதிதாய்த் தலைதூக்கும். பழைய அனுபவவாத மரபு இட்டுச் செல்லும் ஏகான்மவாதத்தை மறுத்தாயிற்று என்று எண்ணுவோரை, தருக்கப் புலனறிவுவாதம் இன்னொரு முறை ஏகான்மவாதத்திற்கு இட்டுச் செல்லும். இவ்வாறு யாரினது பெயரும் சொல்ல முடியாமலே ஏகான்ம வாதம் காலத்துக்குக்காலம் புதிய உருவெடுத்து அழியாதிருக்கும்.''[18]

டிங்கிள் கூறுவதுபோல, இறுதியாகத் தன்னை ஏகான்மவாதி என யாரும் அழைத்துக்கொள்ளாதபோதிலும், மெய்யியலாளர் பலரது மெய் யியற் கொள்கைகள் தவிர்க்க முடியாதபடி ஏகான்மவாதத்திற்கு இட்டுச் செல்வனவாகக் காணப்படுகின்றன. ஏகான்மவாத முடிவை ஏற்காது விடு வதற்கு, அவர்கள் கைக்கொள்ளும் உத்திகள் மேலெழுந்தவாரியானவை யாயும் யாரையும் திருப்தி செய்ய முடியாதனவாயும் காணப்படும். டேக்காட்டையோ பாக்லியையோ (Berkley 1685-1753) எடுத்துக்கொண் டால், ஏகான்மவாதத்திலிருந்து தப்புவதற்கு அவர்கள் பயன்படுத்தும் உத்திகள், அவர்கள் தமது ஏனைய மெய்யியல் முடிவுகளை அடைவதிற் காட்டிய சிந்தனைத் தீட்சண்யத்தோடு ஒப்பிடுகையில், நகைப்பிற்கிட மான முயற்சிகளாகக் காணப்படுகின்றன. உதாரணமாக, உலகனைத்தின் உண்மையையும் சிந்தனையின் பெறுபேறுகளையும் ஐயுற்ற டேக்காட் பின்னர், சுருக்கமாய்க் கூறின், கடவுள் நல்லவர் ஆதலால் உலகு உளதே என நான் நம்புவது உண்மையாதல் வேண்டும் எனக் கூறுகிறார். இதனை நோக்குவோர் எவரும், தான் முதலில் தன்னை இறக்கிக்கொண்ட ஏகான்ம வாதச் சகதியிலிருந்து வெளியேறுவதற்கு, டேக்காட் பயன்படுத்தும் நியாயம் மிகவும் பலவீனமானது எனும் முடிபைத் தவிர்க்க முடியாது. டேக்காட்டின் காலத்திலேயே, அன்ரனி ஆனோல்ட் (Antoine Arnould 1612-1694) சுட்டிக்காட்டியதுபோல, நாம் தெளிவாயும் மயக்கமின்றியும்

கண்டுகொள்கிற எதுவும் உண்மையானதாகும் என்பதற்குள்ள ஒரேயொரு உத்தரவாதம், இறைவன் உள்ளான் என்பதே, என டேக்காட் கூறுகையில், அவரது முடிபே இரக்கப்படுகிறது. ஏனெனில், இறைவன் உள்ளான் என்பதற்கு எமக்குள்ள ஒரேயொரு உத்தரவாதம், அவன் உள்ளான் என நாம் தெளிவாயும் மயக்கமின்றியும் கண்டுகொள்கிறோம் என்பதே எனின், இறைவன் உள்ளான் என ஏற்பதற்கு முன்னரே, தெளிவாயும் மயக்கமின்றியும் நாம் கண்டுகொள்கிற எல்லாம் உண்மையென நாம் ஏற்றிருத்தல் வேண்டும்.[19]

''ஏகான்மவாதியென யாரும் தன்னை அழைத்துக்கொள்ளாதபோது, மெய்யியலாளர் ஏன் ஒவ்வொரு காலத்திலும் ஏகான்மவாதத்தின் தாக்குதலுக்கெதிராக வாதிப்பதில் காலத்தைச் செலவிட வேண்டும்?'' எனக் கேட்டுக்கொள்ளும் டிங்கிள், அதற்கு விடையாகப் பின்வருமாறு கூறுகிறார்:

''தமது சிந்தனையின் அத்திவாரத்தில் உள்ள தீர்க்கப்படாத பிரச்சினைகள்பற்றிய, அரைகுறையான பிரக்ஞை எப்போதும் மெய்யியலாளரது மனத்தில் இருப்பதே இதற்குக் காரணமாதல் வேண்டும்... மெய்யியற் பிரச்சினைகளை அவற்றின் அடிப்படையைக் கண்டு, ஆய்தல் வேண்டுமென அவர்கள் பலமாக நம்புகின்றனர்... ஏகான்மவாதத்திற்கெதிரான வாதங்களினால் அதனை மறுக்க முடியாமலிருப்பது மட்டுமல்ல, அதன் வலிமையையும் ஏற்க வேண்டியிருக்கிறது. ஏகான்மவாத முடிபை ஏற்கவில்லையெனின், அவ்வாறு ஏற்காதிருப்பதற்கு யாதேனும் ஒரு நியாயத்தை நாம் தந்தாக வேண்டும்.''

டிங்கிள் கூறுவதுபோல, மெய்யியல் வரலாற்றில் ஏகான்மவாதம்பற்றிய பயமும், அதனைத் தவிர்க்க இயலாது என்கிற எண்ணமும் ஏற்படுவதற்கு, மெய்யியலாளர்கள் தமது அறிவின் அத்திவாரங்களைப் பற்றித் தெளிவு பெறுவதற்கும், அவற்றை உறுதியாக்குவதற்கும் எடுத்துக்கொண்ட முயற்சிகள் காரணமாகின்றன எனின் மிகையாகாது.

நேரடியாகத் தெரிவன என்று தாம் கொண்டவற்றை மட்டுமன்றி, பிறிதெதனையும் தெரிந்ததாக ஏற்க முடியாது எனவும், எமது அக அனுபவங்கள் மட்டுமே எமக்கு நேரடியாகத் தெரிவன எனவும் கொண்டு, இவ்வகையில் ஐயத்திற்கு இடமில்லாத அறிவை வரையறை செய்ய முயல்கிறபோது, ஏகான்மவாத முடிபு தவிர்க்க முடியாததுபோல வருவது ஏற்கனவே சுட்டிக்காட்டப்பட்டது.

> ''உண்மையின் தேடலுக்கு என்னை முற்றாக அர்ப்பணித்துவிட நான் விரும்பியதால், சிறிதளவேனும் ஐயுறுதற்கு இடம் இருப்பதாக, என்னால் கற்பனை செய்யகூடிய அனைத்தையும் முற்றிலும் பொய்போல நிராகரிப்பது, அதன்பின் முற்றிலும் உறுதியான எதுவும் எஞ்சியிருந்ததோ எனக் காண்பதற்கு அவசியம் என நான் எண்ணினேன்.''

'சிந்தனையைச் சரியாகச் செய்தற்கும் விஞ்ஞானங்களில் உண்மையைத் தேடுதற்குமான முறைபற்றிய ஆய்வு' எனும் தனது நூலின் நான்காம் பகுதியின் ஆரம்பத்தில் கூறும் டேக்காட்,[20] மிக விரைவில் தனது அகத்தே காண்பனவற்றை ஏற்று, புற உலகை மீளப் பெறுதற்கு இறையின் உதவியை நாடுவதைக் காண்கிறபோது, டிங்கிளின் கூற்றின் உண்மை தெளிவாகிறது.

1637ஆம் ஆண்டில் வெளியான டேக்காட்டின் நூலிற்கு, கிட்டத்தட்ட மூன்று நூற்றாண்டுகளின் பின்னர், **1912**ஆம் ஆண்டில் வெளியாகிய றசெலின் 'மெய்யியற் பிரச்சினைகள்' (The Problems of Philosophy) எனும் நூலின் முதல் அத்தியாயம் பின்வருமாறு ஆரம்பிக்கிறது:

'நியாயமான மனிதன் எவனும் ஐயுற முடியாதளவுக்கு உறுதியான அறிவு எதுவும் உலகில் உண்டா?'[21]

தனக்கு முன்னேயிருக்கும் மேசைபற்றிய தனது அறிவை, ஆய்விற்கு எடுத்துக்கொள்கிற றசெல், மிக விரைவில் பின்வரும் முடிபிற்கு வருகிறார்:

> 'உண்மையான மேசை, அப்படி ஒன்று இருப்பின், அது நாம் பார்வையாலும் தொடுகையாலும் ஒலியினாலும் நேரடியாக அனுபவிப்பது அல்ல. உண்மையான மேசை, அப்படி ஒன்று இருப்பின், எமக்கு நேரடியாகத் தெரிவதே இல்லை. நேரடியாகத் தெரிவனவற்றில் இருந்து அனுமானத்தினாலேயே அது அறியப்பட வேண்டும் எனின்,
>
> 1. உண்மையான மேசை என ஒன்று இருக்கிறதோ?
> 2. ஆயின், அது எத்தகைய பொருளாதல் கூடும்?
>
> என இரண்டு கடினமான பிரச்சினைகள் எழுகின்றன.'[22]

'ஏகான்மவாதக் கருதுகோள் தருக்க ரீதியாக மறுக்க முடியாதது'[23] என றசெல் கூறியுள்ளபோதிலும், அவர் அதனை உண்மையில் ஏற்க, வெளிப்படையாகவாவது விரும்பவில்லை. மேலே குறிப்பிட்ட இரண்டாம் வினாவிற்கு, அதாவது புறப்பொருட்கள் என்ன இயல்பின என்பதற்கு விடை தருகையில், தான் குறிப்பிட்ட புலன் தரவுகளை, மனநிகழ்ச்சிகள் என அவர் ஏற்கவில்லை, அவை மனிதரது நரம்பு மண்டலத்தில் இடம்பெறுபவை என்கிறார். புலன் தரவுபற்றிய றசெலின் இக்கொள்கை மிகவும் சிக்கலானதும் மிகுந்த பிரச்சினைக்குரியதுமாகும். புலன் தரவு என்பதற்குப் புலன்கள் மூலம் பெறப்படும் 'தோற்றங்கள்' என விளக்கந் தர முயன்றுவிட்டு, இத்தோற்றங்கள் அவதானிப்பவனது நரம்பு மண்டலத்தில் உள்ளன எனக் கூறுவது அர்த்தமற்றது என டேவிட் பெயேஸ் (David Pears 1921-2009) தனது நூலிற் கூறுவது சரியானதாகும்.[24] எனின், றசெலின் அறிவியலின் தாக்கம் உண்மையில், டிங்கிள் கூறுவதுபோல, மீண்டும் ஏகான்மவாதத்தை நோக்கி இட்டுச்செல்லும்.

ஆனால், ஏகான்மவாதத்தைத் தருக்க ரீதியாக மறுக்க இயலாது என ஒப்புக்கொள்ளும் றசெல், ஒவ்வொருவரும் தான் தான் அனுபவிப்பதோடு நின்றுவிட வேண்டும் என்பதை யாரும் ஏற்பதில்லை என்கிறார். இத்தகைய அனுபவவாதம், 'தருக்க ரீதியாக மறுக்கப்படக்கூடியதல்ல எனினும், உண்மையில் ஒருவராலும் நம்பப்படுவதில்லை... தூய அனுபவவாதத்தை இறுதியாக ஒருவரும் ஏற்பதில்லை. நாம் எல்லோரும் சரியானவை என ஏற்கிற நம்பிக்கைகளை நாம் கைவிடாதிருக்க வேண்டுமானால், நிரூபிக்க முடியாதனவும் அனுபவத்தில் இருந்து பெற முடியாதனவுமான அனுமான முறைகளை அனுமதித்தல் வேண்டும்.'[25]

ஆனால், மெய்யியலில் இந்த நிலையோடு நின்றுவிட முடியாது. பேரா சிரியர் டிங்கிள் கூறியிருப்பவை இங்கு மிகவும் பொருத்தமானவை: 'ஏகான்ம வாதத்தை ஏற்கவில்லை எனின், அதற்கு நியாயம் தந்தாக வேண்டும். ஏற்பவனைக் கேலிசெய்வதும், ஏற்காதுவிடுவது எனது தீர்மானம் என் பதும், நியாயம் கூறுவதாகாது. மெய்யியலை ஓர் ஆய்வாக நாம் பொருட் படுத்தினால், விடை தர முடியாத வாதங்களைத் தருபவர்களைத் தூற்று வதாற் பயனில்லை. சிந்தனை எம்மை எங்கெல்லாம் இட்டுச்செல்கிறதோ அங்கெல்லாம் செல்வதற்கு நாம் தயாராயிருத்தல் வேண்டும்.'

அவ்வாறாயின், அனுபவவாத அறிவியல், ஏகான்மவாதத்தை நோக்கிச் செல்வதைத் தடுக்க முடியாதென றசெல்போல ஏற்பதற்குப் பதிலாக, மெய்யியலில், அதன் அடிப்படையான தவறொன்றைக் காட்டும் சாதனை யாக, பிந்திய விற்கன்ஸ்ரைனின் மொழிபற்றிய தரிசனத்தையும் பிரத்தியேக மொழி எனும் கருத்துக்கெதிரான விமர்சனங்களையும் காணுதல் கூடும். உலகனைத்தும் எனது அனுபவத்துள் அடங்குவதே எனும் முடிபைத் தவிர்த் தற்கு றசெல் செய்த முயற்சி, பிரத்தியேக மொழிபற்றிய பிரச்சினையை உடனடியாக எழுப்புகிறது. உலகினைப் புலன் தரவுகளில் இருந்து அமைக்கும் நிர்மாண வேலையில், எமது புலன் தரவுகளை மட்டும் அல்லாது, பிறரது புலன் தரவுகளையும் றசெல் அனுமதித்தார். ஆனால், இதற்குப் பிறரது புலன் தரவுகள் எத்தகையன என நான் அறிதல் வேண்டும். ஒருவருக் கொருவர் தனது புலன் தரவினைத் தெரியப்படுத்துதல் வேண்டும். எனின், இதற்கு வேண்டிய பொது மொழி எங்கிருந்து பெறப்படும் என்கிற பிரச் சினை உடனே எழும். டேவிட் பெயேஸ் கூறுவதுபோல.

''கருத்துப் பரிமாற்றப் பிரச்சினையை றசெல் உண்மையிற் கவனமாக நோக்கவில்லை எனல் வேண்டும். தனது புலன் தரவுகளைப் பதிவுசெய் வதற்கு, தான் மட்டுமே பயன்படுத்தவென ஒரு பிரத்தியேக மொழியை யாரும் ஆக்கிக்கொள்ளுதல் சாத்தியமோ என்கிற அடிப்படையான வினாவை றசெல் ஒருபோதும் காணவில்லை.''[26]

அந்தப் பணி விற்கன்ஸ்ரைனின் இரண்டாம் வருகைக்காகக் காத்திருந்தது. விற்கன்ஸ்ரைன் 'பிரத்தியேக மொழி' எனும் கருத்துக்கெதிராகக் கூறியிருப்பன, ஏகான்மவாதத்திற்கெதிரான போர் முறைகளாக அவரால் அறிமுகப்படுத்தப்படவில்லை எனினும், ஏகான்மவாதம் சாத்தியமாவதற்கு இன்றியமையாத நிபந்தனைகளை மிகவும் வலிமையாகத் தாக்குவன என்பதில் எவ்வகை ஐயமுமில்லை. ●

பிரத்தியேக மொழி வாதம்

'சரி' என எதனையும் மதிப்பிட முடிவது, எது சரியெனவும், எது சரியல்லவெனவும் கண்டுகொள்ள முடிகிற இடத்தில்தான். வெறுமனே சரியெனத் தோன்றுவதற்கும், உண்மையிற் சரியானதற்கும் இடையே வேறுபாடில்லையெனின், சரிக்கும் பிழைக்குமிடையே உண்மையில் அங்கு வேறுபாடில்லை. இங்கு 'சரி' என்கிற பேச்சுக்கு இடமில்லை... அதாவது, உண்மையிற் பிழையாயிருப்பதும் சரியெனத் தோன்றலாம் எனின், அவ்வாறு தோன்றுகிறபோது அதனைச் சரியென எடுத்துக் கொள்வது ஏற்கப்படுமெனின், இங்கு பயன்படுவது 'சரி' என்கிற எமது கருத்து அல்ல.

விற்கன்ஸ்ரைனின் 'மெய்யியல் ஆய்வுக'ளின் 243, 269ஆம் பகுதிகளின் தாற்பரியத்தைப் பின்வருமாறு கூறலாம்: எனக்கு மட்டும் நேரடியாகத் தெரிவனவும், பிறர் அறிய முடியாதன எனவும் கொள்ளப்படுகிற உணர்வுகளைச்[1] சுட்டும் சொற்களாலான மொழி ஒன்றிருப்பின், இச் சொற்கள் சுட்டுவனவாகக் கொள்ளப்படும் உணர்வுகளைப் பிறர் அறிய முடியாது என்பதால், இம்மொழியையும் பிறர் புரிந்துகொள்ள முடியாது. எனின், நான் மட்டும் புரிந்துகொள்ளக்கூடியது என நம்பப்படும் இம் மொழியை, எனது ''பிரத்தியேக மொழி'' என அழைக்கலாம் என்று தோன்றலாம். ஆனால், உண்மையில் இந்நம்பிக்கை தவறானதாகும். பிறர் யாரும் புரிந்துகொள்ள முடியாத, எனக்கு மட்டும் புரிகிற ஒரு பிரத்தியேக மொழி என்பது ஒரு குழப்பமான கற்பனையே. இவ்வாறு கற்பனை செய்யப்படும் மொழியை, உண்மையில் நானும் புரிந்துகொள்ள முடியாது. இவ்வாறு கற்பனை செய்யப்படுவது, உண்மையில் ஒரு மொழியாதல் சாத்தியமில்லை.

243ஆம் பகுதியில் எனக்கு மட்டும் புரிகிற மொழியாகலாம் என அறிமுகம்செய்யப்படுவது, 269ஆம் பகுதியில், இதனை மொழி என்பதே தவறு என நிராகரிக்கப்படுகிறது. இவ்வாறு நிராகரிப்பதற்கு விற்கன்ஸ்ரைன் தருகிற நியாயம் இங்கு நோதல் உணர்வை உதாரணமாகக் கொண்டு விளக்கப்படுகிறது. மெய்யியலாளரிடையே 'பிரத்தியேக மொழி வாதம்' எனப் பிரபலமாகியிருக்கும் இவ்வாதத்தை இங்கு நோக்குவோம்.

பிரத்தியேக மொழிக்கெதிரான தனது தாக்குதலால், விற்கன்ஸ்ரைன் தகர்க்க முயல்கிற மொழிபற்றிய சித்திரம், மெய்யியல் மரபில், குறிப்பாக

அனுபவவாத மரபில், அறிவின் தோற்றம்பற்றிப் பரவலாக ஏற்கப்பட்ட ஒன்றாகும். விற்கன்ஸ்ரைனின் வாதங்களைப் புரிந்துகொள்வதற்கு முதலில் இந்தச் சித்திரத்தை நாம் நினைவுகூரல் அவசியம். லொக், பிறாட்லி, ஸ்ரேஸ், ஷிலிக் போன்றோர் மனிதரது அறிவு வெறுமனே அக அனுபவங் களை மட்டும் கொண்டு அமைக்கப்பட வேண்டிய நிர்ப்பந்தத்திற்குட் பட்டிருக்கிறது எனக் கருதினர். டேக்காட்டின் சிந்தனையிலும், அவருக்குப் பின்வந்த அனுபவவாதிகளின் சிந்தனையிலும் மனிதன் புற உலகுபற்றி எதையும் தெரிந்துகொள்வதற்கு முதலிலேயே, ஏன், தனது உடலுளது என்கிற உறுதி ஏற்படுதற்கு முன்பேயே, தனது அக அனுபவங்களை அறிதலும் அவற்றையிட்டுச் சிந்தித்தலும் அவற்றைப் பற்றித் தன்னோடு தானே பேசிக்கொள்வதுங்கூடச் சாத்தியம் என்னும் கருத்து உட்கிடையாக மட்டுமின்றி, வெளிப்படையாகவும் ஏற்றுக்கொள்ளப்பட்டிருந்தது. தனது அக அனுபவத்தின் பகுதிகளையும் இயல்புகளையும் இனங்கண்டுகொண்ட மனிதன், தனியே தனது அக உலகில், இவற்றைப் பற்றிய கருத்துகளைச் சமைத்துக்கொண்டு, அவற்றைப் புறத்தே உள்ளோர்க்கு வெளிப்படுத்தும் அவசியத்தை உணரும்போதே, பரிவர்த்தனைச் சாதனமாக மொழி ஒன் றைத் தேட நேரிடுகிறது எனவும் எடுத்துக்கொள்ளப்பட்டது. ‘‘மனிதர் கூட்டத்தால் வரும் சுகமும் அனுகூலமும், சிந்தனைப் பரிவர்த்தனையின்றிக் கிடையாவாதலால், தனது சிந்தனையை ஆக்குகிற, பிறர் காண முடியா திருக்கிற, இக்கருத்துகளை மற்றையோர்க்குத் தெரிவிக்கவும் புறத்தே புலப் படுத்தவுமே, ஒலிகளையும் ஏனைய வெளிப்பாட்டுச் சாதனங்களையும், மனிதன் அமைத்துக்கொண்டான்’’ என லொக் நம்பினார்.

இவ்வாறு, பிறரது தொடர்புகளை ஏற்காமலேயே, அவை தனக்கு ஒருபோதும் கிடையா எனும் கற்பிதத்தின் மீதும்கூட—மனிதன் தனியே தன்னகத்தின் நிகழ்ச்சிகளைப் பெயரிடுதலும் அவற்றையிட்டுச் சிந்தித்தலும் மொழிதலும் சாத்தியம் என்பதையே விற்கன்ஸ்ரைன் கேள்விக்குட்படுத்து கிறார். அறிவின் ஆரம்பம்பற்றிய அனுபவவாத மரபினரின் மேற்கூறிய சித்திரத்தைத் தொடர்ந்துவரும் ஐயவாதம், இத்தகைய பிரத்தியேக மொழி இருப்பதை ஏற்றுக்கொண்டாலன்றி, தனது ஐயங்களைத் தானும் எழுப்ப முடியாது. நாம் ‘நோ’ என அல்லது ‘சிவப்பு’ என அழைப்பதும், பிறர் இப்பெயர்களால் அழைப்பதும் ஒன்றோ என ஸ்ரேஸ் கேட்பதுபோலக் கேட்பதற்கும், நான் எனக்கு மட்டும் எட்டுகிற பிரத்தியேக அனுபவங் களைப் பெயரிட்டழைத்தல் சாத்தியம் என நம்புதல் வேண்டும்.

அனுபவவாதிகள் கருதியதுபோல், அக அனுபவங்களாக, எனக்குப் பிரத்தியேகமாகக் கிடைக்கும் உணர்வுகளை வைத்துக்கொண்டு, புற உலகை அனுமானிப்பதற்கு, ஏற்கனவே ஒரு மொழி எனக்கு வேண்டும் என்பது மட்டுமல்ல, ஐயவாதிகள் கூறுவதுபோல, இவை எந்த அளவிற்குப்

புற உலகுபற்றிய உண்மையான அறிவைத் தருகின்றன அல்லது எந்த அளவு உறுதியோடு இவற்றைக்கொண்டு புற உலகு உள்ளது என்று நம்பலாம் எனச் சஞ்சலப்படுத்துவதற்கும், ஏலவே என்னிடத்திலே மொழி ஒன்றிருத்தல் வேண்டும். மொழி பரிவர்த்தனைச் சாதனம் மட்டுமன்று; எமது சிந்தனையினதும் அகவாழ்வினதும் முழுமையும் அல்லவெனினும் அதன் பாரிய பகுதிகள் மொழியின்றிச் சாத்தியமாகா.

குழந்தையாய் இருந்தபோது, தான் முதன்முதலில் மொழியை எப்படிக் கற்றுக்கொண்டார் என்பதை ஒகஸ்தீன் வருணிப்பது விற்கன்ஸ்ரைனின் நூலுக்கு ஆரம்பமாக அமைகிறது. ஒகஸ்தீனது வருணனை பற்றி, அதனோடு முற்றாய் மாறுபடும் விற்கன்ஸ்ரைன் தனது 'மெய்யியல் ஆய்வுக'ளின் 32ஆம் பகுதியில் கூறியிருப்பது, நாம் மேலே கூறியதை வலியுறுத்தும்.

"மனிதர்கள் மொழியைப் பயில்வதை ஒகஸ்தீன் வருணிப்பதை நோக்கின், குழந்தை ஒன்று அந்நிய நாட்டுக்கு வருவது போலவும், அந்த நாட்டின் மொழியைப் புரிந்துகொள்ள முடியாதிருப்பது போலவும் தோன்றுகிறது. அதாவது, அதற்கு ஏலவே ஒரு மொழி தெரிந்திருந்தது. அதன் பிரச்சினை இந்தப் புதிய மொழி அதற்குத் தெரியாமலிருப்பதே என்பதுபோல, ஒகஸ்தீனது வருணனை அமைந்திருக்கிறது. அல்லது இன்னொரு விதமாய்ச் சொன்னால், குழந்தைக்கு ஏற்கனவே சிந்திக்கத் தெரியும், பேசத்தான் முடியாமலிருக்கிறது; இங்கு சிந்திக்கத் தெரியும் என்பதற்கு 'தனக்குத் தானே பேசிக்கொள்ளத் தெரியும்' என்பதுபோல அர்த்தம் வருகிறது."[2]

எனக்கு மட்டும் தெரிகிறவையெனக் கொள்ளப்படுகிற எனது உணர்வுகளுக்கு, எப்படிப் பெயரிடுவது எனும் வினாவை எழுப்பி, அவ்வாறு பெயரிடுதலும், எனவே அவ்வகையில் மொழி ஒன்றை அமைத்துக் கொள்ளுதலும் சாத்தியமில்லை எனவும் வாதிக்க முன், 244ஆம் பகுதியில் எமது சாதாரண மொழியில், அதாவது நாளாந்தம் நாம் பயன்படுத்துகிற மொழியில், எமது உணர்வுகளை நாம் குறிப்பிடுவதும், எமது உணர்வுகளைப் பற்றிப் பேசுவதற்கு நாம் பயன்படுத்தும் மொழியைக் கற்றலும் எவ்வாறு சாத்தியமாகின்றன என விற்கன்ஸ்ரைன் கேட்டுக்கொள்கிறார். உதாரணமாக, 'நோதல்' என்கிற சொல்லை எடுத்துக்கொண்டால், அச்சொல் எவ்வாறு பயிலப்படுகிறது எனக் கேட்கிற விற்கன்ஸ்ரைன், பின்வருமாறு அதற்கு விடை தருகிறார்:

"இவ்வாறு நடைபெறுதல் சாத்தியம்: உணர்வுகளின் இயற்கையான மெய்ப்பாடுகளோடு சொற்கள் இணைக்கப்பட்டு, அவற்றின் இடத்திலே பயன்படுத்தப்பட்டிருக்கலாம். சிறுவன் ஒருவனுக்கு ஏதோ ஒருவகையில் அடிபட்டு, அவன் அழுகிறான். பெரியவர்கள் அவனோடு பேசி 'நோகிறது' எனச் சொல்லவும், பின்னர் வசனங்களால் சொல்லவும் அவனுக்குக் கற்றுக் கொடுக்கின்றனர். இவ்வகையில், அவர்கள் அவனுக்குப் புதிய நோ-நடத்தை

கற்பிக்கிறார்கள் ஆயின், 'நோ' என்பதற்கு உண்மையில் அர்த்தம் அழுகை தானோ எனின் அவ்வாறல்ல, நோவின் சொல் வடிவ மெய்ப்பாடு, அழுகையின் இடத்தில் வருகிறதேயன்றி, அழுகையை அது வருணிப்பதன்று'' என விற்கன்ஸ்ரைன் கூறுகிறார்.

'நோ' எனும் சொல்லைக் குழந்தைக்குப் பயிற்றுவதற்கும், இன்னும் ஏனைய உணர்வுகளைக் குறிப்பிடும் சொற்களைப் பயில்வதற்கும் மனிதர்க்கு இயற்கையாய் உள்ள மெய்ப்பாடுகளும் அவற்றின் பகிரங்கமான, பிறர் காணக்கூடிய தன்மையும் அவசியம் என்பது விற்கன்ஸ்ரைனின் கருத்து. இவ்வாறு, எமது இயற்கையான மெய்ப்பாடுகளோடு இணைக்கப்பட்டுச் சொற்கள் பயிலப்படுகிறபோது, அவ்வாறு பயிலப்படும் மொழி பிரத்தியேக மொழியாகாதெனவும், பிறராலும் புரிந்துகொள்ளப்படக் கூடியதாக இருக்கும் எனவும், 256ஆம் பகுதியில் கூறப்படுகிறது. ஆனால், இதற்கு மாறாக 243ஆம் பகுதியில் கூறப்பட்டது போன்ற, எமது அகத்தே ஏற்படும் உணர்வுகளைப் பிறரது உதவியின்றி, பிறர் புரிந்துகொள்ள முடியாத சொற்களினால், நாம் தனியே பெயரிட்டு அழைக்கலாம் எனும் பிரத்தியேக மொழிக் கற்பனையை விற்கன்ஸ்ரைன் பின்வருமாறு விமர்சிக்கிறார்:

"உணர்வுகள் இயற்கையாய் வெளிப்படும் வழிகள் எதுவும் இல்லாதவன் நான், எனக் கொள்வோம். அதாவது, எனக்கு உணர்வுகள் மட்டும் உள்ளன (அலறுதல், முகங்கோணுதல், துடித்தல் போன்ற இயற்கையான மெய்ப்பாடு எதுவுமில்லை). எனின், உணர்வுகளை, அவற்றுக்கு நான் இடும் பெயர்களோடு வெறுமனே இணைத்து, வருணனைகளில் அப்பெயர்களை நான் பயன்படுத்த வேண்டியது தான் எனக் கொள்ள வேண்டும். ஆனால், இவ்வாறு கொள்ளுதல் சாத்தியமில்லை. மனிதர்கள் தமது உணர்வுகளை எவ்வகையிலும் வெளிப்படுத்தும் இயல்பினரல்லாத பிறவிகளெனின், உதாரணமாக, அவர்களுக்கு நோகிறபோது அலறுதல், அனுங்குதல் போன்ற ஒலிகளினால் அவர்களது 'நோ' புலப்படுவதில்லையெனின், எவ்வகை முக, உடல் மாற்றமும் ஏற்படுவதில்லையெனின், நோ ஏற்படுகின்ற குழந்தைக்கு 'நோ' எனும் சொல்லைக் கற்றுக்கொடுத்தல் அசாத்தியமாகும். எனினும், பிறர் பொதுவான சொல்லை அவனுக்குக் கற்றுக் கொடுக்க முடியாதெனினும், கெட்டிக்காரப் பிள்ளை, தானே தனது உணர்வுகளுக்குப் பெயர்களை இட முடியாதோ என யாரும் கேட்கலாம். இவ்வகையில், அவன் தனது பிரத்தியேக மொழியை அமைத்துக்கொள்ள ஆரம்பித்தல் கூடும்தானே என வாதிக்கப்படலாம். அன்றியும் அவனது சொற்களைப் பிறர் அறிந்துகொள்ள முடியாது எனினும், அவன் மட்டுமாகிலும் அவற்றைப் புரிந்துகொள்வான் என யாரும் கூறலாம்.''

'சிவப்பு' என நான் சொல்கிறபோது நான் கருதுவதும், 'அது சிவப்பு' என நான் கூறுகிறபோது எனக்குக் கிடைக்கும் புலன் பதிவும் மற்றவர்களுடைய கருத்துகளிலிருந்தும் அவர்களுக்குக் கிடைக்கும் புலன் பதிவுகளிலிருந்தும் முற்றிலும் வேறானவையாய் இருத்தல் கூடுமென ஸ்ரேஸ் போன்றோர் ஐயம் எழுப்புகிறபோது, அங்கு உட்கிடையாய் வருவது, இத்தகைய பிரத்தியேக மொழிக் கற்பனையே. அதாவது, எனது சொற்கள் எனக்குப் புரிகிற விதமாய் மற்றவர்களுக்குப் புரிவதில்லை; அவர்களுடைய சொற்கள் அவர்களுக்குப் புரிகிற விதமாய் எனக்குப் புரிவதில்லை.

இதற்கு விற்கன்ஸ்ரைன் தருகிற பதில், இதுவும் சாத்தியமில்லை என்பதே. ஏனெனில், 'பெயரிடுதல்' என்பது அத்தனை எளிதான காரியமல்ல. எனது உணர்வுகளை நான் பெயர்களோடு இணைத்துக்கொள்வதென்பது, பெயரிடுதல்பற்றிய மிகவும் எளிமைப்படுத்தப்பட்ட ஒரு கற்பனையாகும். மெய்ப்பாடு எதுவுமின்றி, பிறர் தொடர்பு எதுவும் ஏற்படாமலேயே தனது அக உணர்வுகளோடு இருப்பதாகக் கொள்ளப்படும் ஒருவன், "தனது நோவிற்குப் பெயரிட்டான்" என்று சொல்வதற்கு என்ன அர்த்தம்?—இந்தப் பெயரிடுதலை அவன் எப்படிச் சாதித்தான்? அவன் எதைச் செய்தாலும் அது எதனைச் சாதிப்பதற்கு?—"அவன் தனது உணர்விற்கு ஒரு பெயரிட்டான்" என்று யாரும் சொல்கிறபோது, பெயரிடுதல் என்கிற செயலை நிகழ்த்துவதற்குத்தானே, மொழி என்கிற ஆட்டமேடையில் வேறு எத்தனையோ ஒழுங்குகள் தயார் செய்யப்பட்டிருக்க வேண்டும் என்பது மறக்கப்பட்டுவிடுகிறது. நோவிற்குப் பெயரிட்டார்கள் என்று யாரையும் பற்றிச் சொல்கிறபோது, "நோ" என்கிற சொல்லின் இலக்கணம்[3] ஒன்று ஏற்கனவே இருப்பது முற்கற்பிதமாகிறது. இவ்விலக்கணந்தான் புதிய சொல், எங்கே நிற்கப்போகிறது என்ற இடத்தைக் காட்டுகிறது."[4]

குழந்தைகள் மொழியைக் கற்றல்பற்றி ஒகஸ்தீன் தந்த விளக்கத்திற்கெதிராக விற்கன்ஸ்ரைன் கூறியதை நாம் இங்கு நினைவுகூரல் வேண்டும். ஏற்கனவே, மொழி ஒன்றைத் தெரிந்த ஒருவன், புதிய மொழி ஒன்றைக் கற்பது போன்றதல்ல, முதன்முதலாக மொழியைப் பயில்வது. 'நாற்காலி' என்றால் என்ன எனக் கேட்கும் வேற்று நாட்டான், தனது மொழியில் அதற்குரிய சொல்லை அறிந்தவன் ஆதலால், 'நாற்காலி'க்குச் சமமான அவனது சொல் மூலம் விளக்கம் கொடுக்கப்படின் இலகுவில் புரிந்துகொள்வான். 'நாற்காலி' என்பதைப் புரிந்துகொள்ள, உதாரணமாக, ஆங்கிலேயன் ஒருவனுக்கு Chair என்கிற ஆங்கிலச் சொல்லின் பயன்பாட்டை அவன் அறிந்துவைத்திருப்பது உதவுகிறது. 'நாற்காலி' என்கிற சொல்லின் இடத்தை, எமது மொழியின் பயன்பாட்டிற் கண்டுகொள்வதற்கு, தனது மொழிச் சொல்லின் இலக்கணத்தை அவன் தெரிந்துவைத்திருப்பது உதவுகிறது. இனி, Chair என்கிற பொருளின் பயன்பாட்டை அவன் அறிந்துவைத்திருப்பதும்,

இந்த அறிவின் ஒரு பிரிக்க முடியாத அம்சமாகும். விற்கன்ஸ்ரைன் பிறிதோரிடத்திற் கூறுவதுபோல, நாற்காலியில் நாம் இப்படித்தான் இருக்கிறோம் என்பதும், நாற்காலியின் இலக்கணத்தின் ஒரு பகுதியாகும்.[5] எனின், நாற்காலிகளே இல்லாத ஒரு சமுதாயத்தில் இருந்து வருபவனை (முழங்காலை மடிக்க முடியாத ஒருவகை மனிதர்கள் என்று கற்பனை செய்வோம்) எடுத்துக்கொண்டால், அவனுக்கு 'நாற்காலி' என்கிற சொல் மூலம், நாற்காலி என்றால் என்ன என விளக்க முயல்வதோ, நாற்காலி ஒன்றை வெறுமனே காட்டி அதன் மூலம் 'நாற்காலி' என்கிற பெயருக்கும், அதற்குமுள்ள தொடர்பைக் காட்டி விளக்கிவிட்டோம் என நினைப்பதோ தவறாகும். விற்கன்ஸ்ரைன் கூறுவதுபோல இந்தச் சொல்லின் பயன்பாட்டிற்கு வேண்டிய எத்தனையோ ஒழுங்குகள் ஏற்கனவே எமது மொழியின் பாவனையில் செய்யப்பட்டிருக்கின்றதை நாம் மறந்துவிடுகிறோம். எமது சமுதாயத்தின் நடவடிக்கைகள் பல ஏற்கனவே ஸ்திரம் பெற்றிருப்பது, எமது சொற்களின் பயன்பாட்டுக்கு இன்றியமையாத் துணையாயிருப்பதை நாம் மறந்துவிடுகிறோம் என்பதே விற்கன்ஸ்ரைன் இங்கு பெயரிடுதல்பற்றித் தரும் விமர்சனத்தின் பிரதான தாற்பரியமாகும். தனக்குப் புறத்தேயுள்ள மனிதர்களோடு, எவ்வகையிலும் தொடர்புபடுத்த முடியாத தனது அக உணர்வுகளுக்கு அவன் பெயரிடுகிறான் என்று கூறும் போது, அவனுக்கு உண்மையிற் சாத்தியமாகாத மொழி வசதிகள், அவனிடம் இருப்பதாக நாம் கற்பனை செய்கிறோம்.

தனது அக உணர்வுகளுக்குத் தான் தனியே பெயரிடுபவன், எவ்வாறு இந்தப் பெயரிடுதலைச் சாதித்தல் கூடும்? பின்வரும் உதாரணத்தின் மூலம் விற்கன்ஸ்ரைன் இந்தச் சித்திரத்தை விமர்சிக்கிறார். உணர்வொன்று எனக்கு மீண்டும்மீண்டும் ஏற்படுவதைப் பற்றி நான் ஒரு பதிவேடு வைத்திருக்க விரும்புகிறேன் எனக் கொள்வோம். இந்த உணர்வோடு 'உ' என்கிற குறியினை இணைத்து, இந்த உணர்வேற்படுகிற ஒவ்வொரு நாளும் நாட்குறிப்பு ஒன்றில் 'உ' எனும் குறியை எழுதிவைக்கிறேன் என்போம். எனின், இந்தக் குறிக்கு பிறசொற்களால் வரைவிலக்கணம் எதுவும் தர முடியாது என்பதை முதலிற் கவனித்தல் வேண்டும். ஆயினும், என்னைப் பொறுத்தவரை எனக்கு நானே ஒரு சுட்டுமுறை வரைவிலக்கணம் தந்து கொள்ளலாந்தானே என்று சொல்லப்படலாம். ஆனால், இதனைச் செய்வது எவ்வாறு? 'சுட்டுதல்' எனும் சொல்லின் வழமையான பொருளில், இங்கு எவ்வகையான சுட்டுதலும் சாத்தியமில்லை. ஆயினும், நான் எனக்குள்ளேயே நியமித்துக்கொண்ட குறியை உச்சரித்துக்கொண்டு அல்லது எழுதிக்கொண்டு அதே நேரத்தில் அந்த உணர்வின் மீது, எனது கவனத்தைக் குவிப்பதன் மூலம், இச்சுட்டுமுறை வரைவிலக்கணத்தை எனக்குத் தந்துகொள்ள முடியாதா, இது ஒருவகையான உள்நோக்கிய சுட்டல் ஆகாதா எனக் கேட்கப்படலாம். ஆகாது என்பதற்கு விற்கன்ஸ்ரைன் கூறும் நியாயம் பிரத்தியேக மொழி வாதம் எனப்பட்டு வந்திருப்பதன் மையம் எனலாம்.

'உ' என எழுதிக்கொண்டு, எமது அக உணர்வின் மீது கவனத்தைக் குவிப்பது, வெறும் சடங்கு போலாகுமேயன்றி, வேறு எதனையும் சாதிக் காது; உண்மையான சுட்டுமுறை வரைவிலக்கணமுமாகாது. ஏனெனில், எந்த வரைவிலக்கணமும் குறியொன்றினது அர்த்தத்தை நிறுவும் பணியைச் செய்தல் வேண்டும். இங்கு நாம் மேற்கொள்ளும் சடங்கினால், அத்தகைய நிறுவல் சாத்தியமாகாது. எனது கவனத்தைக் குவிப்பதன் மூலம் குறியின் அர்த்தம் நிறுவப்படுகிறதெனவும், இவ்வகையில் குறிக்கும் உணர்விற்கும் இடையேயுள்ள தொடர்பினை என்னிடத்தே பதித்துக்கொள்கிறேன் எனவும் வாதிக்கப்படலாம். ஆனால், 'என்னிடத்தே பதித்துக்கொள்வது' என்பதற்கு, இந்தத் தொடர்பை எதிர்காலத்தில் நான் சரியாக நினைவு வைத்திருக்க, நான் மேற்கொண்ட முறை உதவுகிறது என்பதுதான் அர்த்தமாக முடியும். ஆனால், இங்கு விவரிக்கப்பட்ட சித்திரத்தில், சரி என்கிறதற்கு அளவுகோல் எதுவுமில்லை. ஏனெனில், இங்கு எனக்குச் சரியெனத் தோன்றுவது எதுவுமே சரியாகும் எனலாம். ஆகவே, இங்கு 'சரி' என்கிற பேச்சுக்கு இடமில்லை.

'சரி' என எதனையும் மதிப்பிட முடிவது, எது சரியெனவும், எது சரியல்லவெனவும் கண்டுகொள்ள முடிகிற இடத்தில்தான். வெறுமனே சரியெனத் தோன்றுவதற்கும், உண்மையிற் சரியானதற்கும் இடையே வேறுபாடில்லையெனின், சரிக்கும் பிழைக்குமிடையே உண்மையில் அங்கு வேறுபாடில்லை. அதனால், இங்கு 'சரி' என்கிற பேச்சுக்கு இடமில்லை என்பதை விற்கன்ஸ்ரைன் சுட்டிக்காட்டுகிறார். அதாவது, உண்மையிற் பிழையாயிருப்பதும் சரியெனத் தோன்றலாம் எனின், அவ்வாறு தோன்றுகிறபோது அதனைச் சரியென எடுத்துக்கொள்வது ஏற்கப்படுமெனின், இங்கு பயன்படுவது 'சரி' என்கிற எமது கருத்து அல்ல: நிறுவப்பட்ட வழிகளின்படி அல்லது ஒப்புக்கொள்ளக்கூடிய பொதுமுறைகளின்படி சரியெனக் கண்டுகொள்ளப்படாமல், சரியெனத் தோன்றுவதால் அல்லது சரியெனத் தரப்படுவதால் சரியென ஒன்று ஏற்கப்படும் எனின், அது 'சரி' என்கிற சொல்லின் நாம் ஏற்றுக்கொண்டுள்ள பயன்பாடு அல்ல. எனவே, 'சரி' என்கிற கருத்துக்குப் பயன்பாடு இல்லாத இடத்தில், சரி, பிழை என்பது இருக்க முடியாத இடத்தில் ''இனி எப்போதும், குறிக்கும் உணர்விற்கும் இடையே உள்ள தொடர்பைச் சரியாகக் கண்டுகொள்ள உதவக்கூடியவாறு'' எனும் தாக்கத்தையுடைய ''என்னிடத்தே பதித்துக்கொள்கிறேன்'' என்கிற வருணனைக்கும் இடமில்லை. எனவேதான், நான் 'உ' என்பதை உச்சரித்துக்கொண்டு அல்லது எழுதிக்கொண்டு எனது கவனத்தை உணர்வொன்றின் மீது குவித்துக்கொள்கிறேன் என்பது வெறும் சடங்கு என்பது விற்கன்ஸ்ரைனின் விமர்சனம்.

விதி மீறப்படுகிறதற்கும் பின்பற்றப்படுகிறதற்கும் இடையே வேறுபாடு கண்டுகொள்ள முடியாத இடத்தில், விதி ஒன்று அங்கே நியமிக்கப்பட்டிருக்கிறது எனக் கூறுவதும் இயலாது. விதிகள் என்கிற பேச்சுக்கு அங்கு

இடமில்லை. விதியை நான் பின்பற்றுவதாக எனக்குத் தோன்றுகிறபோதெல்லாம், விதியை நான் பின்பற்றுவது உண்மையெனக் கொள்ள வேண்டுமெனின், வேறெவ்வகையான அளவுகோலும் இங்கே மீறலுக்கும் பின்பற்றுதலுக்கும் இடையே வேறுபாடு காட்டுதற்கு இல்லையெனின், இங்கு பயன்படும் 'விதி'யெனும் சொல் நாம் பயன்படுத்தும் 'விதி' எனும் சொல் அல்ல எனல் வேண்டும்.

'உ' என எழுதிக்கொண்டு, அந்த உணர்வைப் பலமாக என் கவனத்தில் இருத்தியதனால், அவ்வாறு, 'உ'இற்கும் அந்த உணர்விற்கும் இடையே உள்ள தொடர்பை என்னகத்தே பதித்துக்கொண்டதனால், மீண்டும் அந்த உணர்வு வருகிறபோது எனக்கு ஏற்படுவது 'உ'தான் என நான் சரியாகக் கண்டுகொண்டேன் என எனக்கு ஏற்படுகிற பலமான நம்பிக்கை, நான் எனது உணர்விற்கு 'உ' என வெற்றிகரமாகப் பெயரிட்டுவிட்டதற்கு ஆதாரமாகாதோ எனக் கேட்கலாம். எனது அக உணர்வுகளுக்கு நான் தருகிற பெயர்கள், எனது நம்பிக்கையினால்தான் உறுதிசெய்யப்படுகின்றன எனின், இங்கு உண்மையில் எதுவும் ஆதாரமாக முடியாது. நான் 'உ' என்று அழைக்கிற இந்த உணர்வு 'உ'தானோ எனும் ஐயத்தைத் தீர்ப்பதற்கு, நான் எனது நம்பிக்கையின் பலத்தில் தங்கியிருப்பதுபோல, 'நம்பிக்கை' என்கிற இந்த உணர்வு நம்பிக்கைதானோ என்கிற ஐயத்தைத் தீர்ப்பதற்கும் நம்பிக்கையில்லாத ஒரு நம்பிக்கையிற்தான் தங்கியிருத்தல் வேண்டும்.

சாதாரணமாக, எமது நம்பிக்கைகளின் ஆதாரத்தின் பேரில், நாம் காரியங்களை மேற்கொள்ளுதல் உண்மையே. ஆனால், எனது 'நம்பிக்கைகள்' என்பவை நம்பிக்கைகளுக்குரிய இடத்தை, எனது வாழ்க்கையில் எனது தீர்மானங்களின் போது பெறுவதற்கு, இந்தக் கருத்தும் ஏனைய கருத்துகளின் பின்னணியிலேயே பிறத்தல் சாத்தியம். சரியும் பிழையும் இல்லாத இடத்தில் நம்பிக்கை என்கிற கருத்துக்கும் இடமில்லை.

ஆயின், தனது நாட்குறிப்பில் 'உ' என எழுதியவன், உண்மையில் எதனையும் குறித்து வைக்கவில்லையென வேண்டுமோ எனக் கேட்கப்படலாம். ஒருவன் எதிலாயினும் எதனையாவது பொறிக்கும்போதெல்லாம் அவன் எதனையோ குறித்துவைத்துக்கொள்கிறான் எனக் கொள்ள முடியாது என விற்கன்ஸ்ரைன் இதற்கு விடை தருகிறார். கை உயர்த்துகிறபோதெல்லாம் நாம் வாக்களிப்பதில்லை. வாக்களிப்பு என்கிற நடவடிக்கைக்கு வேண்டிய நிறுவனப் பின்னணிகள் பயிலப்படாத சமுதாயத்தில் கை உயர்த்தல்கள் ஒருபோதும் வாக்களிப்புக்களாகா. குறிக்கும் உணர்விற்கும் இடையே தொடர்பு நிறுவப்பட முடியாத சூழலில் 'குறித்துவைத்தல்' என்பது ஒருபோதும் நடைபெற முடியாது. ''...குறித்துவைப்ப என்பதற்கு ஒரு செயற்றிறன் உண்டு. இந்த 'உ'க்கு இந்தச் சித்திரத்தில் இதுவரை எந்தத் திறனும் இல்லை.''[6]

இனி, எனது இந்த 'உ', ஓர் உணர்வினைக் குறிப்பது என்று சொல்வதற்குத்தானும் என்ன நியாயம் இருக்கிறது? 'உணர்வு' என்கிற சொல்லும் எமது பொது மொழியின் சொல்லேயன்றி ஒருவரது பிரத்தியேக மொழியின் சொல் அல்ல என்பதையும் நாம் மறந்துவிடலாகாது. எனின், இந்தச் சொல்லைப் பயன்படுத்துதற்கும் எல்லோர்க்கும் விளங்கக்கூடிய ஆதாரம் வேண்டும். 'உணர்வு' என்றும் சொல்ல வேண்டியதில்லை ஏதோவொன்று ஏற்படுகிறதைக் குறிப்பதற்கு 'உ' அவருக்குப் பயன்படுகிறது எனச் சொல்லலாம் என்றும், அதுதான் சொல்லப்படலாம் என்று அனுமதிப்பதில் தவறில்லையெனவும் யாருக்கும் தோன்றலாம். ஆனால், விற்கன்ஸ்ரைன் இதுவும் சாத்தியம் இல்லை என்கிறார். 'ஏதோ ஒன்று' என்பதும் ''ஏற்படுகிறது'' என்பதுங்கூட எமது பொது மொழியின் சொற்களே: பொதுவான மொழியோடு தொடர்பு ஏற்படுத்த முடியாத உணர்வுகளுக்குப் பெயரிட முயல்பவன் இவ்வாறு இறுதியில் ஒலிகளை மட்டுமே, அதாவது பொதுவான எமது மொழியின் சொற்களாகப் பயன்படாத ஒலிகளை மட்டுமே, ஏற்படுத்தக்கூடியவனாகிறான். ஆனால், யாதேனும் மொழியாடல் ஒன்றில் இடம்பெறுவன அல்ல எனின் இந்த ஒலிகளும் எதனையும் வெளிப்படுத்துவனவாகா.

மொழியாடல் ஒன்றில் இடம்பெறும் ஒலிகள் எனின், அந்த மொழியாடலை நாம் விவரிப்பதன் மூலம் அவற்றின் பயனைக் கூறுதல் கூடும். ஆனால், விவரிக்கக்கூடிய ஒரு பயன்பாடு எமது பிரத்தியேக மொழிக்கு இருக்க முடியும் என்பதும், பிரத்தியேக உணர்விற்குப் பெயரிடுதல் என்கிற ஒரு செயற்பாடு இப்பிரத்தியேக சித்திரத்திற் சாத்தியம் என்பதும் விற்கன்ஸ்ரைனால் மறுக்கப்படுகின்றன எனக் கண்டோம்.

என்ன பொருட்களை, என்ன சொற்கள் சுட்டும் என்பதை எனது மனதுள்ளேயே நியமித்துக்கொண்டு, பிறரின் தொடர்புகளின்றி எனது மனத்துள்ளேயே நான் சேமித்துவைக்கும் இந்நியமனங்களின் உதவியால் எனது பிரத்தியேக மொழிப் பாவனைகளைச் சரியெனவும் பிழையெனவும் கண்டுகொள்ளலாம் எனும் கற்பனைக்கெதிராக, 'மெய்யியல் ஆய்வுக'ளின் 265ஆம் பகுதியில், விற்கன்ஸ்ரைன் மீண்டும் ஓர் உதாரணம் தருகிறார். ஒரு சொல்லுக்குப் பதிலாக இன்னொரு சொல்லைத் தருவதற்கு, அகராதி நூல் எமக்கு ஆதரவு தரும். அதாவது, அந்தச் சொல்லுக்கு இது சரியான பதிலீடு என்பதை நியாயப்படுத்த அகராதியை நாம் ஆதாரம் காட்டலாம். ஆனால், எமது கற்பனையில் மட்டும், நான் காணக்கூடிய ஓர் அகராதி இத்தகைய நியாயப்படுத்தலுக்கு ஆதாரமாக முடியாது. பிறர் முன்னிலையில் அல்லவெனினும், என்னகத்தே எனக்கு இது போதிய நியாயமாகும் எனக் கூறவும் முடியாது. ஏனெனில், எதனையும் நியாயப்படுத்துவதற்கு, அதிற் சார்ந்திராத ஒன்று வேண்டும். ஆகவே, எனது நினைப்பு சரியென்பதை

நிரூபிப்பதற்கு எனது இன்னொரு நினைப்பை ஆதாரமாகக் காட்ட முடி யாது. நாம், சிலவேளைகளில், எமக்கு நினைவில் வருகின்ற ஒன்று சரியோ என உறுதிசெய்துகொள்வதற்கு, பிறிதொன்றை நினைவுகூர்ந்து, அதன் மூலம் ஐயத்திலிருந்து விடுதலை பெறுவது உண்மையே. உதாரணமாக, கதவைப் பூட்டியதாக நாம் நினைப்பது சரியோ என ஐயந்தோன்றுங்கால், நான் என்னென்ன செய்தேன் என நினைவுகூர்ந்துகொண்டு, அவ்வழியால் ஆறுதல் பெறுதல் கூடும். கதவைப் பூட்டி, சாவியை எடுத்து எனது தோற் பைக்குள் வைத்தது எனக்கு நினைவுக்கு வந்து, கதவைப் பூட்டியதாக நான் நினைப்பது சரியென்று எனக்கு உறுதி தரலாம். அல்லது, விற்கன்ஸ் ரைன் கூறும் உதாரணத்தில் வருவதுபோல, 'புகையிரதம் செல்லும் நேரம் இது என நான் நினைப்பது சரியோ' என உறுதிசெய்வதற்கு, புகையிரத அட்டவணையின் பக்கம் எனக்குத் தோன்றியவாறு நினைவுக்கு வருவது எனக்கு உதவலாம். ஆனால், இங்கு ஒரு நினைவை, இன்னொரு நினைவால் உறுதிசெய்ய முடிவது, இரண்டாம் நினைவு சரியானதென எம்மால் உறுதி செய்ய முடியும் என்பதனாலேயே. எனது தோற்பைக்குள் கையை வைத்துச் சாவி இருந்தால், அங்கு சாவியை நான் வைத்தேன் என்கிற நினைவு சரி என உறுதிசெய்தல் கூடும். அதே போலப் புகையிரத அட்டவணைப் புத்தகத்தை எடுத்து, எனது நினைவில் வந்த தோற்றம் சரிதானா எனச் சோதித்தல் கூடும். இச்சோதனைகள் சாத்தியம் என்பது இந்நினைவுகள் சரியான நினைவுகள் என அழைக்கப்படுவதை இங்கு சாத்தியமாக்கு கின்றது. இனி, சோதிக்கும்போது இந்நினைவுகள் பிழையெனக் காட்டப் படுதலும் கூடும். விற்கன்ஸ்ரைன் இங்கு வலியுறுத்த முயல்வது, எவ்வாறு இங்கு சரி, பிழை எனுங் கருத்துகளுக்கு இடம் ஏற்படுகிறதென்பதும், எவ்வாறு வெறுமனே தனது தனித்த நினைவுகளில் தங்கியிருப்பவன்பற்றிய சித்திரத்தில் சரி, பிழைபற்றிய பேச்சுக்கு இடமில்லாது போகிறதென்பதும் ஆகும். பிரசித்தியடைந்துள்ள அவரது உதாரணமொன்றைக் கூறுவதானால், ஒரு பத்திரிகையிற் சொல்லப்பட்டிருப்பவை சரியோ என எமக்கு ஐயமேற் படுகிறபோது, அதே பத்திரிகையின் பல பிரதிகளை வாங்கி அவற்றை ஒன்றோடொன்று ஒப்பிடுபவர் உண்மையிற் சரி, பிழை பார்க்கிறவராகார். இவ்வாறின்றி வேறெவ்வகையிலும் சோதனை சாத்தியமாகாத இடத்தில் சரி, பிழை எனும் கருத்துகள் வருதல் சாத்தியமில்லை.

எனது உணர்வுகளுக்கு நான் தனியே பெயரிடுதலும், இவ்வாறு எனது அகநிகழ்ச்சிகளைக் குறிக்கும் சொற்களின் அர்த்தங்களை நியமித்துக்கொள்ளு தலும் சாத்தியம் என்பதற்கு எதிரான வாதம் இன்னொரு உதாரணத்தின் மூலமும் வலியுறுத்தப்படுகிறது. எனது வலது கை, எனது இடது கைக்குப் பணம் தர முடியாதா எனக் கேட்டுக்கொள்வோம். எனது வலது கை, பணத்தை இடது கையினுள் இடுகிறது; ஒரு நன்கொடைப் பத்திரத் தையும் எழுதி இடது கையில் வைக்கிறது. இடது கை, ஒரு பற்றுச்

சீட்டெழுதி வலது கையிடம் வைக்கிறது. ஆனால், இதெல்லாம் முடிந்த பிறகு, இதனாலெல்லாம் என்ன சாதிக்கப்பட்டது என்கிற கேள்வி எஞ்சி நிற்கிறது. மனிதர்களிடையே கைமாற்றுச் செய்தல், கடன் வாங்குதல், நன்கொடை வழங்குதல் என்பனவற்றிற்குப் பின்னணியும் விளைவுகளும் உள்ளன. இந்தப் பின்னணியும் விளைவுகளும் இல்லாதபோது, வெறுமனே பணம் இடம்மாறுவதாகிய நிகழ்ச்சி இந்தச் செயல்களாக முடியாது. எமது உதாரணத்திற் போல இத்தகைய பின்னணிகளும் விளைவுகளும் ஏற்பட முடியாத இடத்தில் வெறுமனே எமது உடலியக்கங்கள் இந்தச் செயல்கள் ஆகா. இதே போன்றதே, சொல்லொன்றுக்கு நாம் வரைவிலக்கணம் தருதல் என்பதும்: எனக்குள்ளே நான், பிறர் யாரும் ஒருபோதும் சோதிக்க முடியாதவாறு வரைவிலக்கணங்களை நியமித்துக்கொள்வதென்பது எனது வலது கை, எனது இடது கைக்கு நன்கொடை கொடுப்பதையும், இடது கை பற்றுச் சீட்டுத் தருவதையும் போலத்தான். இரண்டிலிருந்தும் எந்த விளைவும் ஏற்படுவதில்லை.

ஒருவன் ஒரு சொல்லைப் புரிந்துகொள்ளவில்லை என்பதற்கு அவனுடைய நடத்தையின் இயல்புகள் சில அளவுகோலாகின்றன. அச்சொல் அவனுக்கு எதனையும் உணர்த்தவில்லை, அவனால் அதை வைத்துக் கொண்டு எதையும் செய்ய முடியவில்லை என்பதை நாம் கண்டுகொள்ள முடிகிறது. இனி, அந்தச் சொல்லை, தான் 'புரிந்துகொண்டதாக அவன் நினைக்கிறான்' என்பதற்கும், அவன் அந்தச் சொல்லை ஏதோ ஒரு அர்த்தமுடையதாகக் கொள்கிறான், ஆனால், சரியாக அல்ல என்பதற்கும் அவனது நடத்தையில் அளவுகோல்கள் உள. இறுதியாக, அவன் சொல்லைச் சரியாகப் புரிந்துகொள்கிறான் என்பதற்கும் அளவுகோல்கள் உள. தான் சரியாகப் புரிந்துகொள்வதாக ஒருவன் நினைப்பதையும் சரியாக அவன் உண்மையிற் புரிந்துகொள்வதையும் இவ்வாறு இனங்கண்டுகொள்ள முடியும் என்பது முக்கியமான உண்மையாகும். ''இவன் இந்தச் சொல்லைச் சரியாகப் புரிந்துகொண்டதாக நினைக்கிறான். ஆனால், உண்மையில் அவ்வாறல்ல'' என்பதும் ''இவன் இந்தச் சொல்லைச் சரியாகப் புரிந்துகொண்டுள்ளான்'' என்பதும் ஒரே அர்த்தத்தையுடைய கூற்றுகளாதல் வேண்டும் என நாம் நிர்ப்பந்திக்கப்படுகிறபோது அபத்தம் ஏற்படுகிறது. எமது வாழ்க்கையில் நாம் பங்குபெறும் நடவடிக்கைகளின் கோலங்கள், இவ்விரண்டு கூற்றுகளின் வேறுபட்ட தாற்பரியங்களை உறுதிசெய்கின்றன. பிரத்தியேக மொழிச் சித்திரத்தில் இக்கூற்றுகள் எமது நடவடிக்கைக் கோலங்களிலிருந்து துண்டிக்கப்படுவது, இவற்றிற்கிடையே இருக்கிற வேறுபாட்டை இல்லாமற் செய்வதன் மூலம் இவற்றை அர்த்தமற்றதாக்குகிறது. கடன் கொடுத்தல், நன்கொடை கொடுத்தல், பற்றுச் சீட்டுத் தருதல் போன்ற கருத்துகள் எமது பல நடவடிக்கைக் கோலங்களினால் சாத்தியமானவையாகின்றன. இந்தக் கருத்துகளுக்கு, அத்தகைய நடவடிக்கைப் பின்னணி

அவசியமாயிருப்பது மறக்கப்படுகிறபோது, எமது சமூக நிறுவனங்களுக்கும் இந்தக் கருத்துகளுக்குமிடையேயுள்ள தொடர்புகள் துண்டிக்கப்படுகின்ற போது, வலது கை, இடது கைக்குக் கடன் கொடுக்கலாம் என கற்பனை செய்தலும் சாத்தியமாகிறது. ஆனால், இக்கருத்துகளுக்கும் அவற்றின் நடவடிக்கைத் தாற்பரியங்களுக்கும் இடையேயுள்ள தொடர்பு நினைவு கூரப்பட்டதும் இங்கு குறிப்பிட்டவை நாம் புரிந்துகொண்ட சொற்கள் போலத் தோன்றினாலும், உண்மையில் அவை நாம் புரிந்துகொண்ட சொற்கள் அல்ல என்பது தெளிவாகிறது.

அதாவது, 'நான் இன்று அவனுக்கு ஐந்து ரூபா கடன் கொடுத்தேன்' என்பதைப் புரிந்துகொள்வதுபோல, 'எனது வலது கை, இன்று எனது இடது கைக்கு ஐந்து ரூபா கடன் கொடுத்தது' என்பதையும் புரிந்து கொள்வதாக நினைப்பது உண்மையில் பொருந்தாது என்பது விரைவிற் தெளிவாகிறது. 'எனது உணர்விற்கு நான் தனிமையில் ஒரு பெயரிட்டுக் கொள்கிறேன்' என்ற காரியமும், பெயரிடுதலுக்கு இடம்தரும் வாழ்க்கை நடவடிக்கைகளில் இருந்து துண்டிக்கப்படுவதால், அர்த்தமற்றதாகிறது என்பதே இங்கு விற்கன்ஸ்ரைனது வாதம். எனவேதான், பிறர் புரிந்து கொள்ள முடியாத சொற்களால், பிறர் அறிய முடியாத தனது உணர்வு களைச் சுட்டுகிற மொழியொன்றை, தான் புரிந்துகொள்வதாகக் கூறுபவன், உண்மையிற் தானும் புரிந்துகொள்ளாத ஒன்றையே தனது பிரத்தியேக மொழி எனக் கற்பனை செய்கிறான் என விற்கன்ஸ்ரைன் கூறுகிறார். ஏனெனில், நாம் இதுவரை பார்த்த வாதங்கள் சரியெனின், இவனது தனிமையில் எந்த மொழியும் ஆரம்பிக்க இயலாது. ●

பிரத்தியேக மொழிகுறித்து ஏ. ஜே. அயர்

'நோகிறது' எனச் சொல்பவன், தன்னகத்தே ஆதாரம் ஒன்றைக் கண்டுகொண்டு, 'நோகிறது' என்கிற சொல்லைத் தேர்வதில்லை... நோ ஏற்படுகிறபோது அழுபவனும் நோவினாற் துடிப்பவனும் அகத்தே ஏற் பட்ட நோவைத் தனியே தரிசித்து, அந்த ஆதாரத்தின் பேரில் தமது உடல் இயக்கங்களைத் தேர்ந்துகொள்வதில்லை... நோவின் சொல்லா லான மெய்ப்பாடு அழுகையின் இடத்தில் வருகிறதேயன்றி, அழுகையை அது வருணிப்பதன்று.

- விற்கன்ஸ்ரைன்

பேராசிரியர் ஏ. ஜே. அயர் (A. J. Ayer) எழுதிய, 'பிரத்தியேக மொழி ஒன்று சாத்தியமா?' எனும் கட்டுரையில்,[1] விற்கன்ஸ்ரைனது பிரத்தியேக மொழி (Private Language) பற்றிய வாதம் கடுமையாக விமர்சிக்கப்படுகிறது. அயரது விமர்சனத்தைக் கூறுவதும் அதுபற்றிப் பரிசீலிப்பதும் இப்பகுதியின் நோக்கம். விற்கன்ஸ்ரைனது மொழிபற்றிய தரிசனங்களையும் மெய்யியல் வரலாற்றில் இடம்பெற்று வந்துள்ள மொழிபற்றிய குழப்பங்களையும் தெளி வாகக் கண்டுகொள்ள இது உதவும்.

'மெய்யியல் ஆய்வுகள்' **261**ஆம் பகுதியில், பிரத்தியேக மொழிச் சித் திரத்தினுள்ளே, தனது 'உணர்வு' ஒன்றுக்கு 'உ' என்று பெயரிட்டுக்கொண்ட தாக நினைப்பவனைப் பற்றிப் பேசுகையில், 'உணர்வு' எனும் சொல், பொதுவான மொழியில் யாவரும் புரிந்துகொள்கிற சொல்லாதலால், அச் சொல்லை அவன் பயன்படுத்துவற்கு யாவரும் புரிந்துக்கொள்ளக்கூடிய ஆதாரம் (justification) வேண்டும் என்று விற்கன்ஸ்ரைன் வலியுறுத்து வதையும், **265**ஆம் பகுதியில், அகராதிபற்றிய உதாரணத்தைக் தருகிற விற்கன்ஸ்ரைன், ஒரு சொல்லிற்குப் பதிலீடாக இன்னொரு சொல்லைத் தருவதற்கு, எனது மனதில் மட்டும் இருக்கிறதெனக் கொள்ளப்படும் 'அகராதி' ஆதாரமாகாது எனவும், 'ஆதாரம்' என்பது, அது எதற்கு ஆதாரமோ அதிற் சார்ந்திராததாய் இருத்தல் வேண்டும் என்பதையும் அயர் தனது கட்டுரையிற் குறிப்பிடுகிறார்.

தொடர்ந்து, **256**ஆம் பகுதியில் விற்கன்ஸ்ரைன் கூறுவதை அயர் பின் வருமாறு விவரிக்கிறார்: 'ஆனால், யாதேனும் ஒரு மெய்ப்பாட்டோடு உணர்வுகளை இணைக்க முடியுமாயின் நிலை வேறு என்று விற்கன்ஸ்ரைன் நினைக்கிறார். எனவே, ஒருவன் தனது உணர்வுகளைக் குறிப்பிடுதற்குப்

பயன்படுத்தும் சொற்கள், அவனது உணர்வின் இயற்கையான மெய்ப்பாடு களுடன் இணைந்துள்ளதன் விளைவாக, மற்றையோர் அச்சொற்களைப் புரிந்துகொள்ளக்கூடியதாக இருப்பதால், எமது 'அக அனுபவங்களை' வருணிப்பதற்கு, நாம் சாதாரணமாகப் பயன்படுத்தும் மொழி, பிரத்தியேக மானதல்ல என விற்கன்ஸ்ரைன் வாதிக்கிறார்.' உணர்வுகளும் அவற்றின் இயற்கையான மெய்ப்பாடுகளும் இணைந்திருப்பது, உணர்வுகளுக்குப் பெயரிடுவதில் உள்ள ஆதாரப் பிரச்சினையைத் தீர்ப்பதாக, அதாவது, பெய ரிடுகையில், பெயருக்கும் உணர்வுகளுக்குமிடையே ஏற்படுத்தப்படும் தொடர்பை, மெய்ப்பாடுகள் ஆதாரப்படுத்துமென விற்கன்ஸ்ரைன் வாதிடு கிறார் என்று அயர் விளக்கம் தருகிறார்.

விற்கன்ஸ்ரைனது கூற்றுப் பகுதிகளில் இடம்பெறும், 'ஆதாரப்படுத் துதல்' பற்றிய இக்குறிப்புகளைத் தருவதன் மூலம், விற்கன்ஸ்ரைனுக்கு எதிராகப் பின்வரும் கண்டனத்தை அயர் மேற்கொள்கிறார்: ''குறியொன் றிற்கு அர்த்தம் தருவதென்பது, ஆதாரப்படுத்துதலை வேண்டிநிற்கும் ஒன்று என விற்கன்ஸ்ரைன் அடிக்கடி கூறுகிறார். ஆதாரம் என்பது, குறி சரியாகப் பயன்படுத்தப்படுகிறது என்பதை நிர்ணயித்தற்கான, ஏதும் ஒரு சாராச் சோதனையாகும். அதாவது, குறி எந்தப் பொருளைச் சுட்ட வேண்டு மென்று ஒருவன் கருதுகிறானோ, அந்தப் பொருளை எதுவென அவன் கண்டுகொள்வதில் அல்லது எதுவெனக் கண்டுகொள்வதாக அவன் நம்பு வதில் சார்ந்திராத சோதனையே ஆதாரமாகலாம் (என விற்கன்ஸ்ரைன் கருதுகிறார்). அவன், பொருளை அது எதுவெனக் கண்டுகொண்டதாகக் கூறுவதும், தான் முன்னர் பெயரிட்ட அதுவே இதுவென நம்புவதும், வேறு சான்றினால் ஆதாரப்படுத்தப்பட்டாலன்றி ஏற்கப்பட முடியாதன வாகும். அன்றியும், இந்தச் சான்றுகள் பகிரங்கமானவையாயிருக்க வேண்டும் (என்பது விற்கன்ஸ்ரைனது கோரிக்கை) போலவும் தோன்றுகிறது. கொள்கை யளவிலாயினும், மற்றையோர்க்கும் எட்டக்கூடியனவாய் இச்சான்றுகள் இருத்தல் வேண்டும். ஏனெனில், ஒன்றை எதுவெனக் கண்டுகொண்டதாக ஒருவன் கூறுவதை ஏற்க முடியாதெனின், இன்னொன்றை எதுவெனக் கண்டு கொண்டதாக அவன் கூறுவதையும் ஏற்க முடியாது.''[2]

அயரது கருத்துப்படி இது ஏற்க முடியாத ஒரு கோரிக்கையாகும். ''யாதேனும் ஒன்றை, எதுவெனக் கண்டுகொள்ளலாம் என அனுமதித் தாலன்றி, எந்தச் சோதனையையும் ஒருபோதும் செய்து முடிக்க முடியாது: எந்தக் குறியின் பயன்பாட்டிற்கும், எந்த வகையான ஆதாரமும் இருக்க முடியாது.'' தனது இந்த முடிவை விளக்குதற்கு, புகையிரதம் புறப்படுகிற நேரத்தை ஞாபகப்படுத்திக்கொள்வதுபற்றிய விற்கன்ஸ்ரைனது உதாரணத்தை அயரும் உதாரணமாக எடுத்துக்கொள்கிறார். ''புகையிரத அட்டவணைப் புத்தகத்தின் சம்பந்தப்பட்ட பக்கத்தை மனக்கண்முன் கொணர்வதன்

மூலம், எனது ஞாபகத்தை நான் சோதிக்கிறேன். இனி, அந்தப் பக்கத்தை நேரே பார்வையிடுவதன் மூலம், இந்த மனச் சித்திரத்தை நான் சோதிக்க வேண்டும் என்று சொல்லப்படுகிறது. ஆனால், இங்கும் எனது கண் பார்வையை நான் நம்பினாலன்றி, அங்கு எழுதப்பட்டிருக்கும் இலக்கங்களை நான் இனங்கண்டுகொண்டாலன்றி, இப்பார்வையிடுதலால் எவ்வகைப் பயனும் இல்லை. எனது கண்பார்வையை, நான் நம்பாதபோது, மற்றவர்களை நான் விசாரித்து அறியலாம் என்பது உண்மையே. ஆனால், அவர்கள் சொல்கிற சாட்சியத்தை நான் புரிந்துகொள்ள வேண்டும்; அவர்கள் காட்டும் அல்லது ஒலிக்கும் குறிகளை நான் சரியாக இனங்கண்டுகொள்ள வேண்டும்.''

எனவே, அயரது கருத்துப்படி, விற்கன்ஸ்ரைன் சொல்கிற இடத்தில் மட்டும் இந்தப் பிரச்சினை ஏற்படும் என்றில்லை. அக அனுபவங்களை எவையெனக் கண்டுகொள்வதில் மட்டும் அல்ல, பகிரங்கமான பொருட்களை இனங்காண்பது சம்பந்தமாகவும் இந்தப் பிரச்சினை எழலாம்.

"நான் குறிப்பிட விரும்பும் பொருள், எவ்வளவு பகிரங்கமாகவும் இருக்கலாம். நான் இதற்கெனப் பயன்படுத்தும் சொல், ஒரு பொதுவான மொழியைச் சேர்ந்ததாயும் இருக்கலாம். எனினும், அச்சொல்லை நான் சரியாகப் பயன்படுத்துகிறேன், சரியான பொருளைச் சுட்டுதற்கே அதனை நான் பாவிக்கிறேன் என்பது, இறுதியில், எனது புலன்களின் சாட்சியத்திலேயே தங்கியுள்ளது. மற்றையோர் சொல்வதைக் கேட்பதன் மூலம், அல்லது அவர்களது இயக்கங்களை அவதானிப்பதன் மூலம் மட்டுமே, சொல்லினது எனது பாவனை அவர்களது பாவனையோடு பொருந்துகிறது என என்னால் முடிவுசெய்ய முடிகிறது. எனின், இவ்வாறு ஒலிகளையும் வடிவங்களையும் எந்த ஆதாரமுமின்றி, என்னால் இனங்கண்டுகொள்ள முடியுமெனில், பிரத்தியேக உணர்வினை ஏன் நான் இனங்கண்டுகொள்ள முடியாது?''[3]

நாம், ஒன்றை அதுவென இனங்கண்டுகொண்டது சரியோ என்கிற ஐயம் ஏற்படுகிறபோது, எமது இனங்காணலுக்கு, நாம் ஆதாரம் காட்டுதல் அவசியமெனின், யாதேனும் ஒரு இனங்காணல் சரியானது என ஏற்றுக் கொள்ளப்பட்டிருக்க வேண்டுமென்பது அயரது வாதம்; அல்ல எனின் ஆதாரத்திற்கு ஆதாரம் தேடி நாம் முடிவில்லாமற் செல்ல வேண்டியிருக்கும். 'மெய்யியல் ஆய்வுக'ளின் மொழிபெயர்ப்பாளரான அன்ஸ்கம் அம்மையார் (G. E. M. Anscombe 1919-2001) செய்த விமர்சனம் ஒன்றிற்குப் பதிலளிக்கையில், அயர் பின்வருமாறு தனது வாதத்தைத் தெளிவுபடுத்துகிறார்: "ஆதாரம் காட்டுகிற ஒவ்வொரு முயற்சியும், யாதேனும் ஒரு இனங்காணலில் முடிவுற வேண்டுமாதலால், சில இனங்காணல்கள், தம்மளவிலேயே பழுதற்றவை என ஏற்கப்பட்டாலன்றி, ஆதாரம் காட்டுகிற எந்த முயற்சியும், எதனையும் நிறுவ முடியாது.''[4]

அயரது வாதத்தில் கவனிக்கப்பட வேண்டிய அம்சம், விற்கன்ஸ்ரைன் எடுத்துக்கொண்ட உணர்வுகளுக்கும், பகிரங்கமான பொருட்களுக்கும் இடையே, எந்த விதமான வேறுபாடும் இல்லை எனும் அவரது கருத்து: புறப்பொருட்களை நாம் இனங்காண்கிறபோதும், இறுதியில், எமது பார்வையும் எமது செவியும் தருகிற சான்றிலேயே நாம் தங்கியிருக்கிறோம். (இவ்வகையில், பாரம்பரிய அனுபவவாதத்தின் நல்ல பிரதிநிதியாகத் தன்னைக் காட்டிக்கொள்ள, அயர் இங்கு தவறவில்லை.) எனவே, அயரது கருத்தில், விற்கன்ஸ்ரைனது வாதம் இரண்டு வழிகளில் அபத்தமானதாக முடிகிறது.

முதலாவதாக, உணர்வுகளுக்கு நாம் பெயரிடுகையில், அவற்றை இனங்கண்டுகொள்வதில், பிரச்சினையிருப்பதாக அனுமதித்தால், ஒருபோதும் அவற்றை இனங்கண்டுகொள்ள முடியாது என்கிற பொருந்தா முடிவுக்கு நாம் நிர்ப்பந்திக்கப்படுவோம்.

இரண்டாவதாக, இறுதியில் எமது உணர்வுகளை இனங்கண்டுகொள்வதில், வெற்றியடைவதனாலேயே, புற உலகப் பொருட்களையும் நாம் அறிந்துகொள்ளலாமாதலால், உணர்வுகளை இனங்கண்டுகொள்வதில், பிரச்சினை இருப்பதாக அனுமதிப்பது, புற உலகப் பொருட்களையும், நாம் ஒருபோதும் இனங்கன்டுகொள்வதில்லை என்கிற பொருந்தா முடிவுக்கும் எம்மைக் கொண்டுசெல்லும்.

அயரது விமர்சனத்தில், மிகவும் ஆச்சரியகரமான அம்சம் ஒன்று முதலிற் கவனிக்கப்பட வேண்டும். பிரத்தியேக மொழிச் சித்திரத்தில் உள்ளவாறு, எமது உணர்வுகளை, ஆரம்பத்திலேயே நாம் பெயரிட்டழைக்க வேண்டும் என்கிற தேவை இருக்கிறதெனவும், அவ்வாறு பெயரிட்டழைக்கும் செயன்முறையின் இன்றியமையாத ஓர் அங்கமாக, அவ்வுணர்வுகளை முதலிற் சரியாய் இனங்கண்டுகொள்ள வேண்டும் எனவும், அவ்வாறு இனங்கண்டுகொள்வதைச் சரியென நியாயப்படுத்துதற்கு ஆதாரம் வேண்டும் எனவும், இவ்வாதாரம் பகிரங்கமானதாக, மற்றவர்கள் காணக்கூடியதாக இருக்க வேண்டும் எனவும் விற்கன்ஸ்ரைன் வலியுறுத்துவதாக அயர் கருதுகிறார். இந்த அடிப்படையிலேயே அயரது விமர்சனம் அமைந்திருப்பதைக் கண்டோம். மிகவும் ஆச்சரியப்படக்கூடிய வகையில், அயர் இங்கு காணத் தவறுவது, பிரத்தியேக மொழிக்கெதிரான விற்கன்ஸ்ரைனது வாதம், பிரத்தியேக மொழி ஒன்றை அமைத்துக்கொள்வது என்கிற சித்திரத்தில் உள்ள குறைபாட்டைக் காட்டத் தரப்பட்டதே அன்றி, உண்மையில், மனிதர் மொழி பயில்கிறபோது என்ன நடைபெறுகிறதென்பதை விவரிப்பதற்கல்ல. பிரத்தியேக மொழிச் சித்திரத்தை ஏற்றுக்கொண்டு, எமது உணர்வுகளுக்கு நாம் பெயரிடுகையில், பிரத்தியேக அனுபவங்களுக்குப் புறம்பான, பகிரங்கமான மெய்ப்பாடுகள் இருப்பது எமக்கு உதவுகிறது என விற்கன்ஸ்ரைன் கூறுவதாக அயர் எடுத்துக்கொள்கிறார்.

"எமது அக அனுபவங்களை நாம் தனியே சந்தித்து, அவற்றுக்குப் பெயரிட்டு, எமது மொழியை அமைக்க ஆரம்பிக்கிறோம். இவ்வாறு செய்கையில், பிரத்தியேக அனுபவங்கள் மட்டும் எமக்கிருப்பது, எமக்குப் பிரச்சினையாகிறது. ஏனெனில், பிரத்தியேக அனுபவங்கள் மட்டும் இருக்கிறபோது, எனது அனுபவங்களை நான் சரியாக இனங்கண்டுகொண்டேனோ என்று உறுதிசெய்வது சாத்தியமில்லை. எனவே, இந்த அனுபவங்களோடு தொடர்புடைய, பிற மெய்ப்பாடுகளைக் கொணர்வதன் மூலம், இந்தப் பிரச்சினையைத் தீர்த்துக்கொள்ளலாம். இந்தப் பிற மெய்ப்பாடுகள், உணர்வுகளை நாம் சரியாக அறிந்துகொண்டதை நியாயப்படுத்தும் ஆதாரங்களாகின்றன.'' இப்படி விற்கன்ஸ்ரைன் வாதிப்பதாக, அதாவது, பிரத்தியேக மொழிச் சித்திரத்தை ஏற்றுக்கொண்ட விற்கன்ஸ்ரைன், பிரத்தியேகப் பெயரிடுகைகளை எப்படி நியாயப்படுத்தலாம் என்கிற பிரச்சினையையே, பிரத்தியேக மொழிவாதமாகத் தருவதாக அயர் எடுத்துக் கொள்வது, முற்றிலும் தவறானதாகும்.

உணர்வுகளைப் பற்றிப் பேசுவதற்கு நாம் பயன்படுத்தும் சொற்களை, அவற்றின் பயன்பாட்டை, நியாயப்படுத்துதற்கு இவ்வகையில் ஆதாரம் வேண்டும் என உண்மையில் விற்கன்ஸ்ரைன் எங்கும் கூறவில்லை. அதற்கு மாறாக, அவற்றை நியாயப்படுத்தும் ஆதாரம் எதுவும், இந்த இடத்தில் வேண்டியதில்லை என்பது, மொழிபற்றிய விற்கன்ஸ்ரைனது தரிசனத்தின் ஒரு பிரதான அம்சமாகும். அதுமட்டுமல்ல, உணர்வுகளைப் பற்றிப் பேசும் சொற்களை, இவ்வகையில் நியாயப்படுத்துதற்கு, ஆதாரம் தேடுதல் தவறான ஒரு முயற்சி என்பதை, வெளிப்படையாகவும் அவர் கூறியிருக்கிறார். பேராசிரியர் அயரது விமர்சனத்தை ஆச்சரியமாக்குவது இதுவே.

விற்கன்ஸ்ரைன் ஆதாரப்படுத்துதலின் அவசியத்தையும் அதன் அசாத்தியத்தையும் பற்றி—கூறுவதெல்லாம், பிரத்தியேக மொழிச் சித்திரத்தை ஏற்றுக்கொள்வதனால் வரும், சமாளிக்க முடியாத இக்கட்டைக் கூறுவதற்கேயன்றி, எமது மொழியை, உண்மையில் நாம் பயில்கிறபோது ஏற்படுகிற பிரச்சினையைச் சொல்வதற்கல்ல என்பது இங்கு கவனிக்கப்பட வேண்டும். தனியே இருந்துகொண்டு, எனது உணர்வுகளுக்கு நான் பெயரிடுவதாகக் கற்பனை செய்தால், நான் முன்பு 'உ' என அழைத்ததையே, இப்போதும் 'உ' என அழைக்கிறேன் என்பதை, எப்படி உறுதிசெய்யலாம்? இத்தனி நிலையில் இருந்துகொண்டு மற்றவர்களுக்கும் புரிகிற ஒரு சொல்லை, உதாரணமாக 'உணர்வு' என்கிற சொல்லை நான் பயன்படுத்துகிறேன் எனின், மற்றவர்களும் புரிந்துகொள்ளக்கூடிய ஆதாரத்தை இந்தச் சித்திரத்தில் எங்கு பெறலாம்? அகத்தே நடைபெறும் சொற் பிரயோகங்களை, எனது மனதில் நான் மட்டும் நியமித்துக்கொண்டே, அட்டவணையோடு ஒப்பிட்டு நியாயப்படுத்துகிறேன் என்றால், இது எந்தளவுக்கு 'நியாயப்படுத்துதல்' என்கிற கருத்தின் சரியான பிரயோகம் ஆகும்? இவையே

விற்கன்ஸ்ரைன் எழுப்பும் வினாக்கள். ஆனால், இவையனைத்தும், பிரத்தியேக மொழிச் சித்திரத்தை ஏற்போன், எதிர்நோக்க வேண்டிய வினாக்கள் என்றே அவராற் தரப்படுகின்றன என்பது இங்கு முக்கியமானது.

மொழிபற்றி அயர் கொண்டுள்ள தரிசனத்திற்கும், விற்கன்ஸ்ரைன் கொண்டுள்ள தரிசனத்திற்கும் இடையே உள்ள வேறுபாட்டை நயத்தற்கு, அவர்கள் இருவரது வாதங்களையும் மேலெழுந்தவாரியாய் நோக்குகையில், காணப்படும் ஒற்றுமை ஒன்றைக் கவனித்தல் வேண்டும். பிரத்தியேக மொழிச் சித்திரத்தை ஏற்றுக்கொண்டால், மொழி எவ்வாறு சாத்தியம் என்பதையே புரிந்துக்கொள்ள முடியாது என்பது, விற்கன்ஸ்ரைனது வாதத்தின் தாக்கம் எனலாம்: ''இந்தச் சித்திரத்தை ஏற்கிற மெய்யியலாளன், இறுதியில் அர்த்தமற்ற ஒலிகளை மட்டுமே எழுப்பும் நிலைக்குத் தள்ளப்படுகிறான்.''[5] பிரத்தியேக மொழிச் சித்திரத்தையிட்டு, விற்கன்ஸ்ரைன் கூறுகிற பிரச்சினையை ஏற்றுக்கொண்டால், மொழி சாத்தியமில்லை என்பது அயரது வாதம். ''யாதேனும் ஒன்றை எதுவெனக் கண்டுகொள்ளலாம் என அனுமதித்தாலன்றி, எந்தச் சோதனையையும் ஒருபோதும் செய்து முடிக்க முடியாது. எந்தக் குறியின் பயன்பாட்டிற்கும், எந்த வகையான ஆதாரமும் இருக்க முடியாது.''[6] அதாவது, தத்தம் தரிசனங்களை நிறுவுவதற்கு, தாம் விமர்சிக்கும் வாதங்கள், பொருந்தா முடிவிற்கு இட்டுச்செல்வதைக் காட்டுவதே, இருவரும் பயன்படுத்துகிற உத்தியெனக் கூறின், தவறாகாது.

ஆனால், பிரத்தியேக மொழிச் சித்திரம் தவறானது என்பது விற்கன்ஸ்ரைனது முடிவாக, பிரத்தியேக மொழிச் சித்திரம்பற்றிய விற்கன்ஸ்ரைனது விமர்சனம் தவறு, ஆகவே பிரத்தியேக மொழிச் சித்திரம் சரியென்பது அயரது முடிவாகிறது. அடிப்படையில், இருவரும் மொழிபற்றிய விளக்கத்தில் வேறுபடுவதே இதற்குக் காரணமாகும்.

மற்றவர்களோடு ஒருபோதும் பேசாத மனிதர்கள், தம்முட் பேசிக்கொள்ளும் கற்பனையும், பிறர் கேட்கச் சிந்தியாதவர்கள், தம்முள்ளே மட்டும் சிந்திக்கப் பயிலுங் கற்பனையும் பிரச்சினைக்குரிய சித்திரங்களாக விற்கன்ஸ்ரைனுக்குத் தோன்றுகின்றன. ஆனால், அயருக்கு இதில் எந்தவிதப் பிரச்சினையும் இருப்பதாகத் தெரியவில்லை. ''மனித மொழிகள் எதனிலும் பயிலாத ஒருவன், தனக்குத் தானே ஒரு மொழியை ஆக்கிக் கொள்ளலாம் என்கிற கற்பனையில், எத்தகைய முரண்பாடும் இல்லை'' என அயர் கருதுகிறார்.[7] ஆகவே, இவ்வாறு மொழி ஆரம்பிப்பது சாத்தியம் என்பது அயரது வாதம். அதுமட்டுமன்று, நன்கு நோக்கின், யாரோ ஒரு தனிமனிதனே முதல்முதலாகக் குறியீடொன்றைப் பயன்படுத்தியிருக்க வேண்டும். குழுவொன்றின் அங்கத்தினனாக அவன் இருக்கையில், அவர்களோடு தொடர்புகொள்வதற்காக வேண்டி, அவன் குறியீட்டை அமைத்தான் என்றாலும்கூட, எத்தகைய குறியீடுகளை அவன் தேர்ந்து கொள்கிறான் என்பதை, அவனது சமூகச் சூழல் நிர்ணயித்தாலும்கூட,

ஆரம்பத்தில் இது ஒரு தனி முயற்சியாய் இருந்திருக்கலாம் என நினைப் பதில் தவறில்லை. ஒரு மனிதனது ரகசியமான மொழியிலிருந்துதான் பொதுவான மொழி தோன்றியது என்பது, வரலாற்று நோக்கில் தவறாய் இருக்கலாம். ஆனால், இது சாத்தியமில்லை என்று சொல்ல முடியாது.[8]

மொழிபற்றிய விற்கன்ஸ்ரைனது தரிசனத்தில், சமூக நடவடிக்கை களினதும், அவற்றில் மனிதர்கள் பங்குபெறுவதினதும் முக்கியத்துவத்தை யும், தனியே மனிதன் மொழியைச் சிருட்டித்துக்கொள்ளலாம் என்கிற அயரது நம்பிக்கையின் குறைபாட்டையும் பின்னர் விரிவாய் நோக்கு வோம். இங்கு, இருவரது தரிசனங்களும், மிகவும் பாரதூரமாக வேறு பட்டிருப்பதைக் கவனித்துக்கொண்டு, விற்கன்ஸ்ரைனது வாதத்திற்கு எதிராக, அயர் கூறுவனவற்றைப் பரிசீலனை செய்தல் வேண்டும்.

முதலாவதாக, விற்கன்ஸ்ரைன் தனது வாதத்தினிடையே பிரத்தியேக மொழிச் சித்திரத்தின் குறைபாடுகள் எனும் முறையில் முன்வைப்பவை, மொழியின் தோற்றத்தை விளக்குதற்கு அவர் கோரும் நிபந்தனைகளல்ல என்பதை, அயர் பூரணமாகவே நயக்கத் தவறிவிடுகிறார் என்பது ஏலவே சொல்லப்பட்டது. பிரத்தியேக மொழிச் சித்திரத்தில், இந்தக் குறைபாடுகள் இருப்பது உண்மை எனின், மொழி தோன்றியிருப்பதே சாத்தியமில்லை, ஆகவே, இந்தக் குறைபாடுகள் அங்கில்லை எனல் வேண்டும் என்பது, விற்கன்ஸ்ரைன் மொழியின் தோற்றத்தைப் பிரத்தியேக மொழிச் சித்திரத் தால் விளக்க முயன்றால் மட்டுமே அவருக்கு எதிரான வாதமாகும்.

பிரத்தியேக மொழிச் சித்திரம் விற்கன்ஸ்ரைனால் நிராகரிக்கப்படுகிற போது, அச்சித்திரத்தில் குறைபாடுகள் இருப்பது, மொழியின் தோற்றத்தை அசாத்தியமாக்கும் எனக் காட்டுவது, விற்கன்ஸ்ரைனின் முடிவை வலி யுறுத்துமேயன்றி, அவருக்கு எதிரான நியாயமாகாது.

எமது மொழி, எமது உணர்வுகளைக் குறிப்பிடும் சொற்களையும் கொண்ட நாளாந்த சாதாரண மொழி, எப்படிச் சாத்தியமாகிறது எனக் கேட்டுக்கொண்டு, இது சாத்தியமாகக்கூடிய பிறிதோர் வழியை, விற்கன்ஸ் ரைன் 244ஆம் பகுதியில் கூறியிருப்பதை, முன்னரே குறிப்பிட்டோம். உணர்வுகளின் இயற்கையான மெய்ப்பாடுகளுடன் சேர்ந்து, இச்சொற்கள் பயிலப்படலாம் என, அங்கு விற்கன்ஸ்ரைன் கூறியதைக் கண்டோம். இனி, இத்தகைய மொழி, அதாவது, இயற்கையான மெய்ப்பாடுகளுடன் வருவதால் பயிலப்படும் சொற்களாலான மொழி, பிறர் புரிந்துகொள்ளக் கூடியதாக இருக்கும் எனவும், அது ஒரு பிரத்தியேக மொழியாகா தெனவும் விற்கன்ஸ்ரைன் 256ஆம் பகுதியில் கூறுவதையும் கவனித்தோம்.

மொழியின் ஆரம்பத்தை விளக்குதற்கு இவ்வாறு வேறு வழி உளது எனும் விடை இருப்பதால், பிரத்தியேக பெயரிடுகைச் சித்திரத்தை ஏற்கத்

தவறின், மொழி எவ்வாறு ஆரம்பித்தது என விளக்க முடியாது போய்விடும் எனக் கூறி, அச்சித்திரத்தை ஏற்க வேண்டுமென அயர் வாதிக்க முடியாது. அயரின் விமர்சனம் இதனைக் கவனிக்கத் தவறுவது மட்டும் அல்ல, அயரால் வலுத்த கண்டனத்துக்குள்ளாக்கப்படும், நியாயப்படுத்தும் ஆதாரங்கள் வேண்டும் எனும் கோரிக்கை, பிரத்தியேக பெயரிடுகைச் சித்திரத்தில் எழுமேயன்றி, மொழியின் தோற்றம்பற்றி, தான் கொண்டுள்ள தரிசனத்தில் எழுவதல்ல எனவும் விற்கன்ஸ்ரைன் கூறுவதை, அயர் கவனிக்கத் தவறியமையே பாரதூரமானதாகும்.

'நோ' என்கிற சொல் இடம்பெறும் மொழியாடல்களில், இத்தகைய நியாயப்படுத்தலால் திருப்தி செய்யப்பட வேண்டிய சந்தேகத்திற்கு இடமில்லை எனும் விற்கன்ஸ்ரைன், பிரத்தியேக மொழிச் சித்திரத்தில் ஏன் இத்தகைய பிரச்சினை எழுகிறது என்பதைப் பின்வரும் பகுதியில் நன்கு தெளிவுபடுத்துகிறார்.

> ''உணர்வின் மெய்ப்பாடாகிய மனித நடத்தையை நீக்கினால், ஐயம் ஏற்படுவதற்கு நியாயம் இருப்பதுபோலத் தோன்றும். உணர்வின் மெய்ப்பாட்டிற்கும் சாதாரண மொழியாடலுக்கும் இடையே உள்ள தொடர்பு துண்டிக்கப்பட்டதாகக் கொண்டால், உணர்வு எதுவெனக் கண்டுகொள்வதை நியாயப்படுத்த ஒரு ஆதாரம் வேண்டும். இவ்வாறு உணர்விற்கும் பெயருக்கும் இடையே உள்ள தொடர்பை ஆதாரங் காட்டி, நியாயப்படுத்த வேண்டியிருக்கிற இடத்தில், தவறு ஏற்படவும் இடமுண்டாகிறது; எனது உணர்வைச் சரியாய் இனங்கண்டு கொண்டேனோ என்கிற ஐயம் எழ முடிவதும் இதனாலேயே.''[9]

அதாவது, உணர்வொன்றை அகத்தே முதலிற் கண்டுகொண்டு, அதற்கு இந்தப் பெயர்தான் சரியான பெயர் என்று பின்னர் கண்டுகொள்கிறோம் என்று, மொழியின் செயற்பாட்டைப் புரிந்துகொள்பவர்களுக்கே ஐயம் எழுதலும், ஐயம் தெளிய ஆதாரம் வேண்டுதலும் சாத்தியமாகின்றன. பகிரங்கரமான இயற்கை மெய்ப்பாடுகளுடன் இணைந்து, மொழியின் பயன்பாடு பயிலப்படுகிறது என்போர்க்கு, இங்கு ஐயம் எழும் என்பதற்கும் அர்த்தமில்லை; ஆதாரமும் வேண்டியதில்லை. எனின், விற்கன்ஸ்ரைனது விளக்கத்தின்படி, 'நோகிறது' எனச் சொல்பவன், தன்னகத்தே ஆதாரம் ஒன்றைக் கண்டுகொண்டு, 'நோகிறது' என்கிற சொல்லைத் தேர்வதில்லை. அயர் நினைப்பதுபோல, புறத்தே தெரியக்கூடிய ஆதாரங்கள் இருந்தால்தான், 'நோகிறது' என அவனாற் சொல்ல முடியும் எனவும் விற்கன்ஸ்ரைன் கூற வரவில்லை. நோ ஏற்படுகிறபோது அழுபவனும், நோவினாற் துடிப்பவனும் அகத்தே ஏற்பட்ட நோவைப் பிரத்தியேகமாகத் தரிசித்து, அந்த ஆதாரத்தின் பேரில் தமது உடலியக்கங்களைத் தேர்ந்து கொள்வதில்லை. அவைபோலவே இதுவும்: 'நோவின் சொல்லாலான

மெய்ப்பாடு, அழுகையின் இடத்தில் வருகிறதேயன்றி, அழுகையை அது வருணிப்பதன்று.'[10]

ஆனால், சொற்களின் அர்த்தம் நிறுவப்படும் இடமாக, அயர் ஏற்கிற இடத்தில், இந்தப் பிரச்சினைகள் எல்லாம் எழும். மொழி ஆரம்பிப்பதற்கு, இவையெல்லாம் ஏதோ வகையில் சமாளிக்கப்பட வேண்டும் எனக் கூறு வதன் மூலம், இந்தப் பிரச்சினைகளை விட்டுவிட முடியாது. ஏதாவது ஒன்றை நாம் சரியாய் இனங்கண்டுகொண்டாலன்றி, எந்தக் குறியையும் பயன்படுத்துவதை நியாயப்படுத்த முடியாதெனவும், ஆகவே, நாம் செய்யும் ஆரம்பப் பெயரிடுகைகளும் இனங்காணல்களும் அனுமதிக்கப்பட வேண்டும் எனவும் அயர் கூறுகிறபோது, பிரச்சினை தீர்க்கப்பட வேண்டியதன் அவசியம்பற்றிய வற்புறுத்தல், பிரச்சினையின் தீர்வாக இரக்கப்படுகிறதே யொழிய, உண்மையான தீர்வு எதுவும் முன்வைக்கப்படவில்லை. பாரம் பரிய அளவையியலாளர் இழித்துக் கூறும் வன்முறை நியாயத்திலும் இது எந்த வகையிலும் வலியதல்ல.

'குறியொன்றிற்கு அர்த்தம் தருவது என்பது பிரச்சினைக்குரியதே' என ஒப்புக்கொள்கிற அயர்,[11] அதற்கப்பால் ஆராய முற்படவில்லை. புறப் பொருட்களைச் சுட்டும் சொற்களுக்கு, அர்த்தம் தரலாமென்றால், அகத்தே நிகழும் புலனுணர்வுகளைச் சுட்டும் சொற்களுக்கு, அர்த்தம் தருவதிலும் புதிய சிக்கல் இல்லை என அயர் இங்கே நியாயம் கூறுகிறார். புறப் பொருட்களும் அகத்தேயே எமக்குப் பரிச்சயமாகின்றன என்கிற அனுபவ வாத அறிவியற் கற்பிதங்களை, அயர் ஏற்றுக்கொண்டிருப்பது, அவர் இவ் வாறு கூறுவதைச் சாத்தியமாக்குகின்றது. இது ஒருபுறமிருக்க, சொல்லுக்கும் அதன் அர்த்தத்திற்கும் இடையேயுள்ள தொடர்பு எப்படி ஏற்படுகிறது என்பதில் பிரச்சினை இருப்பதாக, அவரே ஏற்றுக்கொண்ட பின், அதிக கவனமின்றி அதை விட்டுவிடுவது, இந்த விடயம்பற்றிய றசெலின் கவன யீனத்தையே நமக்கு நினைவூட்டுகிறது.

எப்படியோ, யாரோ ஒரு மனிதன்தான் மொழியைக் கண்டுபிடித் திருக்க வேண்டும் எனவும், வரலாற்று ரீதியாக இது இப்படி நடைபெற வில்லையென்று தெரியவந்தாலும், இந்தக் கற்பனையைப் புரிந்துகொள் வதில் எவ்வகைப் பிரச்சினையும் இல்லையெனவும் அயர் கூறுகிறார். உண்மையில், இதில் முக்கியமான பிரச்சினைகள் பல உள்ளன. அவற்றை விளக்கு முன், நாம் இங்கு வலியுறுத்த வேண்டியதொன்றுள்ளது.

பிரத்தியேக மொழி வாதம் எனப்படுவதற்கு நாம் தந்த விளக்கம் சரி யானதெனில், தனிமனிதனது அகத்தில் அவனுக்கு எதிர்ப்படுகிற உணர் வுகள் முதலாய அகநிலைகளை அவன் இனங்கண்டுகொள்கிறான் என்கிற கருத்தில் உள்ள குழப்பம் பெயரிடுதல், இனங்கண்டுகொள்ளுதல் என்பன

போன்ற கருத்துகளை, அங்கு விருத்தி செய்யவோ பிரயோகிக்கவோ முடியாதென்பதே. இந்தக் கருத்துகளைப் பிரத்தியேக மொழிச் சித்திரத்தில் விருத்தி செய்ய முடியாமற்போவதற்கும், உணர்வுகள் முதலாயவை மனத்தில் நிகழ்பவை என்பதற்குமிடையே உள்ள தொடர்பு, அவை தனிமையில் நிகழ்வன என்பதனால் வருவதேயன்றி, அவை பௌதிகப் பொருட்கள் அல்ல என்பதால் வருவதல்ல. பிரத்தியேக மொழிச் சித்திரம் என்பதை நாம் உண்மையில், மனத்தில் மொழியாக்கப்படுகிற கற்பனை என்று கொள்ளாமல், தனியே மொழி ஆக்கப்படுகிற கற்பனை என்று விளங்கிக் கொள்ளலாம். ('மனத்தில்' என்பதற்குப் பதிலாக 'அகத்தில்' என்று எழுதினால் இந்த அர்த்தம் வெளிப்படையாய் வரும் வாய்ப்புண்டு.) எனின், சமுதாயத் தொடர்பற்ற தனிமனிதனை, தனிமனிதனாக உண்மையில் கற்பனை செய்துகொண்டால், உணர்வுகளைப் பெயரிட்டழைப்பது பற்றி விற்கன்ஸ்ரைன் எழுப்புகிற பிரச்சினைகள், புறப்பொருட்கள் என்பவை பற்றியும் எழும். தனிமனிதன்பற்றிய இந்தக் கற்பனையில் 'அகம்', 'புறம்' என்பதற்கிடையே இந்தப் பிரச்சினையைப் பொறுத்தவரை வேறுபாடில்லை. எனவே, பிரத்தியேக மொழிவாதத்தை ஏற்றால், புறப்பொருட்கள்பற்றிய மொழியும் இத்தனிமையில் ஆரம்பிப்பது சாத்தியமில்லை.

ஆனால், இதை நாம் ஒப்புக்கொள்கிறபோது, விற்கன்ஸ்ரைனது வாதத்தை விமர்சிக்கையில், அயரே முன்னர் கூறியிருப்பனவற்றை ஒப்புக் கொள்வதுபோலத் தோன்றலாம். ஆனால், அவ்வாறல்ல. அயரைப் பொறுத்தவரை, அவர் ஏற்றுக்கொண்டுள்ள அறிவியற் கொள்கையின்படி, அக உணர்வுகளை மட்டுமல்ல, புறப்பொருட்களையும் நாம் எதிர்கொள்வது எமது மனத்தின் தனிமையில்தான். ஆனால், இந்தத் தனிமை எந்தப் பிரச்சினையையும் ஏற்படுத்துவதாக அவருக்குத் தோன்றவில்லை. தனிமையிலேயே நான் நியமித்துக்கொள்கிற, "எனது அர்த்தத்தை மற்றவர்களுக்குத் தெளிவாக்குவதற்குத்தான் உடலியக்கங்கள் தேவைப்படுகின்றன என விற்கன்ஸ்ரைன் கூறுவதாக அயர் எடுத்துக்கொள்கிறார்."[12] உணர்வுச் சொற்களைப் பயில்வதற்கும், உணர்வின் இயற்கையான வெளிப்பாடுகளுக்கும் இடையே உள்ள தொடர்புபற்றி விற்கன்ஸ்ரைன் கூறுவது, உணர்வுகளை நான், எனது அக உலகில் சரியாக இனங்கண்டுகொண்டதாக நம்பிக்கொண்டு, மற்றவர்களுக்குக் கூறும்போது, எனது நம்பிக்கையை அவர்கள் சரியென ஏற்க வேண்டுமானால், அவர்களுக்கு மேலும் ஆதாரம் வேண்டுமென்பதனாலேயே எனவும் அயர் கருதுகிறார்.[13]

ஆனால், பிரத்தியேக மொழி வாதம்பற்றிய எமது விளக்கம் சரியெனின், மற்றவர்களுடைய தொடர்பு இல்லாத இடத்தில், ஒருபோதும் இருந்திராத இடத்தில் 'எனது அர்த்தம்' என்பதும், 'எனது நம்பிக்கை' என்பதும் சாத்தியமில்லாத கருத்துகள். கருத்துகளையும் அவை சாத்தியமாவதற்கு

வேண்டிய முன்நிபந்தனைகளையும் பற்றிக் கூறும் பிரத்தியேக மொழி வாதம், அயரது விளக்கத்தில், ஏதோ ஒருவகையில், சமாளிக்கப்பட வேண்டிய நடைமுறைப் பிரச்சினைபற்றியது போலாகிவிடுகிறது.

பிரச்சினையை அயர் இவ்வாறு இலகுபடுத்திக் காண்பதனால், அகத்தே ஏற்படுகின்ற புறப்பொருள் அனுபவத்தைப் பற்றிப் பேச முடியுமெனின், ஏன் உணர்வுகளைப் பற்றிப் பேச முடியாது என அயராற் கேட்க முடிகிறது. அவர் கருதுகிறதுபோல, இரண்டும் தனிமையிலே சந்திக்கப்படுவனவே எனின், அவரது கேள்வி நியாயமானது. விற்கன்ஸ்ரைன் தந்த விடை, பிரத்தியேக மொழிச் சித்திரத்தினுள்ளே இரண்டுமே சாத்தியமில்லை என்பதாகும். இரண்டும் சாத்தியமாகும் என்று அயருக்குத் தோன்றுகிறது.

அயரது விடை எவ்வாறு இருப்பினும், விற்கன்ஸ்ரைனது பிரத்தியேக மொழிவாதத்தை விமர்சிக்கவெனத் தரப்படுகின்ற அவரது கட்டுரையில், விற்கன்ஸ்ரைன் ஏன் இரண்டும் முடியாது என்று கூறுகிறார் என்பது பற்றிய விளக்கம் இல்லை. அது மட்டுமல்ல, விற்கன்ஸ்ரைன் வாதத்தின்படி இரண்டுமே முடியாது என்பதையும் அயர் கவனிக்கத் தவறுகிறார் என்பது குறிப்பிடத்தக்கது.

சொல்லையும், அதன் அர்த்தமுடைமையையும் பற்றியும், மொழியையும் அதன் பாவனையையும் பற்றியும் மெய்யியலாளரிடையே நீடித்து நிலவிய தெளிவின்மைகள் இதற்குக் காரணமாதல் வேண்டும்.

சொல்லும் பொருளும்:
சுட்டல்முறை வரைவிலக்கணம்

மொழியை ஆரம்பிப்பதற்கு, பொருட்களுக்குப் பெயரிடுவது அவசியமான ஒரு தயாரிப்பு என்பீராயின், சமூக நடவடிக்கைகள் பலவற்றிற்கு ஏலவே தயாராயுள்ள ஒருவனே 'இதன் பெயர் என்ன?' எனக் கேட்டலும், 'இதன் பெயர் இன்னது' என்பதைப் புரிந்துகொள்ளலும் கூடும்... வெறுமனே, பெயரிடுதல் என்கிற காரியத்தைச் சாதிப்பதற்குத் தானும், மொழியெனும் அரங்கில் வேறு எத்தனையோ ஒழுங்குகள் ஏற்கனவே ஏற்பட்டிருத்தல் வேண்டும் என்பதை நாம் மறந்துவிடலாகாது.

மொழி எதனையும் ஏலவே பயின்றிராத ஒருவன், தனியே தானே ஒரு மொழியை ஆக்கிக்கொள்ளலாம் என்கிற கருத்தில், எத்தகைய முரண்பாடும் இல்லை என்று மெய்யியற் பேராசிரியர் ஏ. ஜே. அயர் குறிப்பிடுகிறார். அத்துடன், தனது குழுவினருடன் தொடர்புகொள்ள வேண்டியே, ஒருவன் முதலிற் குறியீடுகளை அமைத்துக்கொள்கிறான். அவ்வகையில் குழுவொன்றின் அங்கத்தினனாக அவன் இருப்பதும் அச் சமூகச் சூழலும் அவனது மொழியாக்கத்தை நிர்ணயிப்பது இயல்பான தெனினும், ஆரம்பத்தில் இது ஒரு தனி முயற்சியாய் இருந்திருக்கலாம் என்று நினைப்பதிலும் தவறில்லை எனவும் அயர் குறிப்பிடுகிறார். இன்னும், மனநிகழ்ச்சிகள் என்று பொதுவாய் ஏற்கப்படுவன மட்டுமல்ல, பகிரங்கமான பொருட்கள் என்று சாதாரணமாய் ஏற்கப்படுவனவும் இறுதியில் எமது புலன் தரவுகளாகவே எமக்கு எட்டுவதால், ஆரம்பக் குறியாக்க முயற்சி, பிரத்தியேக மனநிகழ்ச்சிகளைக் குறிக்கும் சொற்களைப் பற்றியும் புறப்பொருட்களைக் குறிக்கும் சொற்களைப் பற்றியும் ஒரே வகையான பிரச்சினையையே எழுப்பும் எனவும் அயர் குறிப்பிடுகிறார்.

மொழியாக்கம்பற்றிய லொக்கின் விளக்கத்தை வலுவாய் நினைவூட்டும் அயரது கருத்து, நவீன அனுபவவாத மரபினாலும் பரவலாகப் பகிரப்படுகின்ற ஒன்றாகும். உதாரணமாக, "எமது அறிவு அனைத்தும் பொருட்கள்பற்றிய அறிவும் உண்மைகள்பற்றிய அறிவும் பரிச்சயத்தை அடிப்படையாகக் கொண்டது"[1] என்று றசெல் கூறுகிறபோது, எமக்குப் பரிச்சயப்படுவனவாக அவர் கருதுவன, எமது அகத்தே ஏற்படும் நிகழ்ச்சிகளும் நிலைகளுமேயன்றிப் பிற எதுவுமல்ல.

"புலனுணர்வுகளால் எமக்குப் புறப்புலன்களின் தரவுகளோடு பரிச்சயம் ஏற்படுகிறது, அகப்புலன் என அழைக்கப்படக்கூடியதன் தரவுகளுடன், அகநோக்கிற் பரிச்சயம் ஏற்படுகிறது. அதாவது சிந் தனைகள், உணர்ச்சிகள், ஆசைகள் முதலாயவற்றுடன்; புறப்புலன் களின் அல்லது அகப்புலனின் தரவுகளாக இருந்தனவற்றுடன் ஞாபகத்தின் மூலம் பரிச்சயம் ஏற்படுகிறது."[2]

றசெல் இங்கு இவ்வாறு அறிமுகம்செய்யும் பரிச்சயம் என்பது, அக நோக்கின் தரவுகளுடனிருந்தாலென்ன, புறப்புலன்களின் தரவுகளுடனிருந் தாலென்ன, பகிரங்கமான உலகையும் அதில் உள்ள பொருட்களையும், நேரடியாகச் சந்திப்பதல்ல என்பதில் றசெலுக்குச் சந்தேகமில்லை. "மேசை யைப் பற்றிய எனது அறிவு, இது ஒரு பௌதிகப் பொருள் எனுமளவில், நேரடியான அறிவல்ல. மேசையை நாம் நேரடியாக அறிகிற மனநிலை எதுவுமில்லை."[3] சுருங்கக்கூறின், எமக்குப் பரிச்சயமாவன எமது பல்வேறு மனநிலைகளே. இவற்றை அறிந்தே, இவற்றின் மூலமாகப் பிறவற்றை அறிவதாகக் கூறல் கூடும்.

எமது அறிவுக்கு அத்திவாரமாய் அமைகிற அடிப்படை எடுப்புகளைப் பற்றி, அத்தலைப்பில் அயர் எழுதிய கட்டுரை ஒன்றிலும் இக்கருத்து வலி யுறுத்தப்படுகிறது. அடிப்படை எடுப்புகள் எமது அவதானத்தை வருணிப் பவை எனக் கூறும் அயர், "அவதானித்தல் என்பது ஒரு பிரத்தியேக அனுபவம் என்பதில் சந்தேகமில்லை" என்கிறார்.[4] இனி, இந்தப் பிரத் தியேக அனுபவத்தை வருணிப்பதாகத் தரப்படும் அடிப்படை எடுப்பு, அதனைச் சரியாக வருணிக்கிறது என்றால், அவ்வருணிப்பு எப்படிச் சாத் தியமாகிறது? எனது தற்போதைய அனுபவத்தை நான் வருணிக்கிறேன் என்பது, "மொழியில் உள்ள அர்த்தவிதிகளுள் ஒன்றுக்கமைய, ஒரு குறிப்பிட்ட சொல், எனது அனுபவத்துடன் பொருந்துகிறது எனக் காட்டுவதே" என்று அயர் இதற்கு விளக்கம் தருகிறார்.[5] மேலும், அர்த்த விதிகள் என்றால், "அவை எமது அனுபவங்களைச் சில சொற்களோடு இணைப்பவை" என்று கூறும் அயர், இவ்விதிகளை நாம் எவ்வாறு பெற்றுக் கொள்கிறோம் என்பதற்கு, "இவ்விதிகள் சுட்டல்முறையினால் பயிலப் படுகின்றன" என்று விடை தருகிறார்.[6]

பிரத்தியேக மொழிச் சித்திரத்தில், மொழியின் ஆரம்பம் சாத்தியமில்லை என்று விற்கன்ஸ்ரைன் கூறுவதை மறுத்து, மொழி சாத்தியமாயிருக்கிறது எனின், அது இவ்வகையிலேயே ஆரம்பித்திருத்தல் வேண்டும் என, அயர் விமர்சிப்பதற்குப் பின்னணியாயிருப்பது, இவ்வாறு சுட்டல்முறையினால் மொழியின் ஆரம்ப அர்த்தவிதிகள் பயிலப்படுகின்றன என்கிற அவரது நம்பிக்கையே.

'சுட்டல்முறை வரைவிலக்கணம்' (Ostensive Definition) எனும் சொற்றொடரை முதலிற் பயன்படுத்திய ஆங்கில அளவையியல் அறிஞரான டபிள்யூ. ஈ. ஜோன்சன் (W. E. Johnson 1858-1931) இவ்வகை வரைவிலக்கணத்திற்குத் தரும் விளக்கம், ஆங்கில மெய்யியலாளர்கள் அதற்கு அளித்து வந்திருக்கும் இடத்தைத் தெளிவுபடுத்தும். ஜோன்சனுக்குப் பின்னர் வந்த அளவையியலாளர்கள், சுட்டல்முறை வரைவிலக்கணம் என்று அவர் அறிமுகப்படுத்துவதை, 'வரைவிலக்கணம்' என்பதற்குப் பாரம்பரியமாகத் தரப்பட்டுவந்துள்ள பொருளில், வரைவிலக்கணம் என்று ஏற்கலாமோ, என்பதுபற்றிச் சந்தேகம் எழுப்பியுள்ளனர்.[7] எனினும், இந்த வரைவிலக்கணங்களுக்கு ஜோன்சன் தருகிற பணி, அறிவின் அடிப்படைகள்பற்றிப் பேசுகிற, அனுபவவாதிகளால் முற்றாக ஏற்கப்பட்டு வந்திருக்கிறது என்பதிற் சந்தேகமில்லை.

'இடுகுறிப் பெயருக்கு (proper name) சுட்டல்முறையால் வரைவிலக்கணம் தரலாம். இவ்வகையில், இவை பிற சொற்களால் வரைவிலக்கணம் செய்யப்படக்கூடிய, வழக்கமான சொற்களிலிருந்து வேறுபடுவன. இடுகுறிப் பெயர் ஒன்றை, வருணனைப் பெயர் (descriptive name) ஒன்றின் மூலம் வரைவிலக்கணம் செய்வதற்கு மேற்கொள்ளப்படும் எந்த முயற்சியிலும், x என்பதனாற் காட்டப்படுவது xஇன் அர்த்தமாகும் என்கிற தொடர்பையே ஏற்படுத்திக்காட்ட முயல்கிறோம். சுட்டல்முறை வரைவிலக்கணம் செய்கிறபோது, நாம் ஏற்படுத்துவது இந்தத் தொடர்பின் ஒரு விசேட வகையையே. சுட்டல்முறை வரைவிலக்கணம் என்ப பெயரடைகள் (adjectival), பொருண்மைப் பெயர்கள் (substantial) ஆகிய இரண்டிற்கும் பொருந்தும். பெயர் குறிக்க வேண்டிய பொருளைக் காட்டிக் கொண்டு பெயரைத் தருவதற்கு, இத்தகைய பொருள், காட்சியில் தோன்றுவது இன்றியமையாத தேவையாகும். இவ்வாறு, காட்சியில் தோன்றுவதைத் காட்டிக்கொண்டு அல்லது எவ்வகையிலாயினும் முன்னிலைப் படுத்திக்கொண்டு பெயரைத் தருவதே சுட்டல்முறை வரைவிலக்கணமாகும்.[8]

இவ்வாறு தான் அறிமுகம்செய்யும் சுட்டல்முறை வரைவிலக்கணம் ஏன் வேண்டும் என்பதற்கும், பெயரடைகள் என்று அழைப்பனவற்றிற்கும் அவை பொருந்தும் என்பதற்கும், ஜோன்சன் தருகிற விளக்கம், அனுபவவாதிகள் இக்கருத்துக்கு அளித்திருக்கும் இடத்தைத் தெளிவுபடுத்தும்.

இறுதியாக, 'சிவப்பு' போன்ற ஓர் எளிய பெயரடையை, பிற சொற்களைப் பயன்படுத்துகிற வரைவிலக்கணங்களால் வரைவிலக்கணம் செய்ய முடியாது. சுட்டல்முறையாலேயே இது முடியும். மொழியின் ஆரம்பத்தைப் புரிந்துகொள்ள வேண்டுமானால், எந்தப் பெயரும் – ஒருமைப் பெயர் (singular) அல்லது பொதுப்பெயர் (general), இடுகுறிப் பெயர் அல்லது வருணணைப் பெயர், பொருண்மைப் பெயர் அல்லது பெயரடை

ஆகிய எல்லாம் முதலில் ஒரு குறிப்பிட்ட வேளையில், குறிப்பிட்ட ஒரு மனிதனால் அல்லது மனிதக் குழுவினால் இடப்பட்டதெனவே கொள்ள வேண்டும். சுட்டல்முறை வரைவிலக்கணத்தைப் பொறுத்தவரை, இவை சாத்தியமாவது, உண்மையில் பொருள் முன்னிலைப்படுத்தப்படும்போது தான். பின்னர் யாருக்கும் இத்தகைய பெயர் விளக்கப்பட வேண்டு மாயின், விளக்கம் தருவதற்கு நேரான வழி, பொருளை மீண்டும் காட்டு வதுதான். இது எதைப் போன்றதெனில், மனிதன் ஒருவனை அறிமுகம் செய்கையில், 'அந்தப் பெயர் இடப்பட்ட ஆள் இவன்தான்' என்று கூறுவதை ஒத்தது. பெயரடைகளும் இவ்வாறே முதலிற் தரப்படுகின்றன, பின்னர் அறியாதோர்க்கு அறிமுகம்செய்யப் பயன்படுத்தப்படுகின்றன. இடுகுறிப் பெயர்கள் விரும்பியவாறே இடப்படுகின்றன என்பது உண் மையே. ஆனால், இது முதலில்தான், பின்னர் 'இவ்வாறு முதலிற் பெயர் இடப்பட்டது இதுவே' என்பது உண்மையாயிருத்தல் வேண்டும்.[9]

தனிமனிதன் ஒருவன் அல்லது சமூக ஒப்பந்தவாதிகள் கருதியதுபோலச் செயற்பட்ட குழு ஒன்று, தான் முன்னிலைப்படுத்தும் பொருட்களுக்குப் பெயர்களைத் தந்துகொண்டான் அல்லது தந்துகொண்டது என்கிற ஜோன்சனின் விளக்கத்திற்கும், அயர் அர்த்தவிதிகள் பயிலப்படுவதுபற்றித் தரும் விளக்கத்திற்கும் இடையே உள்ள ஒற்றுமை தெளிவானது.

ஜோன்சன் இவ்வாறு சுட்டல்முறை வரைவிலக்கணத்தைப் பற்றிக் கூறுகையில், அதனோடு எப்போதும் சேர்ந்துவரும் இன்னும் ஒரு முக்கிய மான கருத்தையும் வெளிப்படுத்துகிறார்: 'இடுகுறிப் பெயர்களின் அர்த்தம்', 'நான் காட்டுகிற பொருள்' என நான் சொல்லும்போது காட்டப்படும் பொருளாகும்.[10]

மொழியின் ஆரம்பம் சுட்டல்முறையினால் நிறுவப்படும் அர்த்தவிதி களுடன் ஏற்படுகிறதென்பதும், சொற்களுக்கும் சொற்களின் அர்த்தத் திற்கும் இடையிலான தொடர்பு பெயருக்கும் பெயரை உடையோனுக்கும் இடையே உள்ள தொடர்பைப் போன்றதென்பதும் தவறு என்பதை வலி யுறுத்தியதும், இவ்விரு கருத்துகளையும் விரிவாய் ஆராய்ந்ததும், பிந்திய விற்கன்ஸ்ரைனின் மெய்யியலின் முக்கியமானவோர் பங்களிப்பாகும். பிரத்தியேக மொழிச் சித்திரத்திற்கும் இந்தக் கருத்துகளுக்கும் இடையே உள்ள தொடர்பை, நாம் மேலும் இங்கு வலியுறுத்த வேண்டியதில்லை.

மொழி ஆரம்பிக்க வேண்டுமானால், அடிப்படையான மொழி ஒன்று வேண்டும் எனவும், அது 'பொருள் மொழி அல்லது முதல் மொழி' எனவும் கூறும் றசெல், பொருள் மொழியின் சொற்களைப் பற்றிக் கூறுவன, விற்கன்ஸ்ரைனுக்கு எதிரான அயரின் விமர்சனத்தினைச் சாத்தியமாக்கும் கொள்கை எது என்பதைத் தெளிவுபடுத்தும்: 'பொருள் மொழிச் சொற்கள் என்பன, தருக்க ரீதியாக, பிற எவற்றிலும் சாராது, தம் அளவிலேயே

அர்த்தமுடைய சொற்கள்; உளவியல் ரீதியாக விளக்குவதாயின், முன்னர் வேறு எந்தச் சொல்லையும் அறிந்திராமலே பயிலப்படக்கூடிய சொற்கள்.'[11]

மொழிபற்றிய வேறு எந்த அறிவும் இல்லாதவன், மொழியின் ஆரம்பத்திற்கு அவசியமான பொருள் மொழிச் சொற்களைப் பரிச்சயத்தின் போது, சுட்டல்முறையால் அறிந்துகொள்வான் எனவும், பொருளின் முன்னிலையில் சொல் உச்சரிக்கப்படுவதன் மூலம் சொல்லுக்கும் பொருளுக்கும் இடையே தொடர்பு நிறுவப்படுவதால் அர்த்தம் பயிலப்படுகிறது எனவும் றசெல் கூறுகிறார்.[12] இவ்வாறு, சொல்லுக்கும் சொல் கருதுவதற்கும் இடையே உள்ள தொடர்பைக் காண்பதன் மூலம் பயிலப்படுவன, 'மனிதர்களின் இடுகுறிப் பெயர்கள் மட்டுமல்ல, 'மனிதன்', 'நாய்' போன்ற வகுப்புப் பெயர்கள், 'மஞ்சள்', 'கடினம்', 'இனிமை', போன்ற புலப்படு குணங்களின் பெயர்கள், 'நடத்தல்', 'ஓடுதல்', 'உண்ணுதல்' போன்ற தொழிற்பெயர்கள் என்பவை மட்டுமல்ல, 'மேலே', 'கீழே', 'உள்ளே', 'வெளியே', 'முன்னே', 'பின்னே', 'வேகமாய்', 'மெதுவாய்' போன்றனவுந்தான்'[13] என்று றசெல் கூறுகிறார்.

சொற்கள் அனைத்தையும் அல்லவெனினும், அடி அத்திவாரமாய்ப் பயிலப்பட வேண்டியன எனக் கருதப்பட்ட சொற்கள் அனைத்தையும், அனுபவத்திற் தரப்படுவனவற்றின் பெயர்கள் என்றும், அவற்றிற்கும் அவை பெயரிடுவதாகக் கொள்ளப்பட்ட பொருட்களுக்கும் இடையே உள்ள தொடர்பே அர்த்தத் தொடர்பு என்றும் றசெல் கூறும் கருத்து, விற்கன்ஸ்ரைனால் அவரது முந்திய பருவத்தில் மிகவும் திட்டவட்டமாக ஏற்கப்பட்டிருந்தது. விற்கன்ஸ்ரைன் தனது முதலாவது நூலில், 'எடுப்புகளில் பயன்படுத்தப்படும் எளிய குறியீடுகள், பெயர்கள் என அழைக்கப்படும்', 'ஒரு பெயர் ஒரு பொருளைச் சுட்டும். அப்பொருளே அதன் அர்த்தம்', 'எடுப்புகளில் பெயர்கள் பொருளின் பிரதிநிதிகளாய் நிற்கின்றன' எனவும் 'பொருளிற்குப் பெயரிடுதல் மட்டுமே சாத்தியம்'[14] எனவும் கூறியிருந்தார்.

விற்கன்ஸ்ரைனின் முந்திய கருத்துகளிலும் றசெல், அயர் போன்றோரது கருத்துகளிலும் ஏற்றுக்கொள்ளப்பட்ட, அர்த்தம்பற்றிய கொள்கை, விற்கன்ஸ்ரைனது பிந்திய ஆய்வுகளால் முற்றாய் மறுக்கப்படுகிறது. அவரது பின்னைய நூலான 'மெய்யியல் ஆய்வுகள்', ஒகஸ்தீனின் கூற்றுடன் ஆரம்பிக்கிறது. ஒகஸ்தீனது கூற்றின்[15] பிரதான தாற்பரியத்தை விற்கன்ஸ்ரைன் பின்வருமாறு விவரிக்கிறார்:

> இந்தச் சொற்கள் மனித மொழியின் பிரதான இயல்புபற்றிய ஒரு வகையான சித்திரத்தைத் தருவதாக எனக்குத் தோன்றுகிறது. அது பின்வருமாறு: மொழியின் சொற்கள் யாவும் பொருட்களின் பெயர்களாகும். வாக்கியங்கள் அத்தகைய பெயர்களின் தொகுப்புகளாகும். மொழிபற்றிய இச்சித்திரத்தில் பின்வரும் கருத்து முளை

> விடுவதைக் காணலாம்: ஒவ்வொரு சொல்லுக்கும் ஓர் அர்த்தம் உள்ளது. இந்த அர்த்தம் சொல்லோடு இணைக்கப்பட்டுள்ளது. சொல் எந்தப் பொருளுக்காக நிற்கிறதோ, அந்தப் பொருளே இந்த அர்த்தமாகும்.[16]

ஒகஸ்தீனது மொழிபற்றிய சித்திரம் என்று விற்கன்ஸ்ரைன் இங்கு தருவது, றசெல் முதலானோர் ஏற்றிருந்த, தன்னையும் முன்னர் பீடித் திருந்த, அர்த்தக் கொள்கையையே என்பது, நாம் இதுவரை காட்டியவற்றி லிருந்து தெளிவாகும். 'மெய்யியல் ஆய்வுக'ளில் இந்தக் கொள்கையே மிகவும் விரிவாய் விமர்சிக்கப்படுகிறது.

> ''சொற்களுக்கிடையே உள்ள வேறுபாடுகளைப் பற்றி இங்கு ஒகஸ்தீன் எதையுமே சொல்லவில்லை. மொழியைப் பயில்வதை இவ்வாறு வருணிக்க முயல்வோர், மனிதர்களது பெயர்களையும் 'மேசை', 'நாற்காலி', போன்ற பெயர்ச்சொற்களையும் மட்டுமே பிரதானமாகக் கருத்திற்கொள்கின்றனர் என நான் நம்புகிறேன். இரண்டாவதாக, சில செயல்களையும் குணங்களையும் கருத்திற் கொண்டபின், ஏனைய வகைச் சொற்களைப் பற்றி எதுவும் சொல்ல வேண்டியதில்லை எனவும் எடுத்துக்கொள்கின்றனர்.''[17]

> ''அர்த்தம்பற்றிய இக்கொள்கை, மொழியின் செயற்பாடுபற்றிய, ஒரு விருத்தி குறைந்த கருத்தின் மீது அமைந்ததாகும். அன்றியும், இது எமது மொழியைவிட, விருத்தி குறைந்த ஒரு மொழிபற்றிய கருத்து எனலும் கூடும்.''[18]

கருத்துப் பரிவர்த்தனை முறை ஒன்றை ஒகஸ்தீன் இங்கு வருணிக்கிறார் என நாம் ஒப்புக்கொள்ளலாம்; ஆனால், நாம் மொழி என அழைக்கும் அனைத்துக்கும் ஒகஸ்தீனது இவ்வருணனை பொருந்தாது.

இவ்வாறு, 'மெய்யியல் ஆய்வுகள்' நூலின் முதலாம் பக்கத்திலேயே, மொழி பற்றிய ஒகஸ்தீனது சித்திரத்தின் மீதான விமர்சனம் ஆரம்பிக்கிறது. 'சமகாலப் பிரித்தானிய மெய்யியல்' எனும் கட்டுரையில், குவின்ரன் குறிப்பிடுவதுபோல, ஒகஸ்தீனது சித்திரம் பிரதிநிதித்துவப்படுத்தும், மொழி பற்றிய கருத்துகளை நிராகரித்து விமர்சித்ததை, மொழிபற்றிய விற்கன்ஸ் ரைனின் புதிய தரிசனத்தின் பிரதான தாக்கம் எனல் பொருந்தும்.

> ''சொல்லின் அர்த்தம் என்பது, அச்சொல் சுட்டும் எவ்வகைப் பொருளுமல்ல என்பதே விற்கன்ஸ்ரைனின் அர்த்தம்பற்றிய புதிய கொள்கையின் அடிப்படையான அம்சம் எனலாம். சில சொற்களின் அர்த்தத்தின் ஓரம்சம், அவை பொருட்களுக்காக நிற்பவை என்பது உண்மையே. எனினும், இந்த இடுகுறிப் பெயர்கள் மொழியின் மிகச் சிறிய ஒரு பகுதியே. ஆனால், இவற்றைப் பற்றியுங்கூட இவை

எந்தப் பொருட்களுக்காக நிற்கின்றனவோ, அவையே இவற்றின் அர்த்தம் எனல் பொருந்தாது. சுட்டல்முறை வரைவிலக்கணம் என்கிற கருத்தும், இவ்வகையில் உலகின் பகுதிகளோடு சொற்கள் இணைக்கப்படலாம் எனும் கருத்தும், இவற்றுக்கு அடிப்படையாக சுட்டல்முறையினால் சொல்லுக்குத் துலாம்பரமான விளக்கம் தரப் பட்டுவிடலாம் எனும் கருத்தும், எம்மை அளவுக்கதிகமாகக் கவர்ந் திருப்பதாக விற்கன்ஸ்ரைன் கருதுகிறார்.[19]

சொல்லுக்கும் அர்த்தத்திற்கும் இடையே உள்ள தொடர்புபற்றிய தனது முன்னைய கருத்துகள் கைவிடப்பட வேண்டியதன் அவசியம், 1929இல் இரண்டாம் முறையாகக் கேம்ப்ரிஜ் பல்கலைக்கழகத்திற்கு வந்ததன் பின்னர், மிக விரைவிலேயே விற்கன்ஸ்ரைனுக்குத் தெளிவாயிற்று. 1930ஆம் ஆண்டிற்கும் 1933ஆம் ஆண்டிற்கும் இடையில், அவர் செய்த விரிவுரை களின்போது பேராசிரியர் ஜீ. ஈ. மூஅர் (G. E. Moore 1873-1958) எடுத்த குறிப்புகளில், சொல் ஒன்றிற்குச் சுட்டல்முறை வரைவிலக்கணம் தருகிற போது, சுட்டப்படுகிற பொருளே சொல்லின் அர்த்தம் என்பதும், இடுகுறிப் பெயர்களுக்கும் பெயரிடப்பட்டதற்கும் இடையே உள்ள தொடர்பு போன்றதே சொல்லிற்கும் அதன் அர்த்தத்திற்கும் இடையே உள்ள தொடர்பு என்பதும் தவறுகள் என விற்கன்ஸ்ரைன் கூறியதாக மூஅர் எழுதியிருக்கிறார்.[20]

பிரத்தியேக அனுபவங்களிலிருந்து உலகைப் பற்றி அறிந்துகொள்கிறோம் எனும் கொள்கையோடு, பிரத்தியேக அனுபவங்கள் எமக்கு மொழிப் பயிற்சியைச் சாத்தியமாக்கப் போதியன எனும் கொள்கை பிரிக்க முடியாது சேர்ந்திருப்பதுபோல, இவ்விரண்டாவது கொள்கையோடு விற்கன்ஸ்ரைன் தவறுகள் எனக் கூறுகிற இரண்டு கருத்துகளும் சேர்ந்துள்ளன: (1) சொல்லின் அர்த்தம், அது எதற்காக நிற்கிறதோ அதுவே. (2) பிறிதெதுவும் தெரியாமலே சுட்டல்முறையினால், சொல் ஒன்றின் அர்த்தத்தைப் பூரணமாய் அறிந்து கொள்ளக்கூடும். ஒகஸ்தீனின் மொழிபற்றிய சித்திரம் என்று விற்கன்ஸ்ரைன் அழைப்பது, இந்த அம்சங்கள் இரண்டையும் உள்ளடக்குவது. நீண்டகால மாக, மெய்யியலில் ஏற்கப்பட்டுவந்திருந்த மொழிபற்றிய இந்தத் தரிசனமே, ‘‘நான் ‘சிவப்பு’ என்பது, நீயும் மற்றவர்களும் ‘சிவப்பு’ என்பதிலிருந்து முற்றிலும் வேறுபட்டதாய் இருத்தல் கூடும்’’ என்கிற ஐயவாத ஆசங்கை யையும், இவ்வாறன்றி வேறெவ்வகையிலும் மொழி ஆரம்பிக்க முடியா தாகையால் விற்கன்ஸ்ரைனது பிரத்தியேக மொழிவாதத்தை ஏற்பது, மொழி என்பது ஒருபோதும் ஆரம்பிக்கவேயில்லை எனும் பொருந்தா முடிவிற்கு எம்மை இட்டுச்செல்லும் எனும் அயரது விமர்சனம் போன்றவற்றையும் சாத்தியமாக்கின.

ஏனெனில், நான் சொல்லின் அர்த்தத்தை அறிந்துவைத்திருப்பது என்பது, சொல்லுக்கும் எனது மனத்தில் ஏற்படுகிற நிலை ஒன்றிற்கும் தொடர்பு ஏற்படுத்திக்கொண்டு, அதனை அறிந்து வைத்திருப்பது என்றால், சொல் லுக்கு நான் அறிந்துவைத்திருக்கும் அர்த்தம், மற்றவர்கள் அறிந்து வைத்திருக்கும் அர்த்தத்திலிருந்து வேறாயிருக்கலாம் என்பது மட்டுமல்ல, அவற்றைப் போன்றதாகத் தானும் இருக்க வேண்டியதில்லை. ஆனால், அர்த்தம்பற்றிய இந்தக் கொள்கையை ஏற்றுக்கொண்டால், பிரத்தியேக மொழிச் சித்திரம் மொழியின் ஆரம்பத்தை விளக்குவதாகக் கொள்ளுவதில் பிரச்சினை இல்லை என்பது மட்டுமல்ல, மொழி இப்படித்தான் தோன்றி யிருக்க முடியும் என்கிற எண்ணமும் தவிர்க்க முடியாததாகும்.

சொல்லுக்கும் அர்த்தத்திற்கும் இடையே உள்ள தொடர்பு, ஒகஸ்தீனியச் சித்திரத்தில் எடுத்துக்கொள்ளப்படுவது போன்றதல்ல. அதாவது, பெய ருக்கும் பெயரை உடையோனுக்கும் இடையே உள்ள தொடர்பு போன்ற தல்ல என்கிற தரிசனத்திற்கு, விற்கன்ஸ்ரைன் அளித்த முக்கியத்துவம், அவர் தனது இரண்டாவது நூலை, ஒகஸ்தீனின் கூற்றோடு ஆரம்பிப்ப திலிருந்து புலப்படும். பிரத்தியேக மொழிச் சித்திரம்பற்றிய வாதத்தில், ஒகஸ்தீனின் கூற்று நேரடியாகத் தொடர்புபடுவதால், இதுபற்றிய அவரது விமர்சனத்தை விரிவாய் நோக்குவதற்கு முன்னே, இதனோடு சேர்ந்து வருவதான, சொற்கள் சுட்டல்முறையினால் பயிலப்படுகின்றன எனும் கருத்தைப் பற்றிய விமர்சனத்தை இங்கு நாம் நோக்குவோம்:

இங்கு ஓர் அம்சத்தை முதலிலேயே கவனித்தல் வேண்டும்: சுட்டல் முறையினால் சொற்கள் சிலவேளை விளக்கப்படலாம் என்பதை விற்கன்ஸ் ரைன் ஒருபோதும் மறுக்க முயலவில்லை. **1933, 1934**ஆம் ஆண்டுகளில், அவர் தனது மாணவர்கள் சிலருக்கு வழங்கிய, பிற்காலத்தில் நீல, பழுப்புப் புத்தகங்கள் என்று பிரபலமாகிய குறிப்புகளின் ஆரம்பத்தில், 'சொல்லின் அர்த்தத்தின் விளக்கம் என்பது, பெருவெட்டாய் சொல் விளக்கம், சுட்டல் விளக்கம் எனும் இருவகைப்படும்' எனக் கூறியிருந்தார்.[21] 'மெய்யியல் ஆய்வுகள்' நூலிலும், சொற்களை அறிமுகஞ்செய்கையில் சிலவேளைகளில் சுட்டல்முறை வரைவிலக்கணம் தருகிறோம் எனவும், இதற்குப் பெயரிடப் படும் பொருளைக் காட்டிப் பெயரைச் சொல்கிறோம் எனவும்,[22] 'பெய ரொன்றின் அர்த்தம், சிலவேளைகளில் அதன் உடையோனைக் காட்டுவதன் மூலம் விளக்கப்படுகிறது' எனவும் கூறுகிறார்.[23]

ஆனால், 'மெய்யியல் ஆய்வுகள்' நூலின் **258**ஆம் பகுதியில் பிரத்தியேக மொழிச் சித்திரத்தை நிராகரிப்பதைத் தொடர்ந்து, **264**ஆம் பகுதியில் ''சொல் எதற்காக நிற்கிறது என்று ஒருமுறை அறிந்ததும் அதைப் புரிந்து கொள்கிறோம், அதன் முழுப் பயன்பாட்டையும் அறிந்துகொள்கிறோம்'' எனும் கருத்தை நிராகரிக்கும்போதும், ''நீ மீண்டும் பிரத்தியேகமான

சுட்டல்முறை வரைவிலக்கணம் எனும் கருத்தையே நாடுகிறாய்''[24] என்று எச்சரிக்கும்போதும் மொழியை இவ்வாறு பயிலலாம் என்பதை அவர் மறுப்பது புலனாகிறது.

மேலெழுந்தவாரியாகத் தோன்றும் இம்முரண்பாட்டைப் புரிந்துகொள்வது அவசியம். சாத்தியமானதென்று யாரும் கண்டுகொள்ளக்கூடியவற்றை, தான் ஒருபோதும் மறுக்க முயலவில்லை என்று கூறிய விற்கன்ஸ்ரைன்,[25] சொற்களை நாம் விளக்குகையில், பொருட்களைக் காட்டுவது, அவற்றை விளக்குதற்குப் பயனுள்ள ஒரு வழியாகிறது என்பதை மறுக்க முனைய இடமில்லை. எனவே, விற்கன்ஸ்ரைன் மறுக்க விரும்பியது என்ன என்பதை நோக்குதல் வேண்டும்.

ஏகான்மவாதத்திற்கும் அதன் பின்னணியான பிரத்தியேக மொழிச் சித்திரத்திற்கும், அயரின் வாதத்தில் காட்டப்படுகிறவாறு, இன்றியமை யாததாக வருகிற சுட்டல்முறை வரைவிலக்கணமே விற்கன்ஸ்ரைனால் சாத்தியமற்றதாகக் காட்டப்படுகிறது. விற்கன்ஸ்ரைன் கூறுகிறவாறு, சாதா ரணமாக எல்லோரும் ஏற்கிற ஒரு கருத்தல்ல இது. றசெலும் அயரும் சொல்வதுபோல, எந்தவொரு மொழியையும் முன்னர் அறியாமலும், பிற பொருட்களையும் சொற்களையும் அறிந்திருக்க வேண்டிய அவசியம் எதுவும் இன்றியும், எமக்குப் பரிச்சயமாகும் மனநிலைகளை மட்டுமே முன்னிறுத்திக்கொண்டு, எமது மொழிக்கு அத்திவாரமாக வேண்டிய அர்த்தவிதிகளை அமைத்துக்கொள்கிறோம் என்கிற கருத்து, அனுபவவாத எடுகோள்களைத் தெரிந்தோ தெரியாமலோ ஏற்றுக்கொண்டு, மெய்யியல் செய்கிறவர்களுடைய விளக்கத்தில் இடம்பெறுகின்ற ஒன்றேயன்றி, சாதாரணமாக எல்லோரும் ஏற்றுக்கொண்டுள்ள ஒரு கருத்தல்ல.

எனினும், மொழியின் ஆரம்பம்பற்றிச் சிந்திக்க முயல்வோரில் பெரும் பாலானவர்களுக்கு, இப்படியானதொரு வழியூடாகவே மொழி ஆரம் பித்திருத்தல் கூடும் என்று இயல்பாகத் தோன்றுகிறது என்பதே, விற்கன்ஸ் ரைன் ஆய்விற்கு முக்கியத்துவத்தைத் தருகிறது என்பதும் உண்மையே. ஆனால், அதே நேரத்தில் அறிவின் ஆரம்பம்பற்றிய அனுபவவாதத்தையும், அதில் தொக்கி நிற்கும் மொழிபற்றிய கருத்தையும், அனுபவவாதம், குறிப் பாக றசெலும் விற்கன்ஸ்ரைனும் விருத்தி செய்த தருக்க அணுவாதம் போன்ற கொள்கைகள் வெளிக்கொணர்ந்தபோது, மிகவும் இயல்பாகத் தோன்றும் சில கருத்துகள் உண்மையில் எவ்வளவு குழப்பமானவை என்பது புலப்பட ஆரம்பிக்கிறது.

மொழியின் ஆரம்பம்பற்றிய பிரத்தியேக மொழிச் சித்திரத்தில், சுட்டல் முறை வரைவிலக்கணத்திற்கு அளிக்கப்படுகிற இடமும், பின்னர் அதனைப் பற்றி விற்கன்ஸ்ரைன் எழுப்பிய ஐயங்களுக்கான காரணங்களும், இடு குறிப் பெயர்கள்பற்றி றசெல் கூறியவற்றை நோக்கின் புலனாகின்றன.

இடுகுறிப் பெயர்கள் என்பதன் கீழ், மனிதர்கள், இடங்கள் போன்றவற்றின் இடுகுறிப் பெயர்களை மட்டுமன்றி, 'சிவப்பு', 'கடினம்' போன்ற குணங் களின் பெயர்களையும், 'நடத்தல்', உண்ணுதல் போன்ற தொழிற்பெயர் களையும், இன்னும் அநேகமானவற்றையும் உட்படுத்தியிருந்த றசெல், பரிச்சயத்தினால் அறியப்படுகின்ற இச்சொற்கள் ஒவ்வொன்றினதும் அர்த்தம் பிறிதொன்றினது தொடர்புமின்றிச் சாத்தியமாவது எனவும் பிறிதெதனையும் அறியாமலே அறியப்படலாம் எனவும் கூறியிருந்தார்.[26]

விற்கன்ஸ்ரைனுடைய விமர்சனத்தின் தாக்கம், சுட்டல்முறை விளக்கம் பற்றிய இந்தக் கருத்தையே எதிர்க்கிறது எனலாம். மொழியின் அத்திவார மாய் அமையும் அடிப்படைக் கூற்றுகளில் வரும் சொற்கள், சுட்டல்முறை யினால் நேரடியாய்ப் பயிலப்படுகின்றன எனக் கூறப்படுகிறபோது, அங்கு அனுபவாத அறிவியலின் இரு பிரதான தேவைகளை இவ்வகையில் நிறை வேற்றும் முயற்சி நடைபெறுகிறது: *(1)* மொழியை உலகோடு அல்லது உள்பொருளோடு இணைப்பதாகிய காரியம் சுட்டல்முறையினால் சாதிக்கப் படுகிறது. *(2)* மொழிக்கும் உலகிற்கும் இடையேயுள்ள தொடர்பையும் அதன் மூலம் எமது அறிவை ஐயத்திற்கிடமில்லாததாக ஆக்கும் கருமமும் சுட்டல்முறையில் ஏற்படுத்தப்படுகிறது. சுட்டல்முறை விளக்கத்தினால் சொற்களுக்கும் அவை சுட்டுவனவற்றிற்கும் இடையே ஏற்படும் தொடர் பின் அத்தியந்தம், எமது அறிவுபற்றிய ஐயங்களுக்கெதிரான இறுதிநிலை அரணாக அமைகிறது.

*1933, 1934*ஆம் ஆண்டுகளில் விற்கன்ஸ்ரைன் அளித்த விரிவுரைகளின் ஆரம்பத்திலேயே, சுட்டல்முறை வரைவிலக்கணம் சொற்களுக்கும் பொரு ளுக்கும் இடையே, ஐயத்திற்கிடமில்லாத தொடர்பை ஏற்படுத்தும் என் பதையிட்டு வினா எழுப்பப்பட்டது. ஒரு சொல்லிலிருந்து, எம்மை வெறுமனே இன்னொரு சொற் கூட்டத்திற்கு இட்டுச்செல்லும் சொல் முறை வரைவிலக்கணங்களோடு போலல்லாமல், எம்மை அர்த்தத்தை நோக்கி உண்மையில் முன்னேற்றுவனபோலத் தோன்றும் சுட்டல்முறை வரைவிலக்கணங்கள் உயர்ந்தன என்று கருதப்படுவதைக் குறிப்பிடும் விற்கன்ஸ்ரைன், இந்தச் சுட்டல்முறை வரைவிலக்கணங்களை நாம் தவ றாகப் புரிந்துகொள்ள முடியாதா? என்கிற வினாவை உடனடியாக எழுப்பு கிறார்.[27] ஐயத்திற்கிடமில்லாத அறிவிற்கு அத்திவாரமாய் அமையும் சுட்டல்முறை வரைவிலக்கணங்கள், அத்தனை உறுதியானவையல்ல என் கிற இந்த விமர்சனம், 'மெய்யியல் ஆய்வுக'ளில் விரிவாய் விருத்தி செய்யப் படுகின்றது.

பொருள் ஒன்றைச் சுட்டிக்காட்டுவதன் மூலம் சொல்லொன்றை விளக்கலாம் அல்லது அதனைப் பற்றிய விளக்கத்திற்கு உதவலாம் என்கிற

மிகவும் சாதாரணமான உண்மை, மொழியின் ஆரம்பத்திற்கு இதுவே திறவுகோல் எனப்படுகிறபோது, போதிய ஆய்வின்றி இடமாற்றம் செய்யப் பட்ட ஒரு கற்பனையாகிறது என்பதை விற்கன்ஸ்ரைன் பின்வருமாறு காட்ட முயல்கிறார்:

நான் ஒன்றைச் சுட்டி, 'இதுதான் அது' என்று விளக்க முயல்கிற போது, நான் சுட்டுகிற 'இது', என்ன என்று எப்படிப் புரிந்துகொள்வது? உதாரணமாக, 'இரண்டு' என்பதை விளக்குதற்கு, இரண்டு பொருட் களைக் காட்டி, 'இதுதான் இரண்டு' என்று சொல்லலாம். ஆனால், இந்தப் பொருட்கள்தான் 'இரண்டு' என்று அழைக்கப்படுவதாக அவன் எடுத்துக் கொள்ளலாம். இந்த ஆரம்பப் பாடத்திலே, இத்தகைய பிழையை எப்படித் தவிர்ப்பது என்கிற பிரச்சினை ஏற்படுகிறது. மேலும், 'இரண்டு' ஒரு கடினமான கருத்து என்பதால், இங்கே பிரச்சினை ஏற்படுகிறது என்று கூற முடியாது. மிகவும் இலகுவான இடம் எனக் கருதப்படக் கூடிய இடத்திலும் இதே பிரச்சினை ஏற்படும். மனிதன் ஒருவனைப் காட்டிக்கொண்டு ''இதுதான் இராமன்'' என்று சொல்கிறபோது, 'இராமன்' என்பதை இவனுடைய பெயராகத்தான் கொள்ள வேண்டி யதில் என்ன அவசியம் இருக்கிறது?

> ''மனிதன் ஒருவனது பெயரை விளக்க நான் தரும் சுட்டல்முறை வரைவிலக்கணத்தை, ஒரு மனிதனது பெயராக எடுத்துக்கொள்கிற அளவு இலகுவாக, ஒரு நிறத்தின், ஒரு இனத்தின், ஏன் ஒரு திக்கின் பெயராகக்கூட அவன் எடுத்துக்கொள்ளலாம். அதாவது, ஒவ்வொரு இடத்திலும் சுட்டல்முறை வரைவிலக்கணம் வெவ்வேறு வகைகளில் விளங்கிக்கொள்ளப்படலாம்.''[28] கடினமான இடங்கள் என நாம் கருதுகிற இடங்களில் மட்டுமல்ல.

'இரண்டு' என்பதற்கு, சுட்டல்முறை வரைவிலக்கணம் தரும்போது, 'இந்த எண்தான் இரண்டு' என்பதன் மூலம், 'சிவப்பு' என்பதற்கு வரை விலக்கணம் தரும்போது, 'இந்த நிறம்தான் சிவப்பு' என்பதன் மூலம், அதேபோல, 'இந்த மனிதன்தான் இராமன்' என்பதன் மூலம் மேலே கூறிய பிரச்சினையைச் சமாளிக்கலாம் எனத் தோன்றலாம். அவ்வாறாயின், 'எண்' என்பதை எப்படி அவனைப் புரிந்துகொள்ள வைப்பது? 'நிறம்' என்பதை அவன் எப்படிப் புரிந்துகொள்வது? சொற்களால் விளக்கம் தருவதற்கு அடிப்படையாக, சுட்டல்முறையால் விளக்கம் தர முயன்றால், இந்தச் சொற்களை எப்படி விளக்குவது என்கிற கேள்வி எழுகிறது. சுட்டல் முறையில், எல்லாம் சுயம்பிரகாசமாய்த் தெளிவாவதில்லை என்று வந்த வுடன், சுட்டல்முறை வரைவிலக்கணத்திற்கு அளிக்கப்பட்ட விசேட அந்தஸ்து பிரச்சினைக்கிடமானதாகிறது.

பென்சில் ஒன்றைக் காட்டுவதன் மூலம், 'இது பென்சில்' என்பதற்கு வரைவிலக்கணம் தர முயல்கையில் ஏற்படக்கூடிய குழப்பங்களைச் சுட்டிக் காட்டுவதன் மூலம், எவ்வாறு மிகவும் எளியதும் இலகுவானதுமான இடத்திலும் பிரச்சினை எழலாம் என்பதை விற்கன்ஸ்ரைன் வலியுறுத்து கிறார். பென்சிலைக் காட்டிக்கொண்டு, 'இது பென்சில்' என்கிறபோது, இது பென்சில் என்று புரிந்துகொள்வதற்குப் பதிலாக, இது வட்டமானது என்று அல்லது இது மரத்தாலானது என்று அல்லது இது கடினமானது என்று கூட ஒருவன் புரிந்துகொள்ளலாம்.

பொருட்களைச் சுட்டுகையிலேயே எழக்கூடிய பிரச்சினை, 'சிவப்பு', 'வட்டம்' போன்ற குணங்களைச் சுட்டி விளக்க முயல்கையில், இன்னும் கூர்மையடைகிறது. நிறத்தைக் காட்டுகிறது, வடிவத்தைக் காட்டுகிறது ஆகிய காரியங்களை எப்படிச் சாதிப்பது? தனியே நிறம் மட்டுமாகவோ, தனியே வடிவம் மட்டுமாகவோ பொருட்களைக் கண்டுகொள்ள முடியாது. நிறத்தையுடையது பிற குணங்களையும் உடையதாயிருக்கும். உதாரணமாக, அதற்கு ஒரு வடிவம் இருப்பதைத் தவிர்க்க முடியாது. அதேபோலவே வடி வமும். வடிவத்தை உடையது நிறமுடையதாயிருக்கலாம். அவ்வாறாயின், நான் சிவப்பைத்தான் 'இது' வெனக் காட்டுகிறேன் என்பதை, மற்றவனைப் புரிந்துகொள்ளச் செய்வது பிரச்சினையாகிறது. எனது நோக்கம் சிவப்பைக் காட்டுவதுதான் என்பது உண்மை என்றாலும் அதனை ஐயத்திற்கோ திரிபிற்கோ இடமின்றி உணர்த்துவது எவ்வாறு? குணங்களைக் கலப் பின்றிக் காட்டுவது சில யுக்திகளால் சாத்தியம் எனத் தோன்றலாம். உதாரணமாக, வெறுமனே ஒரு வட்டத்தைக் கீறுவதன் மூலம் அல்லது ஒரு சதுரத் திண்மத்தைக் கீறுவதன் மூலம், அந்த வடிவங்களை மட்டும் சுட்டிக்காட்டுதல் சாத்தியம் எனத் தோன்றலாம். ஆனால், இவையும் உண்மையில் பல்வேறு வகைகளில் எடுத்துக்கொள்ளப்படலாம்.

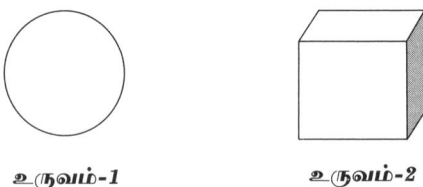

உருவம்-1   உருவம்-2

உருவம்-1, வட்டம் என எடுத்துக்கொள்ளப்படலாம். ஆனால், இதனை உலகமாகவும், துவாரமாகவும், பந்தாகவும், காசாகவும் எடுத்துக்கொள்ளப் படுதலும் சாத்தியமே. அதேபோல, உருவம்-2, சதுரத் திண்மமாக எடுக்கப் படுவதுபோல, இலகுவாகத் திறந்த பெட்டியாகவும், கண்ணாடிக் கட்டி யாகவும்கூட எடுத்துக்கொள்ளப்படலாம். பட அச்சுகள் (பிளாக்குகள்)

அதிகம் இல்லாத அச்சகத்தினர், இந்த அச்சுகளை, நாம் மேற்கூறிய ஒவ்வொன்றையும் சித்தரிப்பதற்கு வெவ்வேறு இடங்களிற் பயன்படுத்துவதையும், நாம் அவ்வாறு அவற்றைப் புரிந்துகொள்வதையும் கற்பனை செய்வது கடினமல்ல.

பொருளின் பெயர் இன்னதுவென அறிவிக்க முன், பெயரை அறிய வேண்டுமென்கிற அவசியம் அல்லது தேவையையும், ஆகவே, 'பெயர்', 'பெயரிடுதல்', 'பெயரிட்டழைத்தல்' என்பனவற்றின் தாற்பரியத்தையும் அறிந்திருத்தல் அவசியம் என்பதையும் கவனிக்க வேண்டும். மொழி பயில்வது என்பதும், மொழியை அமைக்க ஆரம்பிப்பதும் பொருட்களுக்குப் பெயரிடுவதன் மூலம் என்றால், இது சொற்களின் பயன்பாட்டிற்கு அவசியமான ஒரு தயாரிப்பாயின், அந்த அளவில் சமூக நடவடிக்கைகள் பலவற்றிற்கு ஏலவே தயாராயுள்ள ஒருவனே 'இதன் பெயர் என்ன?' எனக் கேட்டலும், 'இதன் பெயர் இன்னது' என்பதைப் புரிந்துகொள்ளுதலும் கூடும். இவற்றில் ஒன்றைப் பற்றிய விளக்கம் முன்னதாயும் மற்றையது பின்னதாயும் வருதல் சாத்தியமில்லை. சுட்டல்முறை விளக்கங்களும், அவை இடம்பெறும் மொழி நடவடிக்கைகளும், அதாவது விற்கன்ஸ்ரைனது சொற்களில் கூறுவதானால் 'மொழியாடல்களும்' ஒருங்கிணைந்து வருவன. தங்களது பாவைகளுக்கும் வீட்டு வளர்ப்பு மிருகங்களுக்கும் பெயரிட்டு விளையாடுகிற குழந்தைகள், ''இதன் பெயரென்ன?'' என்கிற கேள்வியிலும் விடைபெறுவதிலும் தங்களது வளர்ச்சியின்போது பயிற்சி பெறுகின்றார்கள் என்பதை மறந்துவிடலாகாது.

'மெய்யியல் ஆய்வுகள்' நூலின் 257ஆம் பகுதியில் பிரத்தியேக மொழிச் சித்திரத்தை விமர்சிக்கையில், வெறுமனே பெயரிடுதல் என்கிற காரியத்தைச் சாதிப்பதற்குத்தானும், மொழியெனும் அரங்கில் எத்தனையோ ஒழுங்குகள் செய்துவைக்கப்பட்டிருத்தல் வேண்டும் என்பதை நாம் மறந்துவிடலாகாது என்பது வலியுறுத்தப்படுகிறது. ''ஒருவனை அவனது பெயரால் கூப்பிடுவதென்பது, எவ்வளவு விசேடமான பாவனை என்பதையிட்டுச் சிந்திக்க வேண்டும்.''[29] அதாவது, பெயர் சொல்லி ஒருவரைக் கூப்பிடுதல் கூடும் என்பது, இயற்கையாய் வெளிப்படுகிற ஒரு திறனல்ல. அதுவும் ஒரு சமுதாய நிறுவனமே. அனுபவவாத மரபில், பொருட்களின் பெயர்களை அவற்றோடு இணைத்தல் மூலம் மொழி ஆரம்பிக்கப்படும் என்று ஆய்வின்றி எடுத்துக்கொள்ளப்பட்டபோது, அங்கு சிந்தியாமல் விடப்பட்டவற்றுள் இதுவும் ஒன்று. பெயருக்கும் பொருளுக்கும் இடையே தொடர்பு ஏற்படுத்துவது என்பது, ஓர் இயல்பான காரியம்போல அங்கு எடுத்துக்கொள்ளப்பட்டது. அதிலும் பிரச்சினைகள் இருக்கலாம் என்பது, அதுவும் புரிந்துகொள்ளப்பட வேண்டிய ஓர் இடம் என்பது கருதப்படவேயில்லை.

இந்த இடத்தை நோக்கி எமது பார்வையைத் திருப்புகையில், 'முற்கற்பித மில்லாத ஆய்வு' என்று பிளேற்றோ (Plato) வருணித்த மெய்யியல் துறை யின் தகுதியுடைய ஒரு சாதகனாக விற்கன்ஸ்ரைன் தன்னைக் காட்டிக் கொள்கிறார் எனலாம்.

இதுவரை நாம் சுட்டல்முறை விளக்கம்பற்றி எழுப்பிய பிரச்சினைகள், மற்றொருவனுக்குப் புறப்பொருட்களையும் அவற்றின் பெயர்களையும் விளக்குகிறபோது, ஏற்படுகிற பிரச்சினைகள் என்றும், அகத்தே ஏற்படுகிற அனுபவங்களுக்குப் பெயரிடுகிறபோது இத்தகைய பிரச்சினைகள் எதுவும் எழ இடமில்லை என்றும் கூறப்படலாம். பிறன் ஒருவன் பொருள் ஒன்றைக் காட்டுகிறபோது, அப்பொருளில் பண்புகள் பல இருத்தலும், அவற்றில் எதனை அவன் காட்ட முயல்கிறான் என்று தெரிந்துகொள்ள முடியாதிருத் தலும் சாத்தியமே. ஆனால், எனது அகத்தே உள்ளதற்கு நான் பெயரிட முனைகிறபோது, நான் என்ன செய்கிறேன் என்பதுபற்றி, எவ்வகை மயக் கத்திற்கும் இடமில்லை என்றும் கூறப்படலாம்.

'பெயரிடுதல்' எனும் கருமத்திற்குப் பிற தயாரிப்புகள் முன்னரே வேண்டும் என்கிற விமர்சனம், புறப்பொருட்கள்பற்றிய ஆய்விற்போல இங்கும் பொருந்தும் என்பது ஒருபுறமிருக்க, இன்னும் பலவழிகளிலும் அக அனுபவங்கள்பற்றிய இந்த நம்பிக்கை வீணானது.

புலன்கள் வாயிலாகக் கிடைக்கும் பதிவுகள் அல்லது தரவுகள் ஒவ்வொரு புலனிலிருந்தும் தனித்தனியே எம்மை அடைகின்றன; தனித்தனியே எமக்கு அவை பரிச்சயமாகின்றன என எடுத்துக்கொண்டாலும், ஒரு புலன் வாயி லாய் வரும் அனுபவத்திலும் பல குணங்கள் சேர்ந்து இருப்பது தவிர்க்க முடியாதது. பொருட்களைச் சுட்டுகையில், ஒன்றுக்கு மேற்பட்ட புலன் களால் அறியப்படக்கூடிய குணங்கள் சேர்ந்திருப்பதுபோல அல்ல வெனினும், இங்கும் பிரச்சினை உளது. உதாரணமாக, கட்புலனின் தர வாகிய அனுபவத்தில் வடிவமும் பிறிதேதும் குணமும் சேர்ந்திருப்பதைத் தவிர்க்க முடியாது. மேலும், இயல்பாய் அனுபவம் ஏற்படுகிற வேளை களைத் தவிர்த்து, நாமாகவே எமக்கு வேண்டியவாறு, 'அனுபவ'த்தைத் தனியே ஒரு குணம் மட்டுமுடையதாக அமைக்க முடியாதோ எனின், அதுவும் சாத்தியமில்லை. நாம் முன்னர் தந்த உருவங்களின் உதாரணங் களை மீண்டும் நோக்கின், இது புலப்படும். புறச் சித்திரத்திற்கும் அகத்தே நாம் அமைக்க முனைகிற சித்திரத்திற்கும் இடையே, இவ்வகையில் வேறு பாடு இல்லை. இரண்டுமே, முன்னர் விளக்கியதுபோல, வேறுபட்ட வகை களில் விளங்கிக்கொள்ளப்படலாம்.

அவ்வாறாயின், அகத்தே அமைகிற சித்திரம் வேறுவேறாய் விளங்கிக் கொள்ளப்படலாம் என்பதை அனுமதித்தாலும், எனது நோக்கம், அதாவது நான் பெயரிட விரும்புவது நிறத்தையே அல்லது வடிவத்தையே என்கிற

எனது தீர்மானம், நான் பெயரிட விரும்புகிற அனுபவத்தைத் தனிப் படுத்தி, பெயரோடு இணைக்க உதவாதோ என்று கேட்கப்படலாம். அயர் கூறுகிற விதிகள் இவ்வகையில் நிறுவப்படலாம் என்றால் இதுவும் சாத்திய மில்லை எனல் வேண்டும். பிரத்தியேக அனுபவத்திற்குப் பெயரிடுபவன் இங்கே கூறப்படுகிறவாறு தீர்மானிப்பதற்கு, ஏற்கனவே 'நிறம்' என்கிற பொதுக்கருத்தைக் கையாளும் திறனுடையவனாயிருத்தல் வேண்டும். உண்மையில், 'நிறம்' என்கிற கருத்து மட்டுமல்ல, இன்னும் அநேக கருத்து களும் இல்லாமல் இத்தகைய தீர்மானங்களை அவன் செய்வதாகக் கூறுவது ஆராய்வில்லாத கற்பனையே. மேலும், 'நிறம்' என்கிற கருத்து, அவனுக்கு ஏலவே இருக்கிறது என்றால், அது அடிப்படை அர்த்தவிதிகள்பற்றிய கொள் கையையே தலைகீழான குழப்பத்திற்குள்ளாக்கும். தனிப்பொருட்களோடு பரிச்சயமாகி, அவற்றை அறிவதற்கு முன்னரேயே பொதுக்கருத்துகளை -நிறைகளை (Universals) அவன் அறிந்துகொள்கிறான் என்கிற, பிளேற்றோ வின் கருத்துக்கொள்கையை நினைவூட்டுகிற முடிபிற்கு, இந்த அனுபவ வாதிகள் வருதல் வேண்டும்.

எனவேதான், ஒகஸ்தீனியச் சித்திரம்பற்றி 32ஆம் பகுதியில் விற்கன்ஸ் ரைன் கூறுவது, இங்கு மிகவும் பொருத்தமான விமர்சனமாகிறது: இங்கு மனித மொழியைப் பயில்கிற விதம் வருணிக்கப்படுமாற்றை நோக்கும் போது, ஏற்கனவே மொழியொன்றை அறிந்திருக்கிற பிள்ளை, அந்நிய நாட்டினரிடையே வந்து, அந்த நாட்டு மொழியைக் கற்கும் விதத்தைக் கூறுவதுபோல, ஒகஸ்தீனியச் சித்திரம் அமைகிறது. ''அதற்கு மொழியொன்று ஏற்கனவே இருக்கிறது, இந்தப் புதிய மொழிதான் தெரியாது. அல்லது, பிள்ளைக்கு ஏற்கனவே சிந்திக்கத் தெரியும், பேசத்தான் தெரியாது; 'சிந்திப்பது' என்பது இங்கு 'தனக்குத் தான் பேசி'க்கொள்வது என்கிற மாதிரி.'' அடிப்படைக் கூற்றுகள் எனக் கருதப்பட்டவற்றின் சொற்களுக் கான அர்த்தவிதிகளை நிறுவுவதை அயர் வருணிக்கையில், இப்படியான வோர் பாரிய முற்கற்பிதம் அங்கே கரந்திருக்கிறது. அதை வெளிக்கொணர் கிறபோது, மொழி பயில்கிறதுபற்றிய பிரத்தியேகச் சித்திரம் வலுவிழந்து போகிறது.

அன்றியும், 258ஆம் பகுதியில் எழுப்பப்படுகிற பிரச்சினையின் தாக் கத்தை இங்கு தவிர்க்க முடியாது. 'இதற்கு இது பெயர்' என்கிற அர்த்த விதியை நிறுவுவதற்கு வேண்டிய சுட்டலை, எனது அகத்தே எப்படிச் சாதிக்கிறேன்? எனது கவனத்தை அதன் மீது பதிப்பதன் மூலம், எனது அக நோக்கை அதன் மீது குவித்துக்கொண்டு சொல்லை உச்சரிப்பதன் மூலம், அல்லது குறித்துக்கொள்வதன் மூலம், இணைப்பைச் சாதிக்கிறேன் என்கிற விடை சாத்தியமில்லை என்பது அங்கு சுட்டிக்காட்டப்பட்டது.

ஒருவனது மனத்தில் ஒன்றைப் பதிப்பதற்கு நாம் சில யுக்திகளை மேற் கொள்ளலாம்; ஒரு முறைக்குப் பதிலாகப் பலமுறை சொல்லலாம்; உரத்துச் சொல்லலாம்; தவறுவதன் விளைவுகளை விவரிக்கலாம். இப்படியெல்லாம் செய்கிறதற்கு அல்லது இவற்றில் எதையும் செய்வதற்கு 'மனத்தில் பதியச் செய்தல்' என்று பெயரும் தரலாம். இப்படி யாருக்கும் செய்ததன் பின்னர், ''அவனுடைய மனதில், அதை நான் நன்கு பதித்துவிட்டேன்'' என்று, நாம் செய்ததை வருணிக்கலாம். இப்படியெல்லாம் செய்ததன் பின்னர், அவன் முற்றாய் அவற்றை மறந்துவிடுகிறான் எனின், அவனுடைய மனதில் நாம் ஒன்றைப் பதித்துவிட்டோம் என்று கூறுவது இங்கு தவறாகிறது. மேலும், ஒருமுறை மட்டுமல்ல, எப்போதும் அவனுடைய விஷயத்தில் இப்படித்தான் என்றால், அவனைப் பொறுத்தவரை, இந்த நடவடிக்கை களுக்கு 'மனதில் பதியச் செய்தல்' என்கிற அர்த்தமில்லை. இன்னும், எமது சமுதாயத்தில் இருக்கிற எல்லோருமே இப்படியென்றால், 'மனதில் பதியச் செய்தல்' என்கிற சொற்றொடருக்கே, இப்போதிருக்கிற அர்த்தம் வருதல் சாத்தியமில்லை என்பது தெளிவாகிறது. 'மனதில் பதியச் செய்தல்' என்கிற சொற்றொடர், சில நடவடிக்கைகளை (உரத்துச் சொல்லுதல், வெருட்டிச் சொல்லுதல் போன்றனவற்றை) எமது கற்பனையிற் கொணர் கிறது: ஆனால், பின்னால் வருகிற விளைவுகள் பிறவும் இல்லாதபோது, இந்த நடவடிக்கைகளுக்கு இந்தத் தாற்பரியம் இருப்பது சாத்தியமில்லை.

எனவேதான், அகத்தே காணப்படுகிற உணர்வுகளுக்கு அல்லது ஏனைய நிலைகளுக்கு, எனது கவனத்தை அவற்றின் மீது பதிப்பதன் மூலம் பெயரிடு கிறேன் என்கிறபோது, 'கவனத்தைப் பதித்தல்' என்பது இங்கு சாத்திய மில்லை என்று விற்கன்ஸ்ரைனால் வாதிக்க முடிகிறது. ஆனால், இங்கு விற்கன்ஸ்ரைன் சுட்டிக்காட்டுவது, அனுபவத்திலிருந்து நாம் கண்டு கொண்ட ஒரு குறைபாடல்ல: அதாவது, விற்கன்ஸ்ரைன் கூறுவது, 'மனத்தே பதித்ததன்' பின்னரும், அதற்குரிய விளைவுகள் ஏற்படவில்லை என்று நாம் அனுபவத்திற் கண்ட ஒரு பிரச்சினையையல்ல. 'மனதிற் பதித்துக் கொள்வது' என்கிறதன் விளைவுகளை, பிரத்தியேக அனுபவத்திற் காண முடியாது என்கிற தீவிர நிலையையே அவர் காட்டுவது: சரியாய்ச் செய் வதற்கும் சரியாய்ச் செய்வதெனத் தோன்றுவதற்குமிடையே, வேறுபாடில் லாச் சித்திரத்தில், 'மனதில் பதித்துக்கொண்டதன்' விளைவுகளில்லை என்பது கருத்தாக்கம்பற்றிய உண்மையாகும்.

பிரத்தியேக மொழிச் சித்திரத்தில் எடுத்துக்கொள்ளப்படும் வழியில், மொழி பயிலப்படலாம் என்பது வரலாற்று உண்மையல்ல எனினும், அவ்வாறு நடந்திருக்கலாம் என்பது சாத்தியமே எனவும், ஏலவே உள்ள மொழி எதனையும் அறிந்திராதவன் தனக்குத் தானே ஒரு மொழியை ஆக்கிக் கொண்டிருக்கலாம் என்கிற கற்பனையில், எத்தகைய முரண்பாடும்

இல்லை எனவும் அயர் கூறுவதற்கு[30] இதுவே விடையாகும். அதாவது, விற்கன்ஸ்ரைனது விமர்சனம், இந்தக் கற்பனையின்படிதான் மொழி ஆரம் பித்தது என்பதற்கு ஆதாரம் எதுவுமில்லை என்கிறதல்ல. இவ்வாறு மொழி பயிலப்படுவதில் நடைமுறைப் பிரச்சினைகள் ஏற்படும் என்பதும் மட்டு மல்ல; இங்கு சாத்தியமான நடைமுறைகள், 'சுட்டல்முறை விளக்கத்திற்குப் போதியனவல்ல' என்பதிலும் மேலாக, 'சுட்டல்முறை மொழி ஆக்கம்' என்கிற கருத்து, அர்த்தமுள்ளதாவதற்கு வேண்டிய பிற கருத்துகளைச் சாத்தியமாக்கப் போதியனவல்ல என்பதே, விற்கன்ஸ்ரைனது விமர்சனத்தின் தாக்கமாகும்.

ஆயின், எமது நடைமுறையை மேலும் செம்மைப்படுத்துவதன் மூலம், நாம் விரும்பும் சுட்டல்முறை வரைவிலக்கணத்தை ஏதோ ஒருவகையில் நிறுவிவிடலாம் எனக் கூற இயலாது; சுட்டல்முறை வரைவிலக்கணம் தர விரும்பவும் முடியாது. சுட்டல்முறை மூலம் ஆரம்ப விதிகள் பயிலப் படுகின்றன என்கிற கருத்தில், '2=3' என்பது போன்ற நேரடியான முரண்பாடொன்று இல்லை என்பது உண்மையே. அவ்வகையில், இது வெளிப்படையான அபத்தம் அன்று. ஆனால், கரந்திருக்கும் அபத்தத்தை வெளிக்கொணர்ந்து காட்டுவது, தனது மெய்யியல் ஆய்வுகளின் நோக்கம் எனக் கூறியுள்ள விற்கன்ஸ்ரைன்,[31] இங்கு காட்டியிருப்பது, மிகவும் இயல் பாகத் தோன்றும் கருத்தொன்றில், உண்மையில் அபத்தம் உட்கிடையா யிருப்பதையே. ஆனால், விற்கன்ஸ்ரைன் எடுத்துக்காட்ட முயல்கிற அபத் தத்தைக் கண்டுகொள்வதற்கு, அர்த்தவிதிகளைப் பற்றிய தரிசனத்தில், அவருக்கும் அயருக்கும் இடையே இருக்கிற வேறுபாட்டைப் புரிந்து கொள்ள வேண்டும். பிற தயாரிப்பு எதுவுமின்றி, சொற்களைப் பொருட் களோடு இணைத்து அர்த்தங்கள் நிறுவப்படலாம் என்று கொள்வோராற் காண முடியாத அபத்தத்தை, விற்கன்ஸ்ரைன் காட்ட முடிவது, கருத்தாக்கம் பற்றி அவர் வலியுறுத்திய தரிசனத்தினாலேயே. 'புலனுணர்வும் காட்சியும்' (Sensation and Perception) எனும் தனது நூலின் இறுதியில், பேராசிரியர் டீ. டபிள்யூ. ஹம்லின் தான் ஆராயும் கருத்துகளை விளக்குதல்பற்றிக் கூறுவன, விற்கன்ஸ்ரைனது கருத்தைப் புலப்படுத்தும்: ''புலனுணர்வு, காட்சி என்கிற கருத்துகளைப் பற்றிய விளக்கம், எத்தகைய அனுபவங்கள், நிகழ்ச்சிகள் அல்லது செயல்களை இச்சொற்கள் சுட்டுகின்றன என்று கேட்பதால் வராது. இந்தக் கருத்துகள் என்ன கருத்துப் பின்னல்களைச் சேர்ந்தவையோ, அவற்றில் உள்ள கருத்துகளையெல்லாம் ஆராய்வதன் மூலமே இந்தக் கருத்துகளைப் பற்றிய விளக்கத்தையும் பெறுதல் கூடும்.''[32]

அயர் கருதுவதுபோல, சொல் வெறுமனே பொருளோடு இணைக்கப் படுவதால் அதன் அர்த்தமுடைமை உறுதியாக்கப்பட்டுவிடுமெனின், விளக்கம் பெறுவதற்கு, விற்கன்ஸ்ரைனைப் பின்பற்றி, ஹம்லின் கூறுவன

போன்ற பிரயத்தனங்கள் வேண்டியதில்லை. அத்துடன் சுட்டல் எனும் தனி நிகழ்ச்சியால், அர்த்தம் உறுதிசெய்யப்படும் எனின், 'அந்நிகழ்ச்சிக்கு வெளியே உள்ள' கருத்துப் பின்னல்களின் முற்கற்பிதங்கள் தவறுகிற போது, ஏற்படுகிற அபத்தங்கள், இந்தத் தனி நிகழ்ச்சியால் வரும் அர்த்த முடைமையைப் பாதித்தலும் சாத்தியமில்லை. எனவேதான், சுட்டல் முறையினால் ஆரம்ப விதிகள் நிறுவப்படலாம் என்கிற கருத்தில், அயருக்குக் குறைபாடு தெரியாதுபோவது மட்டுமல்ல, விற்கன்ஸ்ரைனது விமர்சனத்தைப் புரிந்துகொள்வதும், அவருக்கு அசாத்தியமாயிற்று. விற்கன்ஸ்ரைனது தாக்கு தலைப் புரிந்துகொள்வதற்கு, ஆரம்பத்திலே தரப்படுவது எதுவென்பது பற்றிய அனுபவவாத முற்கற்பிதங்கள், தலைகீழாகத் திருப்பப்படுதல் வேண்டும்: தரப்படுவது என்பது அனுபவத்தை வடிகட்டிப் பெறப்படு கின்ற தூய பிரத்தியேக அனுபவமென்பதற்குப் பதிலாக, விற்கன்ஸ்ரைன் கூறுவதுபோல, 'தரப்படுவதென ஏற்கப்பட வேண்டியன வாழ்க்கைக் கோலங்கள்' என்பதை ஏற்றுக்கொண்டதன் பின்னரே இந்த விளக்கம் ஏற்படுதல் சாத்தியம்.[33]

சொல்லும் அர்த்தமும்:
பெயரும் பெயரை உடையதும்

வெவ்வேறு விளக்க முறைகள், வெவ்வேறு இடங்களிலிருந்து ஆரம்பிக்கும், முடிவடையும். உலகோடு நாம் தொடர்புகொள்ளும் கோலங்கள் வேறுபடுவதற்கேற்ப, அதனை நாம் அனுபவிக்கும் முறைகளும் வேறுபடும். நாம் உலகை எவ்வாறு பிரித்துக் காண்கிறோம், எவ்வாறு பிரித்துக் காண்பது எமக்கு அனுகூலத்தைத் தருகிறது என்பது எமது வாழ்க்கைக் கோலங்களோடு அல்லது எமது மொழியாடலின் தன்மையோடு பிணைந்துள்ளது. அவற்றிற்கு வெளியே, அதாவது, மனிதர்களின் கூட்டுவாழ்க்கையும், அதன் மூலம் உருப்பெறக்கூடிய வாழ்க்கைக் கோலங்களும் ஆரம்பிப்பதற்கு முன்னரே, உலகைக் கூட்டுகளாயும் அவற்றின் எளிய பகுதிகளாயும் காணும் திறன் இருந்திருக்கலாம் என நினைப்பது குழப்பமான கற்பனையே.

விற்கன்ஸ்ரைனது 'மெய்யியல் ஆய்வுக'ளில், சுட்டல்முறை விளக்கத்திற்கெதிரான விமர்சனங்கள், சொல்லுக்கும் அதன் அர்த்தத்திற்கும் இடையேயுள்ள தொடர்பு, பெயருக்கும் அதை உடையோனுக்கும் அல்லது உடையதற்கும் இடையேயுள்ள தொடர்பை ஒத்தது எனும் கருத்தைப் பற்றிய விமர்சனங்களோடு சேர்ந்தே காணப்படுகின்றன.

சொல்லுக்கும் அதன் அர்த்தத்திற்கும் இடையே உள்ள தொடர்பு, பெயருக்கும் பெயரை உடையதற்கும் இடையே உள்ள தொடர்பைப் போன்றது என்கிற கருத்தினை, 'சுட்டல்முறை வரைவிலக்கணம்' எனும் சொற்றொடரை முதன்முதலில் அறிமுகம்செய்த அளவையியலாளர் டபிள்யு. ஈ. ஜோன்சனும் முன்வைத்திருந்தார். "இடுகுறிப் பெயர்கள் என்பவற்றின் அர்த்தம், அவற்றை இடுகையில் நாம் காட்டும் பொருட்களே எனவும், பெயரடைகளும் இவ்வகையில் இடுகுறிப் பெயர்கள் போன்றவையே" எனவும் ஜோன்சன் கூறியிருந்தார். விற்கன்ஸ்ரைனும் தனது முன்னைய பருவத்தில் எழுதிய நூலில், எடுப்புகளில் இடம்பெறும் எளிய குறியீடுகள், பெயர்கள் எனப்படும் எனவும், பெயரின் அர்த்தம் ஒரு பொருள் எனவும் கூறியிருந்தார்.[1] 'மெய்யியல் ஆய்வுகள்' நூலின் ஆரம்பத்தில், ஒகஸ்தீனிய மொழிச் சித்திரம் என்பதை வருணிக்கையில், சொல்லின் அர்த்தம் அதனோடு இணைக்கப்பட்டிருக்கிறது என்பதும், சொல் எந்தப் பொருளுக்காக நிற்கிறதோ அதுவே அந்தச் சொல்லின் அர்த்தம் என்பதும், இந்தச் சித்திரத்தின் தாற்பரியம் என்று அவர் கூறினார்.

சொல்லுக்கும் அர்த்தத்திற்கும் இடையே உள்ள தொடர்பை இவ்வாறு விளங்கிக்கொள்வோர், சொற்கள் சிலவற்றையே முதலில் கருத்தில் எடுத்துக்கொள்கிறார்கள். பொருண்மைப் பெயர்ச்சொற்களை மட்டும் வைத்துக்கொண்டு அமைக்கிற விளக்கத்தில், வலிந்து வேறு சில பண்புகளையும் செயல்களையும் குறிக்கும் சொற்களையும் சேர்த்துக் கண்டதன் பின்னர், ஏனைய சொற்களைப் பற்றி ஆராயாமல் அவற்றிற்கும் இவ் விளக்கம் பொருந்துமென இவர்கள் எடுத்துக்கொள்கிறார்கள் என்பது விற்கன்ஸ்ரைனது முதலாவது விமர்சனம். அதாவது, மொழியில் குறுகிய ஒரு பகுதிக்குப் பொருந்துவதுபோல அவர்களுக்குத் தோன்றுவது, நுணுக்கமான ஆய்வின்றி, மொழி முழுவதற்கும் பொருந்துவதாகப் பிரகடனம் செய்யப்படுகிறது. உண்மையில் பொருண்மைப் பெயர்ச்சொற்களைப் பற்றியுங்கூட இந்த விளக்கம் சரியல்ல என்பதே விற்கன்ஸ்ரைனது கருத்து. எனினும், ஒகஸ்தீனியச் சித்திரம் எவ்வாறு மொழி முழுவதையும் பற்றிய பொறுப்பற்ற ஒரு பொதுமையாக்கம் ஆகிறது என்பது இங்கு சுட்டிக் காட்டப்படுகிறது. நாளாந்த வாழ்க்கையினூடே சொற்களை மற்றவர்களுக்கு விளக்கும் அநேக சந்தர்ப்பங்களில், பொருட்களைச் சுட்டிக்காட்டுகிறோம். 'இவன் இராமன்' என்பதன் மூலம் அல்லது 'இது திருகாணி' என்பதன் மூலம், பெயரை உடையவனை அல்லது பெயரை உடையதை அறிமுகம்செய்கிறோம். ஆனால், இதைத் தொடர்ந்து மொழியிலுள்ள சொற்கள் அனைத்தும், எமது 'பரிச்சயத்திலே' முன்னிலைப்படும் பொருட்களின் பெயர்கள் என்கிற கொள்கை விருத்தி பெறுகிறபோது, அங்கு வேறு குழப்பங்களோடு பொதுமையாக்கத் தவறும் ஏற்பட்டுப்போகிறது.

மெய்யியலாளர்களது மனதை, விஞ்ஞானத்தின் முறை என்பது எப் போதும் ஈர்த்துக்கொண்டே இருக்கிறது: ''விஞ்ஞானத்திற் போல் வினாக் களைக் கேட்டு விடை தர வேண்டும் என்கிற சபலத்திலிருந்து அவர்கள் தப்ப முடிவதில்லை.'' இயற்கை நிகழ்ச்சிகளை இயன்றளவுக்கு ஒரு சில விதிகளினாலேயே விளக்குவது போலவும், பொதுவிதி ஒன்றின் மூலம் கணிதத்தில் பல விடயங்களை ஒருமைப்படுத்துவது போலவும், ஓரிரு விளக்கங்களினால், அனைத்தையும் தெளிவுபடுத்த, மெய்யியலாளர்கள் செய்கிற முயற்சி, அநேகக் குழப்பங்களுக்குக் காரணமாகிறது என்று வேறோரிடத்தில் விற்கன்ஸ்ரைன் கூறியிருப்பது[2] இங்கு நன்கு பொருந்தும்.

ஆனால், சொற்கள் அனைத்தையும் இவ்வாறு ஒருவகையான விதிக்குள் அகப்படும் வகையில் வருணிப்பதால், அவற்றின் பயன்பாடுகளை எவ் வகையிலும் ஒருமைப்படுத்த முடியாது. ஏனெனில், அவை உண்மையில் வேறுபட்டன. விற்கன்ஸ்ரைனது கருத்தின்படி, எமது மொழியின் சொற்கள் எமது நடவடிக்கைகளினூடே பிரயோகமாகும் கருவிகள் போன்றன. வினைஞன் ஒருவனது ஆயுதப்பெட்டியினுள்ளே சுத்தியல், குறடு, திருகி,

வாள், ஆணி, அடிமட்டம், திருகாணி என்று பல்வேறு பயன்பாடுகளை யுடைய கருவிகள் இருப்பதுபோல, மொழியிலும் பல்வேறு வகைகளிற் பயன்படுகிற சொற்கள் உள்ளன. சொற்களைக் கேட்கும்போதும் வாசிக்கும் போதும், மேலோட்டமாய் நோக்கின், அவற்றிடையே ஒற்றுமை காணப் படலாம். இயந்திர அறையொன்றினுள் நோக்கும்போது, அங்குள்ள முடுக் கிகள் எல்லாம் ஒரே அமைப்பையுடையனவாகத் தோன்றலாம். எல்லாம் கையால் இயக்கப்பட வேண்டியவையாதலால் இது எதிர்பார்க்கப்பட வேண் டியதே. ஆனால், அவற்றின் இயக்கங்கள் வேறுபட்டவையாய் இருக்கக் காண்போம்: ஒன்றைத் தொடர்ந்து திருப்பலாம்; இன்னொன்று மேலே அல்லது கீழே இரண்டு நிலைகளுக்கு மட்டும் நகர்த்தக்கூடியதாயிருக்கும்; மற்றொன்று பலமாயும் மெதுவாயும் இழுக்கக்கூடியதாயிருக்கும் அல்லது அழுத்தக்கூடியதாயிருக்கும். வெவ்வேறு வகையான இந்த இயக்கங்கள், இயந்திரத்தில் வெவ்வேறு வகையான செயற்பாடுகளைக் கொண்டுவரும். இவ்வேறுபாடுகள் முடுக்கிகளின் தோற்றத்திலிருந்து வெளிப்படா. இது போலவே, எமது மொழிகளின் சொற்களும்: அவற்றின் பயன்பாட்டை நுணுகி அவதானிக்கும்போதே, மேலெழுந்தவாரியான நோக்கிற் புலப் படாத வேற்றுமைகள் தெரியவருகின்றன. சொற்களின் அர்த்தத்தை விளக்கு தற்கு, அவற்றைக் கருவிகளின் செயற்பாட்டுடன் இங்கு விற்கன்ஸ்ரைன் ஒப்பிடுவதும் முக்கியமாகக் கவனிக்கத்தக்கது. சொல்லின் அர்த்தத்தை அகத்தே உள்ள பொருள் எனக் கொள்ளும் தரிசனத்திற்கும், புறத்தே மாந்தர் ஈடுபடும் காரியங்களிற் பயன்படும் கருவிகளைப் போல அதனை நோக்கும் தரிசனத்திற்கும் இடையே உள்ள வேறுபாடு மேலும் விரிவாய் இந்த ஆய்வில் எடுத்துக் கூறப்படும்.

எல்லாச் சொற்களும், தனிப்பொருட் பெயர்ச்சொற்களைப் போலவே பொருட்களுக்காக நிற்பவை என்கிற கருத்தை ஏற்பது, உண்மையில் எளிதல்ல. றசெலின் அறிவியலில் 'பரிச்சய அறிவி'ற்கு (knowledge by acquaintance) அவர் அளித்த முதலிடம், எம்மால் நேரடியாக அறியப்படுவன அனைத்தும், அனுபவத்தில் எதிர்ப்படுபவையே என்கிற முடிபை, அவர் விடாது பற்றிக்கொண்டிருக்கக் காரணமாயிற்று. அன்ஸ்கம் அம்மையார் கூறுவதுபோல, ''சொல்லொன்று அர்த்தமுடையதெனின், அது பொருள் ஒன்றைக் கருதுவதாக வேண்டும்; பொருள் ஒன்றைக் கருதுபவர், அத னோடு பரிச்சயமுடையவராயிருத்தல் வேண்டும்; சொல் அல்லது சொற் றொடருக்கு அர்த்தமிருக்கிறதெனின், அதன் மூலம் நாம் கருதுவது, உண்மையில் உளதாதலும் வேண்டும்''[3] எனக் கொண்ட றசெல், அர்த்தம் பற்றிய தனது கொள்கையினாலும், பரிச்சய அறிவை முதனிலைப்படுத்திய தனது அறிவியற் கொள்கையினாலும் நிர்ப்பந்திக்கப்பட்டபோது, எல்லாச் சொற்களுக்காகவும் நிற்கும் பொருட்களைக் காண்பதில் உள்ள பிரச்சினை

அவரை எதிர்நோக்கியது. முதலில், 'கணிதத் தத்துவங்கள்' (The Principles of Mathematics) எனும் நூலை எழுதிய காலப்பகுதியில், எல்லாச் சொற் களும்—வருணனைச் சொற்றொடர்களுங்கூட—அவற்றின் அர்த்தமாகிய பொருட்களுக்காக நிற்பன என்று கூற றசெல் துணிந்தபோதிலும், பின்னர் தனது நிலையை அவர் மாற்றிக்கொண்டார். அவரது பிரபலமான வருண னைக் கொள்கை (Theory of Descriptions), நாம் மேற்சொன்ன நெருக்கடி யிலிருந்து விடுபடுவதற்கு, அவருக்கு வழிகோலித் தந்தது. இப்புதிய நோக்கில், எளிய குறியீடுகளும், அவற்றிடையே உள்ள தொடர்புகளின் மூலம் விளக்கப் படக்கூடியவையும் என, சொற்கள் இரு வகைகளாகக் காணப்பட்டன. எளிய குறிகள் என்பவை, முன்போல, எதற்காகவோ நிற்பதனால் அர்த்தம் பெறும்; ஏனையவற்றின் அர்த்தமுடைமை, அவை எளிய குறியீடுகளி லிருந்து எவ்வாறு ஆக்கப்படுகின்றன எனக் காட்டப்படுகிறபோது தெளி வாய்ப் புலப்படும்.

நாம் இங்கு சுருக்கமாகத் தந்துள்ள இந்த அர்த்தக் கொள்கையை ஏற்ற போதும், றசெல் சொல்லுக்கும் பொருளுக்கும் இடையே உள்ள தொடர்பு பற்றிய தனது முன்னைய கருத்தைக் கைவிடவில்லை என்பது குறிப்பிடத் தக்கது. எல்லாச் சொற்களும் சொற்றொடர்களும் ஒரே வகையின அல்ல என ஏற்கப்படுகிறபோதும், உண்மையில் பழைய அர்த்தக் கொள்கையே வலியுறுத்தப்படுகிறது. அதிலே தோன்றிய பிரச்சினை ஒன்று தவிர்க்கப் பட்டிருக்கிறதேயன்றி, அடிப்படையில் அர்த்தமுடைமைபற்றிய அவரது தரிசனம் மாறவில்லை. ஏனெனில், இறுதியில் அவரது கருத்தின்படி, எமது அறிவு முழுவதையும் தெளிவாக்குதற்கு, அவ்வறிவு அனைத்தையும், எளிய குறியீடுகளாலான கூற்றுகளாகப் பிரித்துக் காணுதல் வேண்டும். அவ்வாறு செய்ததும், மொழியும் அதன் அர்த்தமாகிய உலக அமைப்பும் பொருந்தும் விதம் தெளிவாகும். இந்த நோக்கில் அடங்கியுள்ள தரிசனம், றசெலுக்குப் பின்வந்த மெய்யியல் ஆய்வுகளை எவ்வளவு தூரம் வழிநடாத்திற்று என்பது, சமகால மெய்யியலை மேலெழுந்தவாரியாய் நோக்குவோர்க்கும் புலப்படும். பகுப்பாய்வு (analysis) என்பது, மெய்யியலின் பிரதான கருவி யாவதற்கு, றசெலின் கொள்கை செல்வாக்குமிக்கவோர் உந்துசக்தி யாயிற்று. பிரச்சினைக்குரிய கூற்றுகளை, அவற்றின் எளிய அங்கங்களாக அல்லது ஆய்வாளர்களுக்கு அவற்றின் எளிய அங்கங்களாகத் தோன்றி யவையாகப் பிரித்துக்காட்டும் முறையே மெய்யியலின் உத்தம முறை எனக் கொள்ளப்பட்டது. அவதானிக்க முடியாத பொருட்களைக் குறிப்பன வல்லாத, புலனனுபவத்தில் பரிச்சயம் பெற முடியாத பொருட்களை அர்த்த மாகக் கொண்ட சொற்களை உட்படுத்திய கூற்றுகள், பிரச்சினைக்குரிய கூற்றுகளாக எடுத்துக்கொள்ளப்பட்டன. இவ்வகையில், அவை எளிய

குறியீடுகளாகப் பகுப்பாய்வு செய்யும் ரண சிகிச்சையை வேண்டிநிற்பவையாகவும் எடுத்துக்கொள்ளப்பட்டன.

எனின், றசெலின் கொள்கைப்படி, மொழியின் சொற்கள் அனைத்தும் பொருட்களுக்காக நிற்பதால் அர்த்தம் பெறுவதாய் முதலில் தோன்றா விட்டாலும், வாக்கியங்களின் உண்மையான இயல்பு, பகுப்பாய்வினால் வெளிக்கொணரப்படுகிறபோது, பகுப்பாய்வின் விளைவாகப் பெறப்படுகிற வாக்கியங்களில் இடம்பெறக்கூடிய எளிய குறியீடுகள், பொருட்களுக்காக நிற்கும் பெயர்களாய் மட்டுமே காணப்படும். இந்த எளிய குறியீடுகள், உள்பொருளின் பகுதிகளான எளிய மூலங்களின் பெயர்கள் போன்றவை: எளிய குறியீடுகளின் அர்த்தம், எளிய தனியன்கள். இவை பரிச்சயத்தினால் அறியப்படும்; சுட்டல்முறையினால், அவற்றின் பெயர்களான சொற்றொடர்களோடு இணைக்கப்படும்.

றசெலும், முன்னைய விற்கன்ஸ்ரைனும் ஏற்றிருந்த ஒகஸ்தீனிய மொழிச் சித்திரத்தின் இந்த அம்சத்தை விமர்சிப்பதற்கு, விற்கன்ஸ்ரைன் பிளேற்றோவின் தியேற்றிற்றஸ் என்கிற சம்வாதத்தில், சோக்கிறற்றீஸின் (Socrates B.C. 470-399) கூற்றாய் வருகிற ஒன்றினைத் தனது ஆரம்பமாக எடுத்துக் கொள்கிறார்.

> ''சிலர் இப்படிக் கூறக் கேட்டிருக்கிறேன்: நாமும், ஏனைப் பொருட்கள் அனைத்தும் எந்த மூலத் தனிமங்களால் ஆக்கப் பட்டுள்ளோமோ, அவற்றுக்கு விளக்கம் தருவதென்பது இல்லை; ஏனெனில், தானாய் உள்ளதற்குப் பெயரிடுதல் மட்டுமே சாத்தியம். பிற குணங்கள் தர இயலாது... ஆதலால், மூலத் தனிமத்தை எவ் வகையிலும் விவரிக்க இயலாது: அதற்கு வெறுமனே பெயர் தருதலே சாத்தியம்; பெயர் மட்டுமே அதற்குண்டு. ஆனால், இம்மூலத் தனிமங்களாலான பொருட்கள் பலகுணங்களை உடையனவாவது போல, தனிமங்களின் பெயர்கள் சேர்ந்து விவரண மொழியா கின்றன. ஏனெனில், மொழியின் சாரம் பெயர்களின் சேர்க்கையே.''[4]

தனது முன்னைய நூலில், பொருட்களுக்குப் பெயரிடுதல் மட்டுமே இயலும் எனத் தான் கூறியபோது கருதிய பொருட்களும், றசெலின் தனியன்களும், இவ்வகை மூலத் தனிமங்களாகவே கற்பனை செய்யப் பட்டன என்று ஒப்புக்கொள்ளும் விற்கன்ஸ்ரைன், உள்பொருளினை ஆக்கும் மூலத் தனிமங்கள் என்கிற தங்களது முன்னைய கருத்து, தெளிவற்றதென்பதைச் சுட்டிக்காட்டுகிறார். சொற்களின் அர்த்தம், இறுதியில் மூலத் தனிமங்களான எளிய பகுதிகளுக்காக, எளிய குறியீடுகள் நிற்பதால் ஆவது எனின், 'எளிய பகுதிகள்' எனக் கொள்ளப்படுபவை எவை என்கிற கேள்வி நியாயமானதும் முக்கியமானதும் ஆகும். சாதாரண மொழியின் வாக்கியங்களையும், பௌதிகவதீதத்தின் பிரச்சினைக்குரிய

வாக்கியங்களையும், பகுப்பாய்வினால் தெளிவுபடுத்தும் திட்டம், எளிய பகுதிகள் என்கிற கருத்தை முற்கற்பிதமாகக் கொண்டது. முன்னைப் பகுப்பாய்வுகாரர்களின் ஆய்வுத் திட்டத்தின் பின்னணியில் இருந்த செம் மொழி அமைக்கும் லட்சியம், எளிய பகுதிகளை மயக்கத்திற்கிடமின்றிக் காட்டும். எளிய குறியீடுகளின் தொகுதிகளான வாக்கியங்களை அமைத்தல் கூடும் எனும் எடுகோளின் பேரில் அமைந்தது.

ஆனால், உள்பொருளினை, அதனை ஆக்குகிற எளிய பகுதிகள் எவை என நோக்குகிறபோது, இந்தக் கேள்வியிலேயே குழப்பமிருப்பதைக் காணலாம். பொருளொன்றின், உதாரணமாக நாற்காலியொன்றின் எளிய மூலப்பகுதிகள் எவையெனக் கேட்டால், பல விடைகள் சாத்தியம்: அதனை ஆக்கும் வெவ்வேறு வடிவமுள்ள மரத்துண்டுகள் என்று ஒரு விடை தர லாம்; அதன் அணுக்கள் என்று இன்னொரு விடையும் தரலாம். ‘எளியது’ என்பதற்கு ‘கூட்டு அல்ல’ என்று பொருள்கொண்டால், ‘கூட்டு’ என்பது என்ன கருத்தில் எடுத்துக்கொள்ளப்படுகிறது என்பதற்கேற்ப, எளியவை பற்றிய எமது விளக்கமும் மாறுபடும்; ‘கூட்டுப்பொருள்’ என்பது என்ன கருத்தில் எடுத்துக்கொள்ளப்படுகிறது எனத் தெளிவாய்த் தெரியாதபோது, ‘நாற்காலியின் எளிய பகுதிகள் எவை’ என்கிற கேள்விக்கும் தெளிவான அர்த்தம் இல்லாது போகிறது.

அகத்தே ஏற்படும் அனுபவங்களை நோக்குகிறபோதும், பிரச்சினை எவ் வகையிலும் இலகுவாவதில்லை. உதாரணமாக, எனக்கு முன்னே காணப் படும் இந்த நாற்காலி அல்லது இந்த மரம், என்னகத்தே ஏற்படுத்தும் அகச் சித்திரம், என்ன எளிய பகுதிகளை உடையது எனக் கேட்டால், பல நிறங் களைடைய கூட்டு எனும் வகையில், அது நிறங்களை எளிய பகுதிகளை உடையதாய்க் கொள்ளப்படலாம். அல்லது, சிறுசிறு நேர்கோடுகள் அதன் வெளியுரு என்கிற கூட்டை ஆக்குகிற எளிய பகுதிகளாகக் காணப் படலாம்; ஏறு பகுதிகளும் இறங்கு பகுதிகளும் அதன் வளைவுகளாகிய கூட்டுகளை ஆக்குகிற எளிய பகுதிகள் எனவும் விடை தரப்படலாம்.

சதுரங்கப் பலகையை நோக்குவோர்க்கு அது தெளிவான ஒரு கூட்டுப் பொருள் என்றும், முப்பத்திரண்டு கறுப்புச் சதுரங்களும், முப்பத்திரண்டு வெள்ளைச் சதுரங்களும் அதனை ஆக்குகிற எளிய பகுதிகள் என்பதுவே சரியான விடை என்றும் தோன்றுகிறது. ஆனால், வெண்மையும் கருமையும் சதுர வடிவ ஒழுங்குமே, அதன் எளிய பகுதிகள் எனக் கொள்ளுதலும் கூடும்.

உலகத்துப் பொருட்களையோ, அகச் சித்திரங்கள் எனக் கொள்ளப்படு வனவற்றையோ, கூட்டென்றும் எளியதென்றும் சார்பின்றி வருணித்தல் உண்மையில் சாத்தியமில்லை. நாங்கள் என்ன கண்ணோட்டத்தில் பார்க்கி றோம் என்பதைத் துணையாகக் கொண்டாலன்றி, எதனையும் கூட்டுப் பொருள் எனவோ, எளியது எனவோ தனிநிலையிற் கூறுவது அர்த்த

மற்றது எனல் வேண்டும். ''இந்த மரம், அகத்தே ஏற்படுத்தும் சித்திரம், கூட்டுப்பொருளோ எனவும், அதனை ஆக்கும் எளிய பகுதிகள் எவை எனவும் கேட்டால், அதற்குச் சரியான விடை, கூட்டுப்பொருள் என்கிற போது நீ கருதுவதென்ன?'' என்று கேட்பதே. ஆனால், இந்த விடை உண்மையில் இந்தக் கேள்வியையே நிராகரிப்பதாகும்.[5]

எளிய குறியீட்டிற்கும், எளிய தனியன்கள் அல்லது மூலத் தனிமங் களுக்கும் இடையே, ஆரம்ப அர்த்தவிதிகள் மூலம், பெயர்த் தொடர்பு ஏற்படுவதாகக் கொள்வோர், பிரதானமாகக் கருதுவன புலன் தரவுகள் எனப்படுபவற்றையே. ஆனால், உதாரணமாக, நிறமொன்றின் புலன் தரவு என்பதை எடுத்துக்கொண்டால், சுட்டல்முறை விளக்கத்தைப் பற்றி முன்னர் கூறிய பிரச்சினை இங்கும் எழுகிறது. சிவப்புப் புலன் தரவு, நிறத்தோடு வடிவத்தையும் கொண்டிருப்பது தவிர்க்க முடியாததாகும். மேலும், இடப் பரிமாணம் உடையதென்றவுடனேயே அதனைப் பிரித்து, அதனிலும் எளிய பகுதிகளாகக் காண்பது எப்போதும் சாத்தியமாகும்.

அது மட்டுமல்ல. வெள்ளை நிறம் எளியது எனக் கொண்டால், அது நிற மாலையிலுள்ள நிறங்கள் அனைத்தையும் கொண்டது என்கிற பௌதிக விளக்கம், அதனோடு முரண்படும். மேலும், 'சிவப்பு' என்பது எளியது என்கிறபோது, தியேற்றிற்றஸ் முதலாக முன்னைய விற்கன்ஸ்ரைன் உட் பட பலரும் ஏற்ற கொள்கையின்படி, அதற்குப் பெயர் மட்டுமே தருதல் கூடும் எனல் வேண்டும்; பிற விவரணங்கள் தர இயலாது. ஆனால், ஒவ் வொரு நிறத்திற்கும் இது இன்ன நீள ஒளியலைகளாலானது என்று பௌதிகம் தருகிற விவரணம், இக்கருத்து தவறென்பதைக் காட்டும்.

கடைசியாகக் கூறிய இந்த உதாரணம், 'கூட்டு', 'எளியது' என்பன, எமது கண்ணோட்ட நிலையிலிருந்தே அன்றி, தனியே பொருள் கொள்ள முடியாதன என்பதை வலியுறுத்தும்: வெவ்வேறு விளக்க முறைகள், வெவ் வேறு இடங்களிலிருந்து ஆரம்பிக்கும், முடிவடையும். உலகோடு நாம் தொடர்புகொள்ளும் கோலங்கள் வேறுபடுவதற்கேற்ப, அதனை நாம் அனுபவிக்கும் முறைகளும் வேறுபடும். நாம் உலகை எவ்வாறு பிரித்துக் காண்கிறோம், எவ்வாறு பிரித்துக் காண்பது எமக்கு அனுகூலத்தைத் தரு கிறது என்பது, விற்கன்ஸ்ரைன் கூறுவதுபோல, எமது வாழ்க்கைக் கோலங் களோடு அல்லது எமது மொழியாடலின் தன்மையோடு பிணைந்துள்ளது. அவற்றிற்கு வெளியே, அதாவது, மனிதர்களின் கூட்டுவாழ்க்கையும், அதன் மூலம் உருப்பெறக்கூடிய வாழ்க்கைக் கோலங்களும் ஆரம்பிப்பதற்கு முன்னரே, உலகைக் கூட்டுகளாயும் அவற்றின் எளிய பகுதிகளாயும் காணும் திறன் இருந்திருக்கலாம் என நினைப்பது, சார்பற்ற பௌதிக வதீதப் பார்வையொன்றில் நம்பிக்கை வைப்பதாகும்.

மேற்குறித்தவாறு நம்பிக்கை கொள்பவர், தனது நம்பிக்கையை வெளிப் படுத்துதற்கு மட்டுமல்ல, அந்த நம்பிக்கை ஏற்படுவதற்குத் தானும், அந்த நம்பிக்கையில் இடம்பெறும் கருத்துகள் உருப்பெறுவதற்குச் சில நிபந் தனைகள் உள்ளன என்பதே விற்கன்ஸ்ரைனது வாதம்: மனித சமூகமும் அவர்களது கருத்துகளும் அமைவதற்கு முன்னிருந்த உலகும், இன்ன இன்ன எளிய பகுதிகளாலான இத்தகைய கூட்டுகளாய் இருந்தது என்று நாம் கூறுவதிற் தவறெதுவுமில்லை. ஆனால், மனிதர்கள் உலகைப் பிரித்தும் சேர்த்தும் காண்கிற வழிகளிற் பயிலாத ஒரு பார்வைக்கும், உலகு இத் தகைய கூட்டுகளாயும் எளிய பகுதிகளாயும் இயல்பாய்த் தோன்றும் என்கிற கற்பனையே இங்கு மறுக்கப்படுகிறது.

எனின், அனுபவவாத அறிவியலில், முதல் அறிவு பரிச்சயத்தினால் ஏற்படுகிறபோது, அங்கே எதிர்ப்படுபவை எளிய குறியீடுகளாற் சுட்டப் படும் எளிய பகுதிகள் எனக் கொள்வது பொருந்தாது என்கிற முடிவு ஏற்படுகிறது. சொல்லும் பொருளும், பெயரும் பெயரை உடையதுமாகத் தொடர்புபட்டன என்கிற கொள்கை, எளிய தனியன்கள் என்கிற கருத்திற் தங்கியிருந்த அளவிற்கு இவ்வகையிற் பலவீனம் அடைகிறது. மேலும், சொல்லும் பொருளும் பற்றிய ஒகஸ்தீனியச் சித்திரத்தை ஏற்பவர்கள், எல் லாச் சொற்களுக்கும், அவற்றைப் பெயராகக்கொண்டனவெனக் காட்டப் படக்கூடிய பொருட்கள் இல்லை என்கிற இக்கட்டைச் சந்திக்கிறபோது, தமது அர்த்தக் கொள்கையைக் கைவிடவில்லையெனின், அதனைக் காப் பாற்றுதற்குச் சொற்களை இப்படி இரு வகையாகப் பிரிக்கும் உத்தியை நாட வேண்டிய நிர்ப்பந்தத்திற்குள்ளாகிறார்கள்.

சொல்லுக்கும் அதன் அர்த்தத்திற்கும் இடையே உள்ள தொடர்பு என ஒகஸ்தீனிய விளக்கத்தில் தரப்படுவதற்கு எதிராக நாம் இதுவரை கூறிய இரண்டு வாதங்களும் ஓரளவுக்கு வெளிப்படையானவை: எல்லாச் சொற் களையும் பெயர்கள்போல நோக்குவதில் உள்ள குறைபாடு, அதாவது பொதுவான இந்த அர்த்தக் கொள்கையின் கீழ், சொற்கள் அனைத்தையும் அடக்குவது கடினம் என்பது முன்னரேயே உணரப்பட்டது. இதுவே, சொற் களில் ஒரு பகுதியை, எளிய குறியீடுகளாக அல்லது அவையாகப் பகுப் பாய்வு செய்யப்படக்கூடியனவாகக் கண்டுகொள்ள வேண்டிய அவசியத்தை ஏற்படுத்திற்று. மேலும், எளிய குறியீடுகள், எளிய பகுதிகள் என்கிற கருத்து களில் உள்ள பிரச்சினைகளும், முன்னரே ஓரளவுக்கு உணரப்பட்டிருந்தன. றசெலின் தருக்க அணுவாதத்தில், எல்லா எடுப்புகளும் எளிய எடுப்பு களாயும், பின்னர் குறியீடுகளாயும் பகுப்பாய்வு செய்யப்படலாமென்று கூறப்பட்டபோது, பகுப்பாய்வில் விளைவாய் வருகிற இவ்வெளிய குறியீடு களினாற் சுட்டப்படுபவை, எளிய தனியன்களின் பெயர்கள் எனக் கொள்ளப்பட வேண்டுமோ அல்லது அவை உண்மையில் எளிய

தனியன்கள்தானோ என்பது கலங்கலாகவே இருந்தது.[6] எளிய குறியீடுகளால் சுட்டப்படுபவன எளிய பொருட்களே என்பதில், விற்கன்ஸ்ரைனுக்கு எவ்வகை ஐயமும் முதலில் இருக்கவில்லையெனினும், அப்பொருட்கள் எவை என்பதையிட்டு அவரும் எதுவும் கூறத் தயாராயிருக்கவில்லை என்பது பிரசித்தமானது.[7]

இதுவரை நாம் கூறிய விமர்சனங்கள், ஒகஸ்தீனியக் கொள்கைக்கு எதிராக, ஓரளவுக்கு முன்னரே உணரப்பட்டவையெனலாம். ஆனால், இவற்றைத் தொடர்ந்து விற்கன்ஸ்ரைன் தனது மெய்யியல் ஆய்வுகளில், விருத்தி செய்கிற நியாயம் ஒகஸ்தீனிய அர்த்தக் கொள்கையை முற்றிலும் புதியதோர் கோணத்திலிருந்து தாக்குவதாகும். பிரத்தியேக மொழிச் சித்திரத்தில் எமது உணர்வுகளுக்கும், உணர்வுகளின் பெயர்களாக வழங்கும் சொற்களுக்குமிடையே தொடர்பேற்படுத்துவதுபற்றி எழுப்பப்படுகிற பிரச்சினை, இங்கு சொற்களுக்கும் அவற்றின் அர்த்தத்திற்கும் இடையில் ஏற்படுத்தப்படக்கூடிய தொடர்புபற்றி, பொதுவாயும் மிகுந்த தீட்சண்யத்துடனும் ஆராயப்படுகிறது.

சொல்லின் அர்த்தம், பெயரும் பெயரை உடையதும் இணைக்கப்பட்டிருப்பதுபோல, அதனோடு இணைக்கப்படும் பொருளே என்கிற விளக்கம், அர்த்தமுடைமைபற்றிய, இலகுவில் ஏற்கப்படக்கூடிய விளக்கமாய் வரினும், அதேயளவு இலகுவாய் அதிலுள்ள குறைபாடுகள் சிலவும் புலப்படும். உதாரணமாக, ஒரே பொருளைச் சுட்டும் இரு சொற்கள், அக்காரணத்தினால், இந்த விளக்கம் சரியெனின், ஒரே அர்த்தம் உடையனவாதல் வேண்டும். ‘அ’ எனவும் ‘இ’ எனவும் ஒரே பொருளை நாம் குறிப்பிட்டால், இது சரியாகும். ஆனால், ‘விடி வெள்ளி’ என்பதும் ‘மாலை வெள்ளி’ என்பதும் ஒரே பொருளைச் சுட்டியபோதிலும், அறிஞர் ஜி. பிரகே (G. Frege 1848-1925) எடுத்துக்காட்டியவாறு, ஒரே அர்த்தமுடையனவாகக் கொள்ளப்படுவதில்லை. ஒகஸ்தீனிய அர்த்தக் கொள்கையின் இன்னொரு குறைபாடு இதனிலும் எளிதாகப் புலப்படுவது: பெயரை உடையது அழிகிறபோது, பொருள் அழிந்ததாகச் சொல்வோமேயொழிய சொல்லின் அர்த்தம் அழிந்ததாகச் சொல்வதில்லை.

> ‘‘சொல்லுக்கு இணையாக உள்ள பொருளைக் குறிப்பிடுவதற்கு, ‘அர்த்தம்’ என்கிற சொல்லைப் பயன்படுத்துகிறபோது, அதனை நாம் வழக்கிற்கு மாறாய்ப் பயன்படுத்துகிறோம் என்பதைக் கவனித்தல் முக்கியம். திருவாளர் N. N. இறக்கும்போது, அந்தப் பெயரை உடையவர் இறந்துபோனார் என்போமேயொழிய, அர்த்தம் இறந்துபோனது என்று சொல்வதில்லை. அவ்வாறு கூறுவது அபத்தமாயும் முடியும். ஏனெனில், பெயருக்கு அர்த்தம் இல்லாது போனால், ‘திருவாளர் N. N. இறந்துபோனார்’ என்று சொல்லவும் இயலாது போய்விடும்.’’[8]

இந்த இக்கட்டிலிருந்து விடுதலை பெறுவதற்கு, சொல்லின் அர்த்த மாவது அதனோடு இணைக்கப்படும் புறப்பொருள் அல்லவெனவும், அகத்தே உள்ள படிமம் எனவும் கூறப்படலாம். அதாவது, அயர் கூறுவது போல, எமது பிரத்தியேக அனுபவத்திலே நாம் முன்னிலைப்படுத்தும் தரவும் சொல்லும் இணைக்கப்படுதலே அர்த்தவிதியொன்றை நிறுவுகிறது எனின், பொருள் அழிந்துபோகிறதுபோதும் மனப்படிமம் எஞ்சியிருக்கு மாதலால், சொல்லின் அர்த்தமும் இவ்வகையிற் காப்பாற்றப்படுகிறது எனலாம். உதாரணமாக, 'சிவப்பு' என்பதன் அர்த்தம், புறத்தேயுள்ள அழியக்கூடிய-வெளிறக்கூடிய சிவப்புப் பொருட்கள் அல்ல, எமது மனத்தில் நாம் பதித்துக்கொண்ட, நினைவில் வைத்துக்கொள்கிற சிவப்பு நிறப் படிமமே அது எனலாம்: படிமத்தை நாம் நினைவில் வைத்திருக் கிறபடியால், சொல்லை நாம் பயன்படுத்துகிறபோதெல்லாம், எமது மனக் கண்முன் வருகிற படிமம், சொல்லின் அர்த்தமுடைமைக்கு ஆதாரமாகிறது; சொல்லைச் சரியாய்ப் பயன்படுத்த எம்மை அது ஆற்றுப்படுத்துகிறது.

புறத்தே இருக்கும் பொருள் அழிதலும் மாறுதலும், அதனை அர்த்த மெனக் கொள்ள அனுமதியாது எனின், அகத்தே உள்ளதாகக் கூறப்படும் படிமத்தை நம்புவது எந்தளவுக்குச் சாத்தியம் எனும் வினா எழுகிறது. புறத்தே உள்ள சிவப்பு நிறம் வெளிறுதல் கூடும் எனின், எனக்குத் தெரி யாமலே மாற்றம் நடைபெறுகிறபோது, மாறிய அதனைச் 'சிவப்பு' என் பதன் அர்த்தமாகக் கொள்ளுகிற அளவிற்கு, அதன் அநித்தியத்தில் நான் அகப்பட்டுப்போவேன் என்றால், எனது மனப்படிமத்தின் ஸ்திரம் எவ்வாறு காக்கப்படும் என்பது பிரச்சினையாகிறது.

சொல்லின் அர்த்தம் அது சுட்டும் பொருள் எனும் கொள்கையை ஏற்றோர், புறப்பொருளை ஏற்காது, அகத்தே உள்ள ஒன்றை எடுத்துக் கொண்டபோது, பாரம்பரியமாக எழுப்பப்பட்ட பிரச்சினை, இதனால் ஒருவரது விதியும் இன்னொருவரது விதியும் வெவ்வேறாகும் வாய்ப்பு உண்டாகிவிடுகிறது என்பதே: 'சிவப்பு' என்பது புறத்தேயுள்ள பொருளைக் குறிப்பது அல்ல எனவும், அது குறிப்பது அகத்தே நான் அவதானிக்கும் புலன் தரவை அல்லது அகப்படிமத்தை எனவும் ஏற்றுக்கொள்ளப் பட்டதும், நான் 'சிவப்பு' என்பது, மற்றவர்கள் 'சிவப்பு' என்பதிலிருந்து வேறுபட்ட அர்த்தத்தை உடையதாகிவிடுகிறது என்பதே ஏகான்ம வாத-ஐயவாதத்தின் பிரலாபமாய் அமைந்தது. ஆனால், இதனிலும் தீவிர மான ஐயமும் இங்கு எழுதற்கு வாய்ப்பிருப்பதே விற்கன்ஸ்ரைனால் சுட்டிக்காட்டப்படுகிறது.

மற்றவர்களோடு பகிரப்படாததாய், எனக்கு மட்டும் உரியது எனினும், அர்த்தம் உடையதாவதற்கு எனது அகப்படிமமே ஆதாரம் எனின், அது

அழிவற்றதாதல் வேண்டும். மேலும், சொல்லை நான் பயன்படுத்துகிற போதெல்லாம், என்னைச் சரியாய் வழிப்படுத்துதற்கு, அதுவே எனது நினைவில் வருதல் வேண்டும். அவ்வாறாயின், இதற்கு என்ன ஆதாரம் உள்ளது எனவும், இது தவறுவதில்லை எனவும், புறப்பொருட்கள் அழிவதை எம்மாற் சிந்திக்க முடிவதும், புறப்பொருட்கள் மாற்றமடைவதை—உதாரணமாக முன்பு நாம் கண்ட செக்கர் வானம் இப்போது இருண்டு போனதை—எம்மால் கண்டுகொள்ள முடிவதும்கூட, எமது மனதில் உள்ள படிமம் சரியாய் நினைவிற்கு வருவதாலேயே எனவும் வாதிக்கப்படலாம். ஆனால், இது உண்மையல்ல. எமது நினைவுகள் பிழைத்தல் கூடும் என்பது பிரசித்தம். மனத்தில் வரும் படிமங்களும் மங்கிவருதல் கூடும். இதனை வலியுறுத்த வேண்டியது இல்லை. எமது ஆய்வுகளின்போது, பரிசோதனைகளின் முடிவுகளையும் அவதானங்களையும் பல்வகையிலும் பதிவுசெய்து வைத்தலின் அவசியம்பற்றி, மாணவர்க்கு வற்புறுத்தப்படுவது இதனாலேயே. எமது நினைவுகளை, நாம் இறுதி ஆதாரங்களாக ஏற்றுக்கொள்வதில்லை என்பது மிகவும் சாதாரணமாகப் பரிச்சயமான உண்மையாகும்.

சொல்லும் அதற்கு நேராக உள்ள பொருளும் அல்லது படிமமும் இணைக்கப்படுவதுதான், எம்மைச் சொல்லின் பிரயோகங்களின்போது வழிநடத்துகிற அர்த்தவிதியெனில், பொருளினது இயல்பு அல்லது படிமத்தின் இயல்பு திரியலாம் என்கிறபோது, இந்த அர்த்தவிதிக்கு எமது பிரயோகங்களை வழிநடத்தும் திறன் இல்லாது போகிறது. எனவே, படிமம் நினைவுக்கு வருகிறது என்பது போதிய உறுதி ஆகாது என்பதே விற்கன்ஸ்ரைன் இங்கு எழுப்புகிற ஐயமாகும். எமக்குள் படிமம் சரியாக நினைவிற்கு வருவதைப் பற்றி இவ்வாறு சந்தேகம் எழுப்பப்பட்ட மாத்திரத்தில், இந்த அர்த்தவிதி தகர்ந்துபோகிறது.

இந்த ஐயத்தின் வலிமையை மேலும் நோக்குமுன், படிம அர்த்தக் கொள்கைக்கு எதிராக, விற்கன்ஸ்ரைன் முன்வைக்கும் வேறு ஒரு பிரச்சினையை முதலில் நோக்குவோம். சுட்டல்முறை விளக்கம்பற்றிய பிரச்சினைகளை விவரித்தபோது, அகத்தே நாம் அமைக்கும் உருக்கள், பல்வேறு வழிகளில் விளங்கிக்கொள்ளப்படலாம் என்பது சுட்டிக்காட்டப்பட்டது. அங்கே அர்த்தவிதியைச் சுட்டல்முறை மூலம் நியமிக்க முயல்கிறபோது, இந்தப் பிரச்சினை எழுவது கூறப்பட்டது.

மனத்தில் உள்ள படிமத்தினூடாக அர்த்தவிதி எம்மை வழிநடத்தும் என்கிற நம்பிக்கையும், இந்தப் பிரச்சினையை எதிர்நோக்குதல் வேண்டும். எனது மனதில் வருகிற படிமம், குறித்த ஒரு வகையிலேயே என்னை வழிநடத்த வேண்டும் என்பதற்கு எவ்வகை உறுதியுமில்லை. எதிர்வரும் காலங்களிலெல்லாம், சொல்லை நான் பிரயோகிக்க நேரும் ஒவ்வொரு

சந்தர்ப்பத்திலும், 'இப்படித்தான் பிரயோகி' என இப்படிமம் காட்டும் என்பதற்கு ஆதாரம் இல்லை. எமது மனத்தில், நாம் கற்பனை செய்து கொள்கிற சித்திரங்கள், ஒரே லட்சணங்களை உடையனவாய் அமைந்த போதிலும், வெவ்வேறு சந்தர்ப்பங்களில், வெவ்வேறு உணர்ச்சிகளை அல்லது எண்ணங்களை, எம்மிடத்திலே தூண்டுவதற்குக் காரணங்களாய் அமையலாம் என்பது சாதாரணமாய் ஏற்படுகிற அனுபவமாகும். அவ்வாறெனின், படிமம் மனத்தில் வருகையில், 'இப்படித்தான் பிரயோகி' என்கிற குறிப்போடும் வருகிறது என்றும் சொல்ல முடியாது. அப்படி வந்தாலும், எப்படித்தான் பிரயோகிப்பது என்று எப்படித் தெரிந்து கொள்வது? அதற்கு இன்னொரு படிமம் வேண்டும். அர்த்தவிதியை வழிப் படுத்த, இப்படி இன்னொரு அர்த்தவிதி அவசியமானால், இந்த இண்டாவது அர்த்தவிதியின் விளக்கம், வேறு துணையை வேண்டிநிற்பதையும் தவிர்க்க முடியாது.

தடியொன்றிலே தன்னைத் தாங்கிக்கொண்டு, சரிவொன்றில் ஏறுகின்ற முதியவன் ஒருவனது சித்திரம், எமது நினைவிற்கு வருகிறது என்று கொள் வோம். பரிதாபத்திற்குரிய ஒரு பலவீனன், சரிவில் கீழ்நோக்கிச் சறுக்கு கிறதைக் காட்டும் சித்திரமாக, யாரும் இதற்கு அர்த்தங்கொள்ளவும் முடியும்.[9] அதேபோல, சதுரத் திண்மம் ஒன்றின் படிமத்தை எடுத்துக் கொண்டால், அதுவும் பல்வேறு விளக்கங்களோடு பொருந்தும். அவ்வாறெனின், பொருட்களுக்குப் பதிலாக, படிமங்கள் சொற்களோடு இணைந்து வருதல், எம்மைச் சரியாக வழிப்படுத்தும் அர்த்தவிதிகளாக முடியாது.

இவற்றைப் பற்றிச் சிந்திக்கையில், சாத்தியமான விளக்கங்களுள், ''ஒன்று மட்டும் எமது மனதிற்கு வருவதும், மற்றவற்றை நாம் யோசியாது விடுவதுமே, குறிப்பிட்ட ஒரு பிரயோகத்தையே படிமம் நிர்ப்பந்திக்கிறது எனும் எமது நம்பிக்கைக்குக் காரணமாகிறது... சொல்லை நாம் கேட்கிற போது, அதே சித்திரம் எமது மனதிற் தோன்றினாலும், பிரயோகம் வேறாயிருத்தல் கூடும் என்பது நாம் இங்கு கவனிக்க வேண்டிய முக்கிய மான உண்மையாகும். பிரயோகம் வேறாயிருக்கும்போது, மனத்தில் வருகிற படிமம் ஒன்றாயிருக்கிறது என்பதினால், அர்த்தம் ஒன்றுதான் என்போமா?''[10]

சொல்லைச் சரியாகப் பிரயோகிப்பதற்கு, மனதில் உள்ள படிமம் எமக்கு வழிகாட்டும் என நம்பினால்—சொல்லையும் படிமத்தையும் இணைத்து, எமது அர்த்தவிதிகளை அமைத்துக்கொள்கிறோம் என்பதற்கு, இப்படியின்றி வேறெவ்வாறு பொருள் கொள்வது?—ஒன்றிற்கு மேற்பட்ட வழிகளில் படிமம் பிரயோகிக்கப்படலாம் என்பது, இந்த நம்பிக்கையை வீணானதாக்குகிறது: நாம் சொல்லைப் பிரயோகிக்குமுன்,

படிமம் வருதல் வேண்டும்; பிறர் சொல்வதைக் கேட்டு விளங்கிக் கொள்கிறபோது, சொல்லின் பின்னே படிமம் வருதல் வேண்டும். அயரும் ஏனையோரும் ஏற்றுக்கொண்டிருக்கிற அர்த்தவிதிக்கு, பயனுள்ள ஏதாவது பணி இருந்தால், இவ்வாறு அவசியம் நிகழ்தல் வேண்டும். ஆனால், சொற்களை நாம் பயன்படுத்துகையிலும், புரிந்துகொள்கிறபோதும் இப்படி எப்போதும் நிகழ்வதில்லை என்கிற பாரதூரமான உண்மை ஒருபுறமிருக்க, படிமமோ சொல்லோ எம்மை ஒரே வழியில் நிர்ப் பந்திக்காது என்கிற பிரச்சினை, அர்த்தவிதி ஒன்றிற்கு இருக்க வேண்டிய செயற்றிறன், இந்த இணைப்பினால் சாத்தியமாகாது எனக் காட்டுகிறது.

இந்த ஐயத்தைத் தொடர்ந்து எழுகிற பிரச்சினை, நாம் இதுவரை எடுத்துக்கொண்ட ஏகான்மவாத ஐயவாதத்திலும் தீவிரமானதாகும்: எனது மொழியை, மற்றவர்கள் சரியாய்ப் புரிந்துகொள்கிறார்களோ என்பது, ஏகான்மவாதத்தின் பிரச்சினையென்றால், இங்கு எழுவது, எனது மொழியை நானாகிலும் சரியாகப் புரிந்துகொள்கிறேனோ என்பதாகும். நான் பயன் படுத்தும் சொற்களின் அர்த்தம், எனது மனத்தே உள்ள படிமம் என்கிற போது, மற்றவர்கள் தங்களது சொற்களோடு இணைத்துக்கொண்ட படிமம் வேறாயிருக்கலாமாதலால், அவர்களது அர்த்தவிதிகளும் வெவ்வேறாதல் கூடும் என்கிற பிரச்சினையே முன்னையது.

நான் முன்னர் நியமித்துக்கொண்ட அர்த்தவிதிதான், நான் அதன்பின் சொல்லைப் பிரயோகிக்கும்போதும்-புரிந்துகொள்ளும்போதும் பயன் படுகிற அர்த்தவிதியோ என்பதே எமது புதிய பிரச்சினை. எந்தப் படி மமும் எம்மை எப்போதும் ஒரே மாதிரி நிர்ப்பந்திக்கும் திறனை உடைய தாகாது என்று சுட்டிக்காட்டப்பட்ட உடனேயே, இந்தப் பிரச்சினை தோன்றிவிடுகிறது. அவ்வாறாயின், ‘அர்த்தவிதி ஒன்றை நியமித்துக் கொள்கிறோம்’ என்பதற்கு இங்கு அர்த்தம் இல்லாது போகிறது. ‘விதியை நியமித்துக்கொள்வது’ என்பது விதியைச் சரியாய்ப் பின்பற்றுவதற்கும், தவறாய்ப் பின்பற்றுவதற்கும் இடையேயுள்ள வேறுபாட்டைத் தெளிவு படுத்துவதாக அமைய வேண்டும். ஆனால், தனிமையில் நான் அமைத்துக் கொண்ட இந்த விதிக்கு, அதனைச் சாதிப்பதற்கு வேண்டிய திறன் இல்லை. அவ்வாறாயின், இதனை விதியெனலும் பொருந்தாது. சொல் லுக்கும் அதன் அர்த்தத்திற்குமிடையே உள்ள தொடர்பை, இவ்வகையில் நிறுவ முடியாது என விற்கன்ஸ்ரைன் கூறுகிறபோது, எனது உணர்விற்கு நான் தனிமையில் பெயரிட முடியாது என்று கூறும்போது, அவர் பயன் படுத்திய வாதம், பொதுவான வீச்சைப் பெறுவது புலப்படும். மனத்தின் தனிமையிலே, சொல்லினது அர்த்தம் நியமித்துக்கொள்ளப்படுகிறது என்கிற கொள்கை, உணர்வுகள் என்கிற அகநிலைகளைச் சுட்டுவன எனக் கொள்ளப் படுகிற சொற்களைப் பொறுத்தவரை மட்டுமல்ல, எந்தச் சொல்லை எடுத்துக்கொண்டாலும் மொழியை அசாத்தியமானதாக்கிவிடுகிறது.

சொல்லோடு இணைந்த படிமம், பல வழிகளில் விளங்கிக்கொள்ளப் படலாம் என்கிற வாய்ப்பிலிருந்து எழும் சிக்கலை, இதுவரை நோக்கி னோம். இருந்தும், படிமம் ஒரே வழியிலேயே விளங்கிக்கொள்ளப்படலாம் என்றாலும், எமது பிரச்சினை தீரப்போவதில்லை. ஏனெனில், எமது தற் போதைய அர்த்தவிதி நியமனம், மயக்கத்திற்கு இடமின்றி, படிமத்தையும் சொல்லையும் இணைத்தாலும், மயக்கமில்லாத இத்தெளிவு தொடர்ந்திருந் தாலும், இது எந்தளவுக்கு எமக்கு உதவும் என்று கேட்கலாம். சொல் அர்த்தமுடையதென்றால், அதனை நாம் எமது வாழ்க்கையில் ஏற்படும் பல்வேறு சந்தர்ப்பங்களில், பயன்படுத்துதல் வேண்டும். உதாரணமாக, 'சிவப்பு' என்கிற சொல்லை, அதற்குரிய படிமத்தோடு இணைத்தாயிற்று என எடுத்துக்கொள்வோம். இதனை எந்த வகையான மயக்கத்திற்கும் இடமில்லாது சாதித்தாயிற்று என்போம்.

உதாரணமாக, 'சிவப்பு' எனும் சொல்லிற்கு, பின்வரும் பிரயோகங்களை எடுத்துக்கொண்டால், இவற்றையெல்லாம் ஒரே படிமம் வழிப்படுத்துகிறது என்பது சாத்தியமில்லை.

சிவப்பாய் இரத்தம் வந்தது.

இரத்தம் பட்டு, வெள்ளை ஆடை முழுவதும் சிவப்புக் கறை படிந்து போனது.

சுவருக்குச் சிவப்பு வர்ணம் அடித்தாயிற்று.

மாமரம் முழுவதும் தளிர் வந்து ஒரே சிவப்பாய் இருக்கிறது.

அந்தப் பெண்ணின் தலைமயிர் சிவப்பு.

அவளது முகம் வெட்கத்தினால் ஒரேயடியாகச் சிவப்பாய்ப் போனது.

அன்று மாலை வானம் ஒரே சிவப்பாயிருந்தது.

இது சிவப்பு வாழை.

அவன் சிவப்பு நிறம்.

இந்த ஊர் மண் சிவப்பு.

இத்தனை பிரயோகங்களிலும், நாம் ஒரே சொல்லைப் பயன்படுத்துகிற போது, எமது மூல அர்த்தவிதி, எம்மை வழிநடத்த வேண்டுமானால், அது மயக்கமில்லாத வகையில் நிறுவப்பட்டிருந்தாலும் அதிக அனுகூல மில்லை. இந்தப் பிரச்சினையிலிருந்து விடுபடுவதற்கு, படிமக் கொள்கைக் காரர், இரண்டு வழிகளுள் ஒன்றைத் தெரிவுசெய்யலாம்.

ஒன்று, 'சிவப்பு' என்கிற குறி, இங்கெல்லாம் பயன்பட்டபோதிலும், உண்மையில் இவை ஒரே சொல் அல்ல என்பது. ஆனால், குறிக்கும் படிமத் திற்கும் இடையே இணைப்பை ஏற்படுத்தி, அவ்வழியில் சொல்லை அர்த்த முடையதாக்கலாம் என்கிற கருத்தை இது மேலும் சிக்கலானதாக்கும்.

சொல்லைப் புரிந்துகொள்வதென்பது, படிமம் மனதிற்கு வருவதால் நடை பெறும் என்பது அசாத்தியமாகிவிடும்: இங்கு பயன்படுகிற சொல் எது வெனத் தெரிந்துகொண்டதன் பின்னரே, அதற்குரிய படிமத்தைத் தேர்ந்து வரவழைக்கலாம். அதாவது, அர்த்தத்தை அறிய, அதற்கு முன்னரே அர்த்தம் தெரிதல் வேண்டும்; அதாவது, 'சிவப்பு' என்பது, ஒன்றுக்கு மேற்பட்ட சொற்களுக்காக நிற்கும் குறி என்று அனுமதித்ததும், அந்தச் சொல்லின் பிரயோகத்தின்போது, எமக்கு ஒரு தீர்மானப் பிரச்சினை ஏற்படுகிறது. இத்தீர்மானத்தைச் செய்தே, 'சிவப்பு' என்று கூறும்போது, தற்போது பிரயோகமாகும் அர்த்தம் என்ன என்று நாம் அறியலாம். ஆனால், அர்த்தம் தெரிவதற்கு முன் இத்தகைய தீர்மானத்தைச் செய்யலாம் என்பதும் பொருந்தாது.

இங்கு பயன்படுகிற விமர்சனம், விற்கன்ஸ்ரைன் பிறிதோரிடத்திற் கூறு வனவற்றால், மேலும் கூர்மையடைகிறது. பிரத்தியேக மொழிச் சித் திரத்தில் கூறப்படுவதுபோல, நாம் சொல்லைத் தெரிவுசெய்ய, படிமம் எமக்கு உதவுகிறது என்று கொண்டால், படிமத்தை நாம் முதலில் இனங் கண்டுகொள்ள வேண்டும். எப்படி இனங்கண்டுகொள்வது என்கிற வினா விற்கு, சாதாரண வாழ்வில், நாம் இத்தகைய வினாக்களுக்கு விடை தருவது போல, சொற்களில் விடை தருவதோ, விடையை நினைப்பதோ இயலாது.

ஏனெனில், பிரச்சினை சொல் வருவதற்கு முந்தியது: சொல் வருவதை விளக்குவது எப்படி என்பதுபற்றியது. அவ்வாறெனின், முதலில் நான் படி மத்தை இது எனக் கண்டுகொள்கிறேன். பின்னர், அது எவ்வாறு அழைக் கப்படுகிறது என்று எனக்கு நினைவுக்கு வருகிறது. இது 'சிவப்பு' என்று எனக்கு இங்கு எப்படித் தெரிகிறது? முதலில் அதை இதுவாகக் காண் கிறேன். பின்னர், இது 'சிவப்பு' எனப்படுவது என்று எனக்கு நினைவுக்கு வருகிறது. ஆனால், இது எப்படி நினைவுக்கு வரும்? முன்பு எனது மனதில் நியமித்துக்கொண்ட படிமத்தோடு ஒப்பிட்டு, இது அதுவே என்று அல்லது இது வேறானது என்று கண்டுகொள்கிறேன் என்று விடை சொல்லலாம். 'ஒப்பிடுதலும்', 'வேறுபாடு காணலும்' இந்தத் தனியனுக்குச் சாத்தியமாகிற காரியங்களோ என்பது ஒருபுறமிருக்க, படிமத்தை நோக்குகையில் நான் உணர்ந்துகொண்டதை, 'அதுவே' என்பதோ அல்லது 'வேறானது' என்பதோ சரியாய் வெளிப்படுத்துகின்றன என்பதற்கு இனி நியாயம் வேண்டும். அதாவது, இந்தச் சொல்தான் ('அதுவே' அல்லது 'வேறானது' என்கிற சொல்), இந்த இடத்தில் நான் சொல்ல விரும்புவதைச் சொல்வதற்கு வேண்டிய சொல் என்று எனக்கு வேறு எங்கிருந்தோ தெரிதல் வேண்டும். ஆனால், அந்த அறிவு இங்கு பயன்படாது. படிமத்திற்கும் சொல்லிற்கும் இடையே உள்ள தொடர்பைப் பற்றிச் சந்தேகம் எழலாம் என்று அனு மதித்த உடனே, அதிலிருந்து விடுபடுவதற்கு, இவ்வாறு எமக்கு ஒரு வழியும்

இல்லாது போகிறது. தனியனாய் இருந்து மொழியை ஆக்கலாம் என்கிற சித்திரம், இப்படியான குழப்பத்தைத் தன்னகத்தே கொண்டிருக்கிறது.

> ''காண்பதிலிருந்து சொற்களுக்கு, எனது தனிமையில் நான் செல்ல வேண்டுமென்றால், அங்கே எந்த விதியையும் பிரயோகிக்க முடியாது''[11]
> என்பதுதான் உண்மையாகும்.

'சிவப்பு' என்பதன் பல்வேறு பிரயோகங்கள், பல்வேறு படிமங்களைப் பயன்படுத்தும் அளவிற்கு, அவற்றை வெவ்வேறு அர்த்தமுடையனவாகக் கொள்ளலாம் என்கிற சமாதான முயற்சியில் இருந்து எழும் பிரச் சினையை இதுவரை பார்த்தோம். மேலும், சொல்லிற்கும் அதன் பல்வேறு பிரயோகங்களுக்கும் இடையே இருக்கும் தொடர்புபற்றிய பிரச்சினையை விளக்குதற்குத் தரப்படக்கூடிய மற்றைய சமாதானத்தை நோக்குதல் வேண்டும். ஒரே குறி, பல்வேறுபட்ட இடங்களிற் பிரயோகமாகும்போது, உண்மையில் ஒரு சொல்தான் அங்கே உள்ளது என ஏற்றுக்கொண்டு, இவ்வெவ்வேறு இடங்களிற் பயன்படுகிற பிரயோகங்களைச் சாத்திய மாக்குகிற படிமங்கள் வெவ்வேறாகத் தோன்றினாலும், உண்மையில் அவற்றிலே செயற்படுவது, இவையனைத்துக்கும் பொதுவான மூலப் படிமமே என்பது, இந்த இரண்டாவது வழியாகும். அதாவது, எமது உதாரணத்தில், 'சிவப்பு' என்பதை நாம் பல இடங்களில் பிரயோகிக்கிற போது, ஒவ்வொரு இடத்திலும் தோன்றுவது, வெவ்வேறு படிமமாயிற்றே என்கிற பிரச்சினைக்கு, அவ்வாறல்ல, இங்கெல்லாம் எம்மை வழிநடத்து வது, வெவ்வேறு படிமங்களாக மேலுக்குத் தோன்றுகிற, இவற்றிலெல்லாம் பொதுவாயுள்ள, 'சிவப்பு'க்குரிய மூல அர்த்தவிதியால் இணைக்கப்பட்ட அதே படிமமே என இந்த நியாயம் கூறும்.

இங்கு கூறப்படுகிற நியாயத்தில் நாம் சந்திப்பது, மெய்யியல் வரலாற் றில் நன்கு பரிச்சயமான நிறைகள் (Universals) பற்றிய கொள்கையாகும். உலகில் உள்ள ஒவ்வொரு பொருளும் தனிப்பொருள் ஆதலால், உலகிற் பயன்படும் சொற்களும் அவற்றைச் சுட்டும் சொற்களும் இடுகுறிப் பெயர்களாய் இருத்தல் வேண்டும் என நாம் எண்ணலாம்; ஆனால், இதற்கு மாறாக எமது மொழியின் சொற்களை நோக்கின், அவற்றிற் பெரும் பாலானவை பொதுச்சொற்களாகக் காணப்படுகின்றன என அவதானித்த லொக், சொல்லின் அர்த்தத்தை அறிவது, அதற்கு இணையான மனப் படிமத்தைப் பெற்றிருப்பதால் சாத்தியமாவது என்கிற கொள்கையின் பீடிப்பில், பொதுச்சொற்களுக்கு இணையாக, எமது மனதில் பொதுவான கருத்துகளை நாம் அமைத்துக்கொண்டுள்ளோம் என்றார். உதாரணமாக, 'மனிதன்' என்கிற சொல்லை எடுத்துக்கொண்டால் பீற்றர், ஜேம்ஸ், மேரி, ஜேன் போன்ற தனிமனிதர்கள்பற்றிய பல்குணங் கொண்ட சிக்கலான கருத்துகளிலிருந்து, அவை ஒவ்வொன்றுக்கும் சிறப்பானவற்றை நீக்கி,

'அவை அனைத்திற்கும் பொதுவானதை மட்டும்' எடுத்துக்கொள்கிறபோது, 'மனிதன்' எனும் எமது கருத்து ஏற்படுகிறது.

லொக் பயன்படுத்துகிற 'கருத்து' எனும் சொல், அவராலேயே பல வழிகளிற் பயன்படுத்தப்படுகிற ஒன்றாகும். 'மனிதன்' எனும் பொதுச் சொல்லுக்கு இணையாக நாம் பொதுக்கருத்தொன்றை அமைத்துக்கொள் கிறோம் எனவும், 'சிவப்பு' என்கிற பொதுச் சொல்லுக்கிணையாக நாம் பொதுக்கருத்தொன்றை அமைத்துக்கொள்கிறோம் எனவும், அவர் சொல்கிற போது கருத்து என்கிற சொல் இரண்டு இடங்களிலும் ஒரே வழியிற்றான் பயன்படுகிறது எனக் கூற முடியாது. 'சிவப்பு' போன்ற எளிய குணங் களைப் பொறுத்தவரை, நாம் அமைக்கும் பொதுக்கருத்துகள், அவற்றைப் பிரதிநிதித்துவம் செய்யும் படிமங்கள் போலவும், ஏனைய இடங்களில் அமைக்கும் பொதுக்கருத்துகள், நாம் கருத்து எனும் சொல்லிற்குத் தரும் அர்த்தத்தை அண்மித்தவை போலவும் தோன்றுகின்றன.

மெய்யியல் வரலாற்றில், பொதுக்கருத்துகளால் சுட்டப்படுவன, பல் வேறு வகைகளிற் கற்பனை செய்யப்பட்டன என்பதும் தெரிந்ததே. பிளேற் றோவும் யதார்த்தவாதிகள் என அழைக்கப்பட்டோரும், நிறைகள் என் பவை, பிறிதோர் உலகிலோ அல்லது இவ்வுலகிலோ, கால - இடப் பரி மாணங்களுக்கு அப்பால் உள்ளவை எனவும், உலகில் புலப்படும் தனிப் பொருட்கள், குணங்கள் ஆகியன அனைத்தும், இவற்றை ஏதோ ஒரு வகையிற் பகிர்வதனாலேயே தம்மில் அவதானிக்கப்படும் இயல்புகளைப் பெற்றுள்ளன எனவும் கருதினர். நிறைகள்பற்றி, யதார்த்தவாதிகளிலிருந்து மாறுபட்ட கருத்துவாதிகள், பொதுச்சொற்கள் சுட்டும் எத்தகைய புறப் பொருளும் இல்லையெனவும், நாமே அமைத்துக்கொண்ட பொதுக்கருத்து களே இச்சொற்களால் சுட்டப்படும் எனவும் நம்பினர்.

நிறைகள்பற்றி, மெய்யியல் வரலாற்றில் உள்ள விளக்கங்களையும், அவற்றிடையே உள்ள வேறுபாடுகளையும், இங்கு நாம் விரிவாய்த் தர வேண்டியதில்லை. பொதுச் சொல் ஒன்றின் அர்த்தம் என்னவெனும் வினா விற்கு விடையாகத் தரப்பட்டுள்ள நிறைகள்—அவை பிறிதோர் உலகி லுள்ள உருக்களாயிருந்தாலென்ன, எமது மனம் அமைத்துக்கொண்ட கருத்துகளாயிருந்தாலென்ன அல்லது நாம் சற்று முன்னர்வரை நோக்கி யவை போன்ற படிமங்களாயிருந்தாலென்ன—தனிப்பொருட்களிற்குப் பொதுவாயுள்ள இயல்பை அல்லது இயல்புகளைச் சுட்டுவன எனவும், இவ்வாறு அவை அமைவதே வெவ்வேறு தனிப்பொருட்களை, அவற்றிற் குரிய வேறுபட்ட சிறப்பியல்புகளோடு நாம் சந்திக்கும்போதும், பொதுச் சொல்லினால் அவற்றைச் சுட்ட அனுமதிக்கின்றன எனவும் சொல்லப் பட்டதையே நாம் இங்கு நோக்குவோம்: சொல்லொன்று, அது சுட்டும் எதனோடாயினும் இணைக்கப்படுவதால், நிறுவப்படும் அர்த்தவிதி,

அச்சொல்லின் பல்வேறு பிரயோகங்களை எவ்வாறு வழிநடத்தும் என்பதற்கு, மூலத்தில் நிறுவப்படும் அர்த்தவிதியால், சொல்லோடு இணைக்கப்படுவது, அந்நேரத்தில் மனிதன் முன்னே எதிர்ப்படும் தனிப்பொருளின் அல்லது அனுபவத்தின் உருவோ-படிமமோ அல்லது கருத்தோ அன்று, தனிப் பொருட்கள் பலவற்றிற்குப் பொதுவானதைப் பிரித்து எடுப்பதன் மூலமே, இந்த மூல அர்த்தவிதி நிறுவப்படுகிறது எனவும், இதுவே சொல் வேறுபட்ட இடங்களிற் பிரயோகமாவதைச் சாத்தியமாக்குகிறது எனவும் தரப்படும் விடையே, இங்கு எம்மாற் கவனிக்கப்படுவது. 'மெய்யியல் பிரச்சினைகள்' எனும் தனது நூலில் றசெல் இந்த விடையைச் சுருக்கமாகத் தருகிறார்.

"தனியன்களான பலவும், ஒரு பொதுவான இயல்பிற் பங்குகொள் வதால், அவையனைத்துக்கும் சொல்லைப் பிரயோகிக்க முடிகிறது."[12]

சொற்களின் பல்வேறு பிரயோகங்கள் சாத்தியமாவது, அவை பிரயோக மாகும் இடங்களிலெல்லாம் ஓர் அம்சம் அல்லது அம்சங்கள் பொதுவான சாரமாய் (Essence) இருப்பதனாலேயே என்பது, விற்கன்ஸ்ரைனால் விமர் சிக்கப்படுவதை இனி நோக்குவோம். உதாரணமாக, 'விளையாட்டுகள்' என்கிற சொல்லை எடுத்துக்கொள்வோம். பலவகை விளையாட்டுகள், சீட்டு விளையாட்டுகள், பந்து விளையாட்டுகள், ஒலிம்பிக் விளையாட்டுகள் முதலானவற்றை எடுத்துக்கொண்டால், இவையனைத்துக்கும் இடையே என்ன பொது அம்சம் காணப்படுகிறது?

"பொது அம்சமே 'விளையாட்டு' என்கிற சொல்லை அனுமதிக் கிறது என்கிற அர்த்தக் கொள்கையின் உந்துதலினால், ஏதோவொரு பொது இயல்பு இருக்கத்தான் வேண்டும் என்று முடிவுசெய்து விடாமல், இவற்றை உண்மையில் பார்ப்போமானால், எல்லா வற்றிற்கும் பொதுவான எதுவும் இல்லையெனக் காண்போம்."[13]

சிலவற்றிற்கிடையே சில ஒற்றுமைகள் இருக்கும், இன்னும் சிலவற்றிற் கிடையே சில தொடர்புகள் இருக்கும், சிலவற்றை மட்டும் நோக்கும் போது தோன்றுகிற ஒற்றுமைகள், இன்னும் சிலவற்றை உட்படுத்துகிற போது இல்லாது போகும்: பலகை விளையாட்டுகளை மட்டும் நோக்கும் போது காணப்படும் சில பொது இயல்புகள், சீட்டு விளையாட்டுகளைச் சேர்க்கிறபோது காணாது போகும்; புதிய சில ஒற்றுமைகள் புலப்படும்; பந்து விளையாட்டுகளை எடுத்தால் சில ஒற்றுமைகள் இருப்பின், வேறு சில இல்லாது போகும்.

அவ்வாறாயின், எல்லாவற்றிற்கும் பொதுவான இயல்பு என்று எதனையும் சுட்டிக்காட்ட இயலாது போவதைக் காண்போம். எல்லாம் மகிழ்ச்சியைத் தருவன எனும் வகையில் ஒத்தன எனக் கூறின், மகிழ்ச்சி என்கிற இந்த மிக விரிந்த கருத்து, எந்த அளவுக்கு 'விளையாட்டு' என்கிற சொல்லின்

பிரயோகத்தை ஆற்றுப்படுத்தும் என்கிற கேள்வி உண்டாகும் என்பதைவிட, இது உண்மையோ என்பதும் ஐயத்திற்குரியதே. சதுரங்க விளையாட்டுப் போட்டிகளில் பங்குபெறுவோரை அவதானித்தவர்கள், ஐயமின்றி இந்த விடையைத் தரார். விற்கன்ஸ்ரைன் கூறுவதுபோல, மீண்டும் இப்படித் தான் இருக்க வேண்டும் என்கிற எண்ணத்தின் செல்வாக்கில் முடிவு செய்யாமல், உண்மையில் அவதானித்தோமானால், 'மகிழ்ச்சி' என்கிற சொல்லை எமது தேவைக்கேற்ப வளைக்காமல், எல்லாம் மகிழ்ச்சியைத் தருவன எனக் கூற முடியாது. மேலும், எல்லா விளையாட்டுகளிலும் வெற்றி, தோல்வி அல்லது போட்டி உண்டென்போமா? பந்து விளை யாட்டுகளில் வெற்றி தோல்வி உண்டு. ஆனால், குழந்தை தனியே பந்தை எறிந்தும் பிடித்தும் உருட்டியும் விளையாடுவதில்லையா? அங்கே இந்த இயல்பு இல்லாது போகிறது. மேலும், சிலவற்றிற்குத் திறன் வேண்டும். இன்னும் சிலவற்றிற்கு அதிர்ஷ்டம் வேண்டும். திறன் வேண்டியவற்றில் பயன்படுகிற திறன்களும் மிகவும் வேறுபட்டன. சதுரங்கத்தில் பயன்படும் திறன் வேறு, பந்தாட்டத்தில் பயன்படும் திறன் வேறு.

இப்படி ஒற்றுமைகள் தோன்றும், இல்லாது போகும். "ஆங்காங்கே ஒன்றையொன்று மேவுவனவாயும் குறுக்கே செல்வனவாயும் ஒற்றுமைகள் காணப்படும். சிலவேளைகளில் பெருவெட்டான ஒற்றுமைகளும் சிலவேளைகளில் நுணுக்கமான ஒற்றுமைகளும் காணப்படும்."[14]

ஆனால், எல்லாவற்றிற்கும் பொதுவான அம்சம் என்று எதனையும் காட்ட இயலாதிருக்கும். ஒற்றுமைகள் இவ்வாறு பல்வேறு பிரயோகங் களுக்கிடையே பரவியிருக்கும் முறையை விளக்குதற்கு, விற்கன்ஸ்ரைன் 'குடும்ப ஒற்றுமை' (Family Resemblance) என்கிற கருத்தைப் பயன்படுத்து கிறார்: குடும்பம் ஒன்றின் அங்கத்தவர்கள் எல்லோரையும், நாம் அவ்வாறு கண்டுகொள்கிறோம். ஆனால், அவர்கள் அனைவருக்கும் பொதுவான இயல்பு-ஒன்றோ பலவோ அவர்கள் ஒவ்வொருவரிடத்திலும் காணப்படு வதைக்கொண்டுதான், இப்படி இனங்கண்டுகொள்கிறோம் எனக் கூற முடியாது. சிலருக்கு ஒரே மாதிரி மூக்கிருக்கும்; சிலருக்கு ஒரே விதமான நடையிருக்கும்; இன்னும் சிலர் சிரிக்கிறபோது ஒரே மாதிரியிருக்கும். ஆனால், எல்லோருக்கும் பொதுவான ஒன்று இருக்கத்தான் வேண்டும் என்பதில்லை.

அவ்வாறாயின், சொல் பயன்படுகிற எல்லா இடங்களிலும், அதனைப் பிரயோகிப்பது சரியெனக் காட்டுதற்கு, பொது அம்சம் இல்லையென் றால், சொல்லிற்கும் அர்த்தத்திற்கும் இடையே உள்ள தொடர்பு, பெய ருக்கும் பெயரை உடையதற்கும் இடையே உள்ள தொடர்பைப் போன்றது என்கிற கொள்கையின் இன்னொரு இன்றியமையாத ஆதாரம் தகர்ந்து

போகிறது. எல்லாச் சொற்களுக்கும் விற்கன்ஸ்ரைன் கூறுவது பொருந்தாது என எடுத்துக்கொண்டாலும்கூட, சொல்லின் பல்வேறுபட்ட பிரயோகங் களை, மூல அர்த்தவிதி வழிப்படுத்தும் என்கிற விளக்கம் இனி இயலாது போகிறது.

சொல் பிறிதொன்றுடன் இணைக்கப்படுவதால், அர்த்தவிதிகள் நிறுவப் படுகின்றன, இவ்வகையில் சொல் அர்த்தமுடையதாகிறது என்பதற்கு எதிராக, சுட்டல்முறையினால் இத்தகைய இணைப்பும், இவ்வாறு அர்த்த விதியை நிறுவுதலும் சாத்தியமில்லை என்பது முன்னர் வாதிக்கப்பட்டது. மேலும், சொல்லையும் வேறு எதனையும் இணைப்பதில் நாம் வெற்றி கண்டாலும் அது அர்த்தவிதியாகாது, அர்த்தவிதிக்கு இருக்க வேண்டிய செயற்றிறன்-எமது பிரயோகங்களை ஆற்றுப்படுத்தும் திறன் அதற்கிருக்காது என்பது இங்கு முடிபெனலாம். சுருக்கமாகக்கூறின், சொல்லின் பிரயோ கத்தை, அதன் அர்த்தமுடைமை விளக்குமெனக்கொண்டால், ஒகஸ்தீனியச் சித்திரத்தில் உள்ளவாறு, அர்த்தத்திற்கும் விளக்கம் கொள்கிறபோது, 'அர்த்தம்' எனத் தரப்படுவதும், ஒவ்வோரிடத்திலும் விளக்கத்தை வேண்டி நிற்கும். அர்த்தம் என்கிற இதைச் சரியாய்ப் புரிந்துகொண்டோமோ என்கிற ஐயத்திலிருந்து விடுபடுவதற்கு, இந்தச் சித்திரத்தில் இடமேயில்லை. ●

அர்த்தமும் பயன்பாடும்: வரைவிலக்கணமும் விளக்கமும்

''சொல் அல்ல, அதன் அர்த்தமே முக்கியம் என்று சொல்லிக்கொண்டு, சொல்லைப் போன்ற அதே வகையான ஒன்றாகவும், அதே நேரத்தில் அதிலிருந்து வேறான ஒன்றாகவும், அர்த்தத்தை நீ கற்பனை செய்கிறாய். இந்தப் பக்கம் சொல், அந்தப் பக்கம் அதன் அர்த்தம். காசும், காசுக்கு வாங்கிய மாடும் என்பதுபோல.'' பெயர்ச்சொல்லைக் கண்டவுடன், பெயரை உடைய பொருள் ஒன்றைக் கண்டுகொள்ள வேண்டும் என்கிற எமது போக்கே இந்தக் குழப்பத்திற்கும் காரணமாகிறது.

எமது தனிமையிலே எமக்கு ஏற்படுகிற அனுவங்களை நாம் அறிந்து கொள்வதற்கும், அவை உலகையும் பிறர் பெறும் அனுபவங்களையும் எந்த அளவிற்கு ஒத்திருக்கின்றன என ஐயுறுதற்கும், எனது மொழியில் வருணிக் கப்படுபவை மற்றவர்களது மொழியால் வருணிக்கப்படுவனவற்றிலிருந்து முற்றிலும் வேறுபட்டவையாய் இருத்தல் கூடும் எனச் சஞ்சலப்படு தற்கும், எனக்கு ஏலவே நானாவது புரிந்துகொள்கிற மொழி ஒன்று வேண்டும். ஆனால், ஏகான்மவாதச் சித்திரத்தில் எனக்கு அனுமதிக்கப் பட்டிருக்கிற நிலைகளின் வறுமையில், நான் மட்டும் புரிந்துகொள்கிற மொழி ஒன்றைக்கூட ஆக்க இயலாது என்பதே, பிரத்தியேக மொழி வாதம்.

'நோ' போன்ற உணர்வு ஒன்றிற்கு, நான் பெயரிட்டுக் கொள்கிறேன் எனும் கருத்திற்கெதிராக, விற்கன்ஸ்ரைன் தந்த வாதங்களைக் கண்டோம். இதனை மறுத்து, பிரத்தியேக மொழி சாத்தியம் என அயர் வாதிக்கிற போது, அவரது வாதத்திற்குப் பின்னணியாக இருப்பவை, மொழியையும் அர்த்தமுடைமையையும் பற்றி, அவரும் மெய்யியல் வரலாற்றில் இன்னும் பலரும் ஏற்றுக்கொண்ட சில கற்பிதங்களே.

அர்த்தவிதிகள் எனப்படுவனவற்றை எவ்வாறு அமைத்துக்கொள்கிறோம் என்பதை, அயர் விளக்குகிறபோது அங்கே ஏற்கப்பட்டிருக்கும் மொழி பற்றிய 'ஒகஸ்தீனிய விளக்கம்' என விற்கன்ஸ்ரைன் கூறும் கொள்கை யில் இரண்டு கற்பிதங்கள் சேர்ந்திருப்பதைக் கண்டோம்: சொல்லின் அர்த்தம் என்பது, பெயர், பெயரை உடையதோடு இணைக்கப்பட்டிருப்பது போன்று, சொல்லோடு இணைக்கப்பட்ட ஒன்றே எனும் கற்பிதமும், சொல்லோடு அதன் அர்த்தமாகிய பொருளை அல்லது கருத்தைச் சுட்டல் முறையினால் இணைத்து அர்த்தவிதியை நியமித்துக்கொள்ளலாம் எனும் கற்பிதமுமே இவை. ஆனால், இவ்விரு கற்பிதங்களையும் நெருக்கமாய்

ஆய்கிறபோது, பிரத்தியேக அனுபவங்களினுள்ளே அடைபட்டிருப்பவன் அர்த்தவிதிகளைச் சுட்டல்முறையினால் நியமித்துக்கொள்வதோ, பின்னர் அவற்றைப் பிரயோகிப்பதோ, விளக்க முடியாத குழப்பங்களாகிவிடுவது தெளிவாகிறது.

அயரும் அநேக பிற மெய்யியலாளரும் ஏற்ற இக்கற்பிதங்களை ஏற்றால், முன்னைய ஏகான்மவாத ஐயத்திலும், தீவிரமான ஐயங்கள் எழுதல் சாத்தியம் என்பதோடு, பிரத்தியேக மொழிச் சித்திரத்தில் இவற்றிலிருந்து விடுபடுதற்கு எவ்வகை வழியும் இல்லை எனும் முடிபிற்கும் நாம் வர வேண்டியதாயிற்று. எனது மொழியை மற்றவர்கள் சரியாய்ப் புரிந்துகொள்கிறார்களா என ஐயமெழுப்புபவனது முற்கற்பிதங்கள், அவனது மொழியை அவனும் சரியாய்ப் புரிந்துகொள்ள முடியாது, உண்மையில் அவனுக்கு மொழி என்பதே சாத்தியமில்லை என்கிற முடிபிற்கு எம்மை இட்டுச் செல்லும். அவ்வாறெனின், பிரத்தியேக மொழி எனும் கருத்தை அறிமுகம் செய்கையில், விற்கன்ஸ்ரைன் கூறியவாறு, எமக்கு மட்டும் தெரிவனவற்றைச் சுட்டுவதால் அர்த்தம் பெறுகிற பிரத்தியேக மொழி எனப்படுவது, உண்மையில் வெறும் ஒலிகளின் தொகுதி ஆகலாமேயன்றி, எவ்வகை மொழியும் ஆக முடியாது. அதனை நான் மட்டுமாயினும் புரிந்துகொள்கிறேன் என்பது ஆராய்வில்லாத கற்பனையே.

மேலும், இப்பிரச்சினை அக அனுபவங்கள்பற்றியது மட்டுமல்ல. அதாவது, அக அனுபவங்கள் என யாவராலும் ஏற்கப்படுகின்ற உணர்வு முதலாயனவற்றை மட்டுமல்லாமல், அனுபவவாதிகள் கருதுவதுபோல, தனித்துப்பெறுகிற அனுபவங்களில் இருந்துதான் யாவற்றையும் நாம் அறிந்துகொள்கிறோம் எனக் கொள்ளப்படும் அளவிற்கு, புறப்பொருட்களையும் மொழியில் வருணித்தல் சாத்தியமாகாது போய்விடும். தீவிரமான இந்த இறுதி விளைவைப் பொறுத்தவரை, அயர் தமது விமர்சனத்தினிடையே கூறுவது சரியே எனினும், பிரத்தியேக மொழிச் சித்திரத்தின் கற்பிதங்களுக்குள்ளேயே மொழி சாத்தியமாகிறது, என நாம் ஒப்புக்கொள்ள வேண்டும் என்று வாதித்துத் திருப்தியடைய முடியாது: பிரத்தியேக மொழிச் சித்திரத்தின் கற்பிதங்கள், மொழிபற்றி யாரும் ஏற்றுக்கொள்ள முடியாத ஐயங்களுக்கு இடமளிக்கின்றன எனின், மொழி சாத்தியமில்லை என்கிற பொருந்தா முடிபுதான் எமக்கு எஞ்சியுளது என அயர் கருதுவதை ஏற்க வேண்டியதில்லை. இக்குழப்பங்களுக்கு இடமேற்படுத்துகிற பிரத்தியேக மொழிச் சித்திரத்தை நிராகரித்தலும் கூடும். அவ்வாறெனின், விற்கன்ஸ்ரைனின் விமர்சனங்கள், இந்த நிராகரிப்பிற்கு எம்மை இட்டுச்செல்ல எழுந்தனவே அன்றி, மொழியே சாத்தியமில்லை எனக் காட்டுவதற்கு அல்ல.

“நான் மட்டும் காண்பனவற்றிலிருந்து, சொற்களுக்குப் பிரத்தியேகமாகச் செல்கையில், எந்த விதியையும் பிரயோகிக்க முடியாது. இங்கு,

விதிகள் உண்மையில் காற்றில் தொங்கும்; ஏனெனில், அவற்றின் பயன்பாடு எனும் ஒழுங்கு இங்கே இல்லை."[1] அர்த்தவிதிகள் என்பவை விதிகளாகச் செயற்பட வேண்டுமானால், அவற்றின் செயற்பாட்டுக்கு வேண்டிய இடம், மனித சமூகமும் அவர்களின் கூட்டு நடவடிக்கைகளுமே. அந்த அமைப்பின் இடையே, 'விதி' என்கிற கருத்துக்கு இடமுண்டு; இங்கு தான், விதியைப் பிரயோகித்தலும் சாத்தியமாகும் என்பதே விற்கன்ஸ்ரைனின் தரிசனமாகும். மனிதர் கூட்டம் ஏற்பட முன்னரே பயில்கின்ற ஒன்றாக, மொழி கற்பனை செய்யப்படின், மொழி என்கிற கருத்தோடு சேர்ந்து வருகிற 'விதி', 'விதியைப் பின்பற்ற ஒப்புக்கொண்டிருத்தல்', 'விதியைப் பின்பற்றுதல்', 'விதியைப் பின்பற்றத் தவறுதல்' என்கிற கருத்துகளுக்கெல்லாம் இடமில்லாது போய்விடும். எனின் மொழி என்கிற கருத்துக்கும் இடமில்லாது போகிறது. 'சிவப்பு' என்கிற சொல்லைக் கேட்கிற போது, எனது மனத்தே தோன்றுகிற நிறந்தான் 'சிவப்பு' என்கிற சொல்லின் அர்த்தம் என்று வரைவிலக்கணம் வேண்டுமானால் தரலாம். ஆனால், சிவப்பு என்கிற சொல்லை நாம் பிரயோகிப்பதை எவ்வகையிலும் இது விளக்காது. ஏனெனில், வரைவிலக்கணம் என்பதற்கு அர்த்தத்தை நியமிக்கும் விதியென்றும், அது எமது பிரயோகங்களையும் புரிந்துகொள்ளல்களையும் வழிநடத்துவது என்றும் பொருள்கொண்டால், இந்த வரைவிலக்கணம் அந்தப் பணியைச் செய்யாது: ஏனெனில், 'சிவப்பு' என்கிறபோது எனக்குத் தோன்றுவதெல்லாம், அதன் சரியான அர்த்தம் என்றால், இங்கு அர்த்தத்தை நிர்ணயிக்கிற விதி ஒன்றும் உண்மையில் இல்லை.

எனவே, சொல் அர்த்தம் பெறுவதும் மொழி சாத்தியமாவதும் எவ்வாறு விற்கன்ஸ்ரைனால் விளக்கப்படுகிறது என்பதை நோக்குதல் வேண்டும். தனிமையில் மொழி ஆரம்பிக்கிறது எனும் எண்ணத்தை விடுத்து, மக்கள் கூட்டத்திலேயே அது சாத்தியமாகிறது—பயன்படுகிறது—என்கிற உண்மை முதலில் கவனிக்கப்பட வேண்டும்.

உதாரணமாக, சதுரங்கத்திலே வருகிற இராசா என்கிற காயை எடுத்துக்கொள்வோம். 'இராசா என்றால் என்ன?' எனக் கேட்பவனுக்கு, இராசா என்று அழைக்கிற காயைக் காட்டுவதால், 'இராசா' என்பதன் அர்த்தத்தை அவனுக்கு விளக்க முடியாது. 'இராசா' என்பதற்கு, இந்த வடிவத்தையுடைய இந்தப் பொருளினாற் செய்யப்பட்ட காய் என்பது அர்த்தமல்ல. வடிவமும் மரமும் நிறமும் மாறினாலும், இராசாவை நாம் இனங்கண்டு கொள்ளலாம். சதுரங்க விளையாட்டில், அந்தக் காய்க்கு அளிக்கப்படுகிற இடமே—அதற்கிருக்கிற பயன்பாடே—அதனை அங்கு இராசாவாக்குகிறது. இராசா என்றால் என்ன என அறிந்துகொள்வதற்கு, நாம் அந்தப் பயன்பாட்டைப் பயிலுதல் வேண்டும். அதன் பயன்பாட்டைப் புரிந்து கொள்வதே, அதன் அர்த்தத்தைப் புரிந்துகொள்வதாகிறது. அது மட்டுமல்ல, 'இராசா' எனப்படும் காயின் பெயரை மாற்றினாலுங்கூட, விளையாட்டில்

அதன் இடத்தை அறிந்துகொண்டவனுக்குக் குழப்பம் ஏற்படுவதில்லை. 'மந்திரி' என்கிற காயை, ஆங்கிலத்தில் 'இராணி' எனும் பொருள்படும் சொல்லால், சிலர் அழைக்கிறார்கள் என்பது, எவ்வகை நீண்ட குழப்பத்தையும் ஏற்படுத்துவதில்லை. காயின் பயன்பாட்டை அறிந்துகொண்டவனுக்கு, அதனைக் குறிப்பிடுதற்குப் பயன்படும் சொல்லின் அர்த்தம் தெரிகிறது.

சதுரங்கம் விளையாடத் தெரிவதற்கு முன்னர், அதைப் பழக ஆரம்பிக்கும்போது, காயைக் காட்டி, 'இது இராசா', 'இது மந்திரி' என்று சொல்வதனால், எதுவும் தெரிவிக்கப்படவில்லையோ என்று கேட்கலாம். இந்தக் காய்களை என்ன பெயரால் குறிப்பிடுகிறோம் என்பது சொல்லப்படுகிறது என்பது உண்மையே. ஆனால், இதனைப் புரிந்துகொள்வதற்கு, 'பெயர்களால் குறிப்பிடுதல்' என்கிற பயன்பாடு தெரிந்திருத்தல் வேண்டும். விற்கன்ஸ்ரைன் கூறுவதுபோல, பெயர் சொல்லி அழைத்தல் என்பதும் ஒரு சமூக நிறுவனமே. இயற்கையிலேயே புரிந்துகொள்ளப்படுகின்ற ஒன்றல்ல. பிரத்தியேக மொழிகள் சாத்தியம் என அயர் வாதிக்கையில், மனிதர் கூட்டத்தை ஒருபோதும் அடைந்திராத தனிமனிதனும், தான் காண்பனவற்றிற்கும் தான் அனுபவிப்பனவற்றிற்கும் பெயரிடுதல் கூடும் என்கிற போது, இது கவனியாது விடப்படுகிறது.

அத்துடன், 'இது இராசா' என்கிறதைப் புரிந்துகொள்வதற்கு, இது ஒரு காய் என்பதும், ஒரு விளையாட்டில் பயன்படப்போகிறது என்பதும் தெரிந்திருத்தல் வேண்டும். ஏலவே, காய்கள் பயன்படுகிற விளையாட்டுக்களை ஓரளவுக்குத் தெரிந்துவைத்திருப்பவனுக்கு, இந்தக் காயின் பயன்பாடு, இந்த விளையாட்டில் எப்படி அமைகிறது என்பதை விளக்குதற்கு ஆயத்தமாக, 'இது இராசா' என்று சொல்கிறபோது, அது அவனுக்குத் தகவலாகிறது. இந்தப் பின்னணிகளெல்லாம் இருக்கிற இடத்தில்தான், இது என்ன என்று கேட்பதும், அதற்கு நாம் பதில் சொல்வதும் சாத்தியமாகின்றன. "பெயரொன்றை வைத்துக்கொண்டு ஏதும் செய்யலாம் என்று தெரிந்த ஒருவனே, இதன் பெயரென்ன என்று அர்த்தத்துடன் கேட்டல் கூடும்."[2]

இரண்டு விடயங்கள் இந்த உதாரணத்தினால் தெளிவாகின்றன. 'இராசா' என்பதன் அர்த்தத்தை அறிந்துகொள்வதற்கு, அவ்வாறு அழைக்கப்படுவது எது? அது பயன்படும் இடத்தில், எவ்வாறு பயன்படுகிறது என்பதைப் புரிந்துகொள்ள வேண்டும். அதேபோல, ஒன்றின் 'பெயர்' என்ன என்பதை அறிந்துகொள்வதற்கு, பெயர்கள் எவ்வாறு பயன்படுகின்றன என அறிந்துகொள்ளுதல் வேண்டும். 'இராசா' என்கிற குறியை, இராசா என்கிற பொருளோடு இணைத்துக்கொள்வதோ அல்லது அந்தப் பொருளின் படிமத்தோடு இணைத்துக்கொள்வதோ, அந்தக் காயின் பயன்பாட்டை அறிந்துகொள்வதாகாது. பயன்பாட்டை அறிந்துகொள்ளாதவன், அந்தச் சொல்லைப் புரிந்துகொண்டவன் ஆகான். அதேபோல, 'பெயர்'

என்கிற சொல்லின் பயன்பாட்டைத் தெரிந்துகொள்ளாதவன், 'இதன் பெயர் இராசா' என்பதன் அர்த்தத்தைத் தானும் தெரிந்துகொள்ள மாட்டான்.

சொல் குறிக்கும் பொருளை அறிந்தபோதிலும், அதன் பயன்பாட்டை அறிந்துகொள்ளாதவன், சொல்லின் அர்த்தத்தை அறிந்துகொள்ள முடியாது என்பதுபோல, சொல்லோடு இணைந்த படிமத்தை அல்லது வேறெவ் வகையான அனுபவத்தை அறிந்தவனும் அதன் அர்த்தத்தை அறிந்து கொண்டவனாகான். பொருள் பல்வேறு வகைகளில் பயன்படலாம். இராசா என்று அழைக்கப்படுகிற பொருள், மேசையில் காகிதங்கள் பறக் காமலிருப்பதற்காக வைக்கப்படுகிற திண்மமாகவும், அலங்காரப் பொரு ளாகவுங்கூடப் பயன்படலாம். 'இராசா' என்கிற சொல்லை, என்ன பொருள் பெயராகக் கொண்டிருக்கிறது என்று தெரிவது, அதன் அர்த்தத்தை எமக்குத் தெரிவிக்காது எனின், அந்தச் சொல் என்ன படிமத்தோடு இணைக்கப் பட்டிருக்கிறது எனத் தெரிந்துகொள்வதும், எம்மை எங்கும் இட்டுச் செல்லாது. சடப்பொருளுக்குப் பதிலாக, அவ்வாறல்லாத ஒன்று கிடைத் திருக்கிறது என்பதைவிட, அந்தச் சொல்லின் பயன்பாட்டைப் புரிந்து கொள்வதற்கு இந்த மாற்றம் எவ்வகை அனுகூலத்தையும் தராது.

சொல்லின் பயன்பாட்டை அறிந்துகொள்வதென்பது, தனிமையிலே சாதிக்கப்படக்கூடிய ஒன்றல்ல என்பதற்குரிய நியாயங்கள் ஏலவே கூறப் பட்டன: சொல் எதற்காக நிற்கும் என்பதை நிறுவுவதோ, நிறுவப்பட்டதாக நாம் கொண்ட விதியையோ, பின்னர் ஒவ்வோரிடத்திலும் பிரயோகிப் பதோ சாத்தியமில்லை. 'சிவப்பு' என்கிறது எதற்காக நிற்கிறது என்று காட்ட முயல்கிறபோது, எமது காட்டுகை சரியாக விளங்கிக்கொள்ளப் பட்டது என்பதற்கும், அது சரியாக விளங்கிக்கொள்ளப்பட்டிருந்தாலும், பின்னர் அதிலிருந்து பிற பிரயோகங்கள் சரியாகத் தொடர்கின்றன என்பதற்கும், எவ்வகை உத்தரவாதமுமில்லை. சரியெனத் தோன்றுவதைச் சரியோ என்று கண்டுகொள்வதற்கு இடமில்லாத சித்திரத்தில் சரி என்கிற கருத்தின் பிரயோகத்தை வழிப்படுத்தும் எந்த விதிக்கும் இடமில்லை.

மொழியை விளங்கிக்கொள்வதென்பது, செய்திறன் ஒன்றைப் பயின்று கொள்வதாகும். ஏனெனில், ''மொழி ஒரு பரிவர்த்தனை சாதனமாக வேண்டு மாயின், வரைவிலக்கணங்களில் உடன்பாடு ஏற்பட்டால் மட்டும் போதாது, (சரியெனவும் பிழையெனவும் நாம் செய்கிற) மதிப்பீடுகளிலும் உடன் பாடு வேண்டும்''[3] என விற்கன்ஸ்ரைன் கூறுவதை விளங்கிக்கொள்வதன் மூலம், அர்த்தமுடைமைக்கும் பயன்பாட்டுக்கும் இடையே விற்கன்ஸ்ரைன் காண்கிற தொடர்பு, மனிதர் கூட்டத்தை எவ்வாறு இன்றியமையாத முன்நிபந்தனையாகக் கொள்கிறது என்பதைப் பற்றி தெளிவு பெறலாம்.

'சிவப்பு' என்பதற்கு நாம் தருகிற விளக்கம், மற்றவனால் சரியாகப் புரிந்துகொள்ளப்பட்டது என்று நாம் எப்படி அறிந்துகொள்ளலாம்? 'சிவப்பு' என்பதை நாம் எப்படிச் சரியாக விளக்கலாம்? சிவப்புப்

பொருளைக் காட்டி, 'இது சிவப்பு' என நாம் கூறுகிறபோது, அவன் பெறுகிற விளக்கம், நாம் தந்த விளக்கம்தான் என நாம் அறிவதற்கு, 'அவன் தன்னகத்தே பெறுகிற அனுபவம்' எவ்வகையிலும் உத்தரவாதமாகாது. அதேபோல, சிவப்பு என்றால் என்ன என்பதை நாம் சரியாகக் காட்டி விட்டோம் என்பதற்கு, எம்மகத்தே நாம் கொண்டிருந்த நோக்கமும் உத்தரவாதமாகாது. விற்கன்ஸ்ரைன் கூறுவதுபோல, "சிவப்பு என்பது நான் காட்ட நினைப்பது" என்பதும், "சிவப்பு என்பது நான் கண்டு கொள்வது" என்பதும் வரைவிலக்கணங்களாகலாம். ஆனால், இவற்றால் சொல்லின் பயன்பாட்டிற்கு எந்த வகையான உதவியும் கிடையாது. அவன் கண்டதே காட்சியும் கொண்டதே அர்த்தமுமாவதைத் தவிர்ப்பதற்கு இங்கு வழியில்லை.

நான் காட்டியதைத் தொடர்ந்து, அவன் 'சிவப்பு' என்கிற சொல்லைப் பயன்படுத்தும்போதும், பிறர் அதனை அவதானிக்கும்போதுதான் இந்த வழி ஏற்படுகிறது. அவன், சிலவற்றைச் சிவப்பு என்று கூறும்போது பிழையெனவும், பின்னர் வேறு சிலவற்றைச் சிவப்பு என்று கூறும்போது சரியெனவும் நாம் கூறுகிறபோதுதான், சொல்லின் அர்த்தத்தைச் சரியாய் விளக்கியாயிற்று எனவும் சொல்ல வழி ஏற்படுகிறது. 'சிவப்பு வர்ணத்தைக் கொண்டுவா' என்கிறபோதும், 'அடியிற் சிவப்பு மையினாற் கோடு கீறு' என்கிறபோதும், இன்னோரன்ன வேறு நடவடிக்கைகளில் எம்மோடு அவன் பங்குபெறும்போதும், நாம் சரியென ஒப்புக்கொள்ளும் வகையில் அவன் நடந்துகொள்கிறபோது, அவன் அந்தச் சொல்லின் அர்த்தத்தை அறிந்தவன் எனப்படுவதற்குத் தகுதி உடையவனாகிறான்.

தனியே அர்த்தவிதிகளை எனக்குள்ளே அமைக்க முயல்கிறபோது, மதிப்பீடு செய்ய இடமேற்படுவதில்லை எனவும், மனிதர் கூட்டம் உரு வாகிறபோதே அந்த இடமேற்படுகிறது எனவும் இங்கு கூறுவதைத் தெளி வாய் விளங்கிக்கொள்ளுதல் அவசியம். எதுவும் தன்னளவிலேயே சரியோ பிழையோ ஆகாது. பிறிதொன்றோடு அது பொருந்துவதே, அது சரி யெனவோ பிழையெனவோ கொள்ளப்படுவதற்கு இடமேற்படுத்துகிறது. எமது நடைமுறைகளிலே ஏற்படுகிற ஒப்புதல், இவ்வாறு இந்த மதிப்பீடு களுக்கு இடமேற்படுத்துகிறது. அவ்வாறெனின், தனியே இருப்பவனும், தனது சொல்லிற்கும், அதற்குப் புறம்பான பொருள் அல்லது அனுபவத் திற்கும் இடையே, பொருத்தம்-பொருத்தமின்மை காண்பதன் மூலம், சரி-பிழை காண முடியாதோ என்கிற வினாவிற்கு, இங்கு பொருத்தம் என் பதன் பிரயோகத்தை மதிப்பிட இடமில்லை என்பதே விற்கன்ஸ்ரைனது வாதம்.

மனிதர்களது ஒப்புதல்தான், நாம் சொல்வது உண்மையோ அல்லது பொய்யோ என நிர்ணயிப்பது என்றால், உண்மை என்பது, மனிதர் களுக்குப் புறத்தே உள்ளதல்ல என்று ஆகாதா என வினவப்படலாம்.

அதாவது, 'இது சிவப்பு' என்பது உண்மையாவது, நாம் எல்லோரும் 'இது சிவப்பு' என்பதைச் சரியென்று சொல்வதால்தான் என்றால், உண்மை என்கிறதைப் புற உலகு சார்ந்த ஒன்றெனவும், மனிதர்களிற் தங்கியிராத தெனவும் கொள்வது என்னவாகிறது என்று கேட்கப்படலாம். 'உண்மை' என்பதும் 'பொய்' என்பதும், மனிதர்களின் கூற்றுகளைப் பற்றிய மதிப் பீடுகள்தான் என்பதை முதலிற் கவனிக்க வேண்டும். உலகத்தில் இருப் பவை, தம்மளவில் உண்மையெனவோ பொய்யெனவோ சொல்வதில் அர்த்தமில்லை. 'இவ்வாறு இது இருக்கிறது' என்கிற கூற்றையே, உண்மை யெனவோ பொய்யெனவோ மதிப்பிடலாம்.

மேலும், மனிதர்களிடையே ஏற்படும் ஒப்புதல்தான், இந்த மதிப்பீடு களைச் சாத்தியமாக்குகிறது என்று கூறும்போது, உண்மையில் தனிமனிதத் தான்தோன்றித்தனத்திலிருந்து, இந்த மதிப்பீடு விடுவிக்கப்படுகிறது. உண்மை, பொய் என்கிற மதிப்பீடுகளைப் பற்றி, இங்கு நாம் கூறிய ஒப்புதல், "மனிதர் பயன்படுத்தும் மொழியைப் பற்றிய ஒப்புதலாகும்; ஆயின், இது மனித வாழ்க்கைக் கோலம்பற்றிய ஓர் ஒப்புதலேயன்றி, அபிப்பிராயங்கள்பற்றியதன்று."[4] அனுபவவாதப் பிரத்தியேக மொழிச் சித்திரத்தில் போல அர்த்தமுடைமையும் உண்மை பொய்மையும், எமது அகநிகழ்வுகளோடு இணைக்கப்படும்போதுதான், எமது கூற்றுகளின் உண்மையும் பொய்மையும், தனிமனிதச் சார்புடையனவாகின்றன. இங்கு தரப்பட்ட விளக்கத்தில் அவ்வாறில்லை என்பது கவனிக்கப்பட வேண்டும்.

சொல்லின் அர்த்தத்தை, பெயரும் பெயரை உடையதையும்போல, சொல்லோடு இணைந்திருக்கும் ஏதோவொன்றாக—அது சடப்பொருளா னால் என்ன, வேறானால் என்ன என எடுத்துக்கொள்வதே, பிரத்தியேக மொழிச் சித்திரத்தில் கற்பனை செய்யப்படுகிறவாறு, தனிமனிதனால் அர்த்த விதிகளை நியமித்துக்கொள்ள முடியும் என்ற கொள்கைக்கு ஆதார மாகிறது. ஆனால், சொல்லின் அர்த்தம், பொருளோ, படிமமோ, மனத்தில் அமைத்துக்கொண்ட கருத்தோ அன்று என்று கூறும் விற்கன்ஸ்ரைன், சொல்லின் அர்த்தமுடைமையை விளக்குதற்கு, பயன்பாடு என்கிற கருத்தைக் கொணர்வதன் தாற்பரியத்தை இனி நோக்குதல் வேண்டும்.

அர்த்தம் என்பது, சொல்லோடு சேர்ந்துவருகிற எவ்வகை மன நிகழ்ச்சியும் அன்று. "ஏனெனில், எந்த நிகழ்ச்சியும் அர்த்தத்தின் திறனை உடையதாயிருக்க முடியாது"[5] என விற்கன்ஸ்ரைன் கூறுகிறபோது, எமது மனத்தில் நாம் நியமித்துக்கொள்கிற எதுவும் எந்த விதியும், சொற்களை அவற்றைச் சந்திக்கும் போதெல்லாம் புரிந்துகொள்வதையும், வேண்டிய போதெல்லாம் சரியாகப் பயன்படுத்துவதையும் வழிப்படுத்த முடியாது என்பதை வலியுறுத்துகிறார்.

சொல்லின் அர்த்தமுடைமைபற்றி விற்கன்ஸ்ரைன் தருகிற விளக்கம், 'மெய்யியல் ஆய்வுக'ளின் 432ஆம் பகுதியில் பின்வருமாறு சொல்லப்படு கிறது: "தன்னளவில் ஒவ்வொரு குறியும் உயிரற்றதுபோல தோன்றுகிறது. அதற்கு உயிர்கொடுப்பது என்ன?-பயன்படுகிறபோது, அது உயிருட னிருக்கிறது." ஆனால், குறியீட்டின் பயன்பாட்டை அறிந்துகொள்ள நாம் விரும்புகிறபோது, குறியீட்டோடு இணைந்திருக்கிற இன்னொரு பொரு ளைத் தேடுவதுபோல, அதனைத் தேடுகிறோம். எம்மைப் பீடிக்கும் இக்குழப்பம், பின்வருமாறு விற்கன்ஸ்ரைனால் சுட்டிக்காட்டப்படுகிறது. "சொல் அல்ல, அதன் அர்த்தமே முக்கியம் என்று சொல்லிக்கொண்டு, சொல்லைப் போன்ற அதே வகையான ஒன்றாகவும், அதே நேரத்தில் அதிலிருந்து வேறான ஒன்றாகவும், அர்த்தத்தை நீ கற்பனை செய்கிறாய். இந்தப் பக்கம் சொல், அந்தப் பக்கம் அதன் அர்த்தம். காசும், காசுக்கு வாங்கிய மாடும் என்பதுபோல."[6] பெயர்ச்சொல்லைக் கண்டவுடன், பெயரை உடைய பொருள் ஒன்றைக் கண்டுகொள்ள வேண்டும் என்கிற எமது நம்பிக்கையே, இந்தக் குழப்பத்திற்கும் காரணமாகிறது.

சதுரங்கத்தில், 'இராசா' என்றால் என்ன? எனக் கேட்கிறவனுடைய கேள்விக்கு விடை தருவதென்பது, அவனுக்குச் சதுரங்கத்தில் அந்தப் பெயரையுடைய காயின் பயன்பாட்டைப் பயிற்றுவதாகும். அவ்வா றெனின், இராசாவின் பயன்பாட்டை அறிந்துகொள்வது, இங்கு இராசா என்றால் என்ன என அறிந்துகொள்வதாகிறது என்று சொல்லலாம்.

இராசா என்றால் என்ன? என்பதற்குரிய விடையைத் தெரிந்துகொள் வதை, 'இராசா' என்கிற சொல்லின் அர்த்தத்தைத் தெரிந்துகொள்வதாக, சாதாரணமாக நாம் சொல்வதில்லை என்பது உண்மையே. எனினும், சொல் ஒன்றன் அர்த்தத்தை அறிந்துகொள்ள விரும்பும்போது, நாம் கேட்கும் கேள்வியும், பொதுவாக இந்த வடிவிலேயே வருகிறது: காதல் என்றால் என்ன? என்பவன், 'காதல்' என்பதன் அர்த்தம் என்ன? என்றும் கேட்கலாம். மேலும், 'நாற்காலி என்றால் என்ன' எனக் கேட்பவனுக்கு, விடை தரும் ஒரு ஆரம்ப முயற்சியாக, முதலில் நாம் நாற்காலியைக் காட்டலாம். இப்படிக் காட்டுகிறபோது, ஏற்கனவே நாற்காலியின் பயன் பாட்டை அவன் அறிந்தவனாயின், இது போதிய விளக்கமாகும். அநேக இடங்களில், x என்றால் என்ன? என்கிற கேள்வி, இப்படிப் பொருளைக் காட்டுகிற விடையோடு திருப்தியடையக்கூடிய வகையிலே வருகிறது. ஏனெனில் x என்றால் என்ன? எனக் கேட்பவன், பொதுவில் காரிய மொன்றில் ஈடுபட்டிருக்கும்போது, அதனிடையேதான் இந்த வினாவை எழுப்புகிறான். எனவே, அவன் அந்தக் காரியத்தில், தான் ஏற்கனவே பெற்ற பயிற்சியினால் அல்லது தொடர்ந்துகொண்டிருக்கிற தனது பயிற்சி யினால், காட்டப்பட்டதன் இடத்தை, மிக விரைவில் உணரக்கூடிய

நிலையில் இருக்கிறான். ஆனால், எப்போதும் இந்த அனுகூலமில்லை. வணிகமும் விஞ்ஞானமும் மெற்றிக் முறையும் கொஞ்சம் தெரிந்திருக்கிற இடத்தில், கிலோ (கிலோகிராம் நிறை) என்றால் இது என்று, இரும்பு நிறையைக் காட்டிச் சொல்கிறபோது, சிறுவனும் புரிந்துகொள்வான். ஆனால், இந்த நடவடிக்கைகளிலே சிறிதும் பரிச்சயம் இல்லாத ஆதிவாசி ஒருவனுக்கு, கிலோ என்றால் என்ன என்று விளக்க வேண்டியிருந்தால், நாம் இன்னும் அதிகம் சொல்லுதல் வேண்டும்; காட்டுதல் வேண்டும். இங்கே அதிக முயற்சி வேண்டும். கிலோ என்றால் என்ன எனக் கேட் பவனும், நாற்காலி என்றால் என்ன எனக் கேட்பவனும், முறையே கிலோ எனப்படுவதையும் நாற்காலி எனப்படுவதையும், நாம் காட்டியதும், அதனோடு திருப்தியடைந்துகொண்டால், எமது பணி அத்தோடு முடி வடையலாம்.

சொல்லோடு பொருளைச் சேர்த்துக்காட்டுவது, சொல்லுக்கு அர்த்தத் தைத் தருவதாகும் என்கிற எண்ணம் ஏற்படுவதற்கு, இது ஒரு பெரும் காரணமாகலாம். இவர்களைப் பொறுத்தவரையில், பொருட்களைக் காட்டிய மாத்திரத்தே, அர்த்தத்தைக் காட்டியாயிற்று என்று சொல்ல முடிகிறது. எனவே, சொல்லின் அர்த்தம் = சொல் சுட்டும் பொருள் எனும் சமீகரணம் ஏற்பட வழி உண்டாகிப்போகிறது. ஆனால், இங்கு ஏற் கனவே இன்னும் ஏதோவெல்லாம் அறியப்பட்டிருப்பதே, எமது அர்த்த விளக்கத்தைச் சாத்தியமாக்கிற்று என்பதை நாம் கவனிக்கத் தவறிவிடு கிறோம். பின்னணியிலிருந்து எமது விளக்கத்தைச் சாத்தியமாக்குவன இல்லாதபோது, எமது சொல்-பொருள் இணைப்பு, எவ்வளவு அசாத்திய மானதாயும் பயனற்றதாயும் ஆகிறது என்பதை, விற்கன்ஸ்ரைன் பயன் படுத்திய வாதங்கள் சுட்டிக்காட்டின. சொல்லின் அர்த்தத்தை அறிந் தவன், அதனைப் பயன்படுத்தத் தெரிந்தவன் ஆதல் வேண்டும்: நாம் கிலோ என்பதை, அவன் தொடர்ந்து கிலோ எனக் காணல் வேண்டும். நாம் 'நாற்காலியைக் கொண்டுவா' என்கிறபோது, நாற்காலியைக் கொண்டு வர அவனுக்குத் தெரிய வேண்டும். கிலோ என்கிறபோது எந்த இரும் பையும் அவன் கொண்டுவந்தால், அவன் கிலோ என்பதன் அர்த்தத்தை அறிந்தவனல்ல. எமது சுட்டல்முறை விளக்கம், அர்த்தத்தை அவனுக்கு விளக்குவதில் வெற்றியடையவில்லை. மேலும், அவனுக்கு நாம் மீண்டும் விளக்கம் தருதல் வேண்டும். கிலோ என்றால் என்ன என்று தெரிந்து கொண்டதாக நினைத்தபோது, கிலோ என்றால் என்ன என்று, உண்மை யில் தான் தெரிந்துகொண்டிருக்கவில்லை என அறிய, அவனுக்கு இப் போது இடமேற்படுகிறது. சொற்களைப் பயன்படுத்துவதில்—இந்த மனித மொழியாடலில்—நாமும் அவனும் தொடர்ந்து ஒருங்கிருப்பது, அவ னுக்கு ஏற்படக்கூடிய மயக்கங்களைத் தவிர்க்கவும், திருத்திக்கொள்ளவும் மட்டுமன்றி, மயக்கம் ஏற்பட்டதை உணர்ந்துகொள்ளவுங்கூட இடத்தை

ஏற்படுத்துகிறது. அதாவது, பிரத்தியேக மொழிச் சித்திரத்திலே, சொல்லையும் பொருளையும் இணைக்க முயல்கிறபோது ஏற்படாத இடம், இங்கே ஏற்படுகிறது. அவ்வாறெனின், 'கிலோ' என்பதன் பயன்பாட்டை, நாம் அவனுக்கு விளக்குவதில் வெற்றியடைகிறபோது, 'கிலோ' என்பதன் அர்த்தத்தை, அவனுக்கு விளக்குவதில் வெற்றியடைகிறோம் என்று சொல்லலாம். எனவே, 'கிலோ' என்பதன் பயன்பாட்டை விளக்குவது என்பது 'கிலோ'வின் அர்த்தத்தை விளக்குவதும் ஆதலால், சொல்லின் பயன்பாடு என்பது சொல்லின் அர்த்தம் என்று புதிய ஒரு சமீகரணம் ஏற்படுவதாகத் தோன்றும்.

அர்த்தம்பற்றிய தனது ஆய்வில், பயன்பாடு என்கிற கருத்துக்கு, விற்கன்ஸ்ரைன் கொடுக்கிற முக்கியத்துவத்தைத் தொடர்ந்து, இப்படி யொரு புதிய கொள்கையை, அதாவது அர்த்தம்பற்றிய ஒரு புதிய சமீகரணத்தை அவர் தந்திருப்பதாகப் பரவலாக நம்பப்படுகிறது. அயர் எழுதியுள்ள நூலொன்றில்[7] அர்த்தம் என்பதும் பயன் என்பதும், ஒன்றேயென விற்கன்ஸ்ரைன் கூறியிருக்கிறார் எனவும், இது அர்த்தத்திற்கும் பயன் பாட்டிற்குமிடையே விற்கன்ஸ்ரைன் கூறுகிற சமீகரணம் எனவும், அயர் எழுதியுள்ளார். 'விற்கன்ஸ்ரைன்பற்றிய தனது இந்த முடிபிற்கு, 'மெய்யியல் ஆய்வுகள்' நூலின் 43ஆம் பகுதியில் சிலவற்றை ஆதாரமாக அயர் தருகிறார்.

"அநேக இடங்களில்... சொல்லொன்றின் அர்த்தம், அதன் பயன் பாடாகும்."

விற்கன்ஸ்ரைனின் பிரதம விளக்குநர்களில் ஒருவரான நோமன் மல்கம், விற்கன்ஸ்ரைனின் மெய்யியலை விளக்குதற்கு, 'மெய்யியல் கலைக்களஞ்சிய'த்தில் எழுதியுள்ள கட்டுரையிலும், அந்தனி கெனி (Sir Anthony Kenny 1931-) எழுதியுள்ள நூலொன்றிலும் இதே விளக்கம் தரப்பட்டிருக்கிறது. அநேக சொற்களைப் பொறுத்தவரை, சொல்லின் அர்த்தம் அதன் பயன்பாடே, என்று விற்கன்ஸ்ரைன் கூறியிருப்பதாக, மல்கம் தனது கட்டுரையில் கூறுகிறார்.[8] 'சொல்லின் அர்த்தம் அதன் பயன் பாடு' எனும் சுலோகத்தை விற்கன்ஸ்ரைன் தழுவியதாகக் கூறுகிற அந்தனி கெனி, உதாரணமாக, 'மெய்யியல் ஆய்வுகள்' 43ஆம் பகுதியில், விற்கன்ஸ்ரைன் அவ்வாறு கூறுகிறார் எனக் கொள்கிறார்.[9]

ஆனால், இவர்கள் எல்லோரும் கூறுவதுபோல, அர்த்தம் அதன் பயன் பாடு ஆகும், என்கிற தெளிவான கூற்று எதுவும் 'மெய்யியல் ஆய்வுக'ளில் ஓரிடத்திலும் இல்லை என்பதே உண்மையாகும். குறிக்குப் பயன்பாடு இல்லாதபோது குறிக்கு அர்த்தமில்லாது போகிறது. குறியின் பயன்பாடு, அதன் அர்த்தத்தை நிர்ணயிக்கிறது, குறியின் பயன்பாட்டை விளங்கிக் கொள்கிறபோது, அதன் அர்த்தத்தை விளங்கிக்கொள்கிறோம். குறியின் அர்த்தத்தை அறிய வேண்டுமானால், அதன் பயன்பாட்டை நோக்குதல்

வேண்டும், என்றெல்லாம் 'மெய்யியல் ஆய்வுகள்' நூலில், பல குறிப்புகள் இடம்பெற்றபோதிலும், சொல்லின் அர்த்தம், அதன் பயன்பாடு என்று ஓரிடத்திலும் கூறப்படவில்லை.

நாம் மேலே தந்துள்ள குறிப்புகளிலிருந்து, அயர் முதலியோர் எடுத்துக் கொள்கிற சமீகரணம், இயல்பாய்த் தொடரும் எனத் தோன்றலாம் என்பது உண்மையே. மேலும் மல்கமும் கெனியும், விற்கன்ஸ்ரைனின் ஆதரவாளர்களான விளக்குநர்கள் என்பதும் உண்மையே. ஆனால், விற்கன்ஸ்ரைனின் 'மெய்யியல் ஆய்வுகள்' நூலின் குறிப்புகளுக்கு, எமக்கு இயல்பாய்த் தோன்றுகிற விளக்கங்கள், எப்போதும் பொருந்துமெனக் கொண்டால், அந்த நூலின் ஆழத்தை நாம் புரிந்துகொள்ள முடியாது. அதேபோல, அனுதாபத்தோடு விற்கன்ஸ்ரைனை அணுகுவது, அவரது சிந்தனைகளைப் புரிந்துகொள்வதற்குப் போதிய ஆயத்தமாகும் என்றால், கடந்த பல ஆண்டுகளாக, அவரது சிந்தனையைப் புரிந்துகொள்வதற்கு எடுக்கப்படுகின்ற தொடர்ந்த முயற்சிகள் வேண்டியதில்லை.

விற்கன்ஸ்ரைனால் தரப்பட்டது எனப்படும் புதிய சமீகரணத்தை ஏற்பது சரியல்ல என இக்கட்டுரையில் ஏன் வலியுறுத்தப்படுகிறது என்பதை நோக்கு வதற்கு முன்னர், இச்சமீகரணக் கொள்கைக்கு, இதுவரை எல்லோரும் கூறியிருப்பதுபோல, 'மெய்யியல் ஆய்வுகள்' நூலின் 43ஆம் பகுதி, எவ் வகையிலும் ஆதாரமாகிறதா என்பதை நோக்குதல் வேண்டும். அந்தப் பகுதி பின்வருமாறு:

> "அர்த்தம் என்கிற சொல்லை, நாம் ஆளும் எல்லா இடங்களிலும் அல்ல எனினும், அந்த இடங்களின் பெரிய ஒரு தொகுதியில், அந்தச் சொல்லை இப்படி விளக்கலாம்: சொல்லொன்றின் அர்த்தம், மொழியில் அதன் பயன்பாடு ஆகும்."
>
> "மேலும், பெயரின் அர்த்தம், சிலவேளைகளில் அதனை உடைதைச் சுட்டுவதனால் விளக்கப்படுகிறது."

முதலாவதாக, இங்கு "அர்த்தம் என்கிற சொல்லை, நாம் ஆளும் எல்லா இடங்களிலும் அல்ல எனினும், அந்த இடங்களின் பெரிய ஒரு தொகுதியில்" என்று எழுதப்பட்டிருப்பதற்கு, மல்கம் உட்பட, பலர் "எல்லாச் சொற்களினது அர்த்தமுமல்ல எனினும், அநேக சொற்களினது அர்த்தம்", என்று பொருள் கொண்டுள்ளனர். இது தவறாகும். இங்கு, விற்கன்ஸ்ரைன் வேறுபடுத்துவது, 'சொல்லின் அர்த்தம்' என்று கூறும்போது வரும் பிரயோகத்திலிருந்து, 'அர்த்தமுள்ள இந்து மதம்', 'அர்த்தமற்ற சடங்கு', 'அர்த்தம் நிறைந்த புன்னகை', 'அர்த்தமற்ற வாழ்க்கை' என்றெல்லாம் கூறும்போது வரும் அர்த்தம் என்ற பிரயோகங்களையே. சில சொற்களை மற்றையவற்றில் இருந்து வேறுபடுத்துவது, அவரது நோக்கம் அல்ல.

இரண்டாவதாக, மேற்கூறியதிலும் முக்கியமாகக் கவனிக்கப்பட வேண்டியது. இந்தப் பகுதியை மொழிபெயர்க்கையில், ஆங்கில மொழி பெயர்ப்பாளரான அன்ஸ்கம் அம்மையார், 'இப்படி விளக்கலாம்' என நான் மேலே தந்த இடத்தில், 'இப்படி வரைவிலக்கணம் செய்யலாம்' என்று தந்துள்ளார். ஆனால், விற்கன்ஸ்ரைன் பயன்படுத்திய Erklaren எனும் ஜெர்மன் சொல்லை, 'வரைவிலக்கணம் செய்தல்' என்பதிலும், 'விளக்குதல்' எனப் பெயர்த்தல் கூட இயல்பானது. அத்துடன் 43ஆம் பகுதியில், இரண்டாம் முறையாக இதே சொல் வருகிறபோது, மொழிபெயர்ப்பாளர் அங்கு அதனை 'விளக்குதல்' எனப் பெயர்த்திருக்கிறார் என்பதையும் சுட்டிக் காட்டலாம். அத்துடன் சில பகுதிகள் (43ஆம் பகுதி உட்பட) இரண்டாம் உலக யுத்தத்திற்கு முன்னர், 1939ஆம் ஆண்டில் மொழிபெயர்க்கப்பட்டபோது, அன்ஸ்கம் அம்மையார் 'இப்படி வரைவிலக்கணம் செய்யப்படலாம்' என்று தந்திருப்பதை, 'இப்படி விளக்கப்படலாம்' என எழுதுவதையே விற்கன்ஸ்ரைன் விரும்பினார் என்பது, வெளியிடப்படாதுள்ள தட்டச்சுப் பிரதிகளிலிருந்து தெரியவருகிறது.[10]

அர்த்தம் என்கிற சொல் ஆளப்படுகிற பல இடங்களில், சொல் ஒன்றின் அர்த்தம் மொழியில் அதன் பயன்பாடு ஆகும் என்று கூறுவதனால் அச் சொல் விளக்கப்படலாம் என விற்கன்ஸ்ரைன் கூறியிருப்பதை, அயரும் மற்ற யாவரும் விளக்குதல்பற்றிய குறிப்பைக் கவனியாது, சொல்லின் அர்த்தம் மொழியில் அதன் பயன்பாடு ஆகும் என்கிற சமீகரணமாக எடுத்துக்கொள்வதற்கு, மொழிபெயர்ப்பில் 'வரைவிலக்கணம்' எனத் தரப்பட்டது காரணமாகலாம். ஆனால், 'மெய்யியல் ஆய்வுகள்' நூலில், விற்கன்ஸ்ரைன் எழுதிய ஜெர்மன் மொழி மூலமும் எதிர்ப்பக்கத்தில் அச்சிட்டிருப்பதை வாசிப்பவர்கள், இந்த விளக்கத்தை ஏற்றுக்கொள்வதற்கு, இதனை மட்டும் காரணமாகக் கொள்வதிலும், இவர்களும் மொழிபெயர்ப்பாளர்களும் பகிர்கிற முற்கற்பிதங்களின் செயற்பாட்டைக் காரணமாகக் கொள்வதே அதிகப் பொருத்தமுடையது. அதாவது, இந்த இடத்தில் அர்த்தம் என்பது சொல்லின் பயன்பாடு என்று வரைவிலக்கணம் தரலாம் என விற்கன்ஸ்ரைன் கூறுவதாகக்கொள்வதே, இவர்களுக்குச் சரி போலத் தோன்றுகிறது. எனவே, விற்கன்ஸ்ரைன் புதிய சமீகரணம் ஒன்று தராதபோதிலும், அயர் கூறுவதுபோல புதிய சமீகரணம் ஒன்றையே இவர்கள் இங்கு எதிர்பார்த்திருந்தார்கள் என்பதே உண்மை எனல் வேண்டும்.

சொல்லின் அர்த்தமுடைமையென்பது, சொல்லோடு சேர்ந்துவருகிற ஒன்று என்றும், அது அகத்தேயோ புறத்தேயோ அதனோடு இணைக்கப்பட்டிருக்கிற ஒன்று என்றும் எடுத்துக்கொண்டவர்களுக்கு, இதுவரை இவ்வாறு இணைக்கப்பட்டவையாகக் கொள்ளப்பட்ட அனைத்தும்

பொருத்தமற்றவை எனக் காட்டப்படுகிறபோது, அந்த இடத்தை நிரப்பு வதற்குப் புதிய ஒரு பொருள் தேவைப்படுகிறது. அதாவது, முந்திய சமீ கரணங்கள் பிழையென்று காட்டப்பட்டதும், புதிய ஒரு சமீகரணம் அவர் களுக்கு வேண்டியிருக்கிறது. பொருளோ, படிமமோ, அனுபவமோ, கருத்தோ சரியான விடை அல்ல என்கிறபோது, சமீகரணத்தில் வலப் பக்கத்தில் ஏற்படுகிற வெற்றிடத்தை நிரப்புவதற்கு, விற்கன்ஸ்ரைன் பயன் பாடு என்பதைத் தருவதாக எடுத்துக்கொள்ளப்படுகிறது. இவ்வகையில் தான், பழைய அர்த்தக் கொள்கைகளின் வரிசையில், புதிய அர்த்தக் கொள்கையொன்றினை அதாவது, அர்த்தம்பற்றிய பயன்பாட்டுக் கொள்கை யொன்றினை விற்கன்ஸ்ரைன் முன்வைப்பதாகவும் கூறப்பட்டுள்ளது.

சொல்லொன்றின் அர்த்தம் = சொல்லின் பயன்பாடு என்று வரைவிலக் கணம் தருவது இங்கு விற்கன்ஸ்ரைனது கருத்தல்ல, சொல்லின் அர்த்தம் என்றால் என்ன என்பதற்கு அது, மொழியிற் பயன்படுமாறு என்று சொல்வதன் மூலம் விளக்கம் தரலாம் என்று கூறுவதே, விற்கன்ஸ்ரைனது நோக்கம்.

x என்றால் என்ன? எனக் கேட்பவன், அதன் அர்த்தத்தைக் கேட்கிறான் என்கிறோம். இத்தோடு நின்றுவிடாமல், இந்தக் கேள்வி யாரால், எங்கு கேட்கப்படுகிறது என்பதையும் நாம் பார்ப்போமானால், மொழியின் பாவனையினூடாகவே—மனித நடவடிக்கைகளினூடவேதான்—இந்தக் கேள்வி எழுகிறது என்பது புலப்படும். மிகவும் வெளிப்படையான இந்த உண்மையின் தாற்பரியம், ‘வரைவிலக்கணம்’ தருகிறது என்கிற ஒரு குறிப்பிட்ட வடிவத்தையுடைய ஒரு சாதனையை, சமீகரணம் என்கிற ஒரு செம்மையான அமைப்பை வேண்டுவது இந்த வினாவை எழுப்பு பவனது நோக்கமல்ல. மனித நடவடிக்கை ஒன்றைத் தொடர முயல்பவன், அங்கே ஒரு தடை ஏற்படுகிறபோது, அதனைச் சமாளிப்பதற்கு உதவி கோருகிறான். அவன் கோருகிற உதவியை, அவன் அதனைக் கோருகிற இடத்தில், அவனுக்குத் தருவதே எமது முயற்சியாதல் வேண்டும். x என்றால் என்ன? என்பதை இப்படி நாம் புரிந்துகொள்கிறபோது, நாம் அவனுக்கு உதவுவதற்குத் தருகிற விளக்கம், நாம் நிறைவேற்ற வேண்டிய, ஒரு திட்ட மான சாதனையன்று என்பது புலப்படும். அதாவது, இப்படிஇப்படி அமைய வேண்டும் என ஏற்கனவே இலக்கணங்கள் நியமிக்கப்பட்டுள்ள ஒரு சூத்திர அமைப்பல்ல இங்கு கோரப்படுவது. அத்தகைய எதுவும் தரப் படின், எமது தேவைகளை நிறைவேற்றுகிறதோ என்பதைக் கொண்டு, அதாவது இங்கே உதவி கேட்டவனுக்கு உதவுகிறதோ என்பதைக் கொண்டு அது மதிப்பிடப்படுமேயன்றி, இவ்வகைச் சாதனைகள் இவ்வாறு அமைதல் வேண்டும் என ஏற்கனவே விதிக்கப்பட்டுள்ள இலக்கணங்களை அது கொண்டிருக்கிறதோ என்பதைக் கொண்டு அல்ல.

சொல்லின் அர்த்தம் என்பது சொல்லின் பயன்பாடு என விற்கன்ஸ் ரைன் வரைவிலக்கணம் தருவதாக எடுத்துக்கொண்டவுடன், வரைவிலக் கணங்களுக்கு இருக்க வேண்டிய இலக்கணங்கள் இங்கு இருக்கின்றனவா என்கிற ஆய்வு தொடங்குவதற்கு, மெய்யியலாளரிடையே ஆயுதங்கள் திரட்டப்படும். பழைய சமீகரணத்திலும் பார்க்க, இந்தப் புதிய சமீகரணம் சரியானதோ என்று அயர் கேட்கவும், ‘அர்த்தம்’ என்கிற சொல் எப்படி மயக்கமானதும் விரிந்ததுமோ அதுபோல, ‘பயன்பாடு’ என்பதும் மயக்க மானதும் விரிந்ததுமாயிற்றே என்று ஜோன் ஒஸ்ரின் (John Austin 1917-1960) அங்கலாய்க்கவும்,[11] இப்படிச் சொல்பவர் சொல்லின் சில பயன்பாடு களை மட்டும் கருத்திற் கொண்டிருக்கிறாரேயன்றி, மொழியைப் பற்றிய பூரணமான விளக்கத்தைத் தரவில்லை என ஜே.கே. சேள் (J. K. Searle 1932-) முறையிடவும்,[12] இடமேற்படுத்துவது சோக்கிறற்றீஸின் காலத் திலிருந்து[13] இன்றுவரை தொடர்கிற x என்றால் என்ன? என்று கேட்டுக் கொண்டு வரைவிலக்கணம் அமைத்துத்தருகிற முடிவில்லாத மகத்தான பணியில் விற்கன்ஸ்ரைனும் ஈடுபட்டிருக்கிறார் எனும் கற்பிதமே.

மெய்யியல் வரலாற்றில், விற்கன்ஸ்ரைன் கூறுவதுபோல, x என்றால் என்ன? என்று முதலில் கேட்டுக்கொள்ளப்படுகிறது. அதற்கு விடையாக ஒரு வரைவிலக்கணம் தரப்படுகிறது. இது ஒரு சாதனை. பின்னர் இந்த வரைவிலக்கணத்தில் அகப்படுத்தப்படாத சில உதாரணங்கள் கண்டு கொள்ளப்படுகின்றன. இவற்றையும் அடக்கக்கூடிய புதிய வரைவிலக் கணம் ஒன்று அமைக்கப்பட்டு, இது ஒரு புதிய சாதனையாகவும், எமது அறிவை முன்னேற்றியதாகவும் பிரகடனம் செய்யப்படுகிறது. இதுவும் திருப்தியானதல்ல என்று கண்டுகொள்வது அடுத்தபடியாகும்.[14] இப்படி மெய்யியலில் சாதனைகள் தொடரும். x என்றால் என்ன? என அறிய, நெடுங்காலமாக மெய்யியலில் முயற்சிகள் செய்யப்பட்டு வந்துள்ள போதிலும், இன்னும் சரியான விடை கண்டுபிடிக்கப்படவில்லை என்று, இன்னும் சில மெய்யியலறிஞர்கள், இடையிடையே தமது துறையின் வறுமைக்காக மன்னிப்புக் கோருதலும் நடைபெறும்.

வரைவிலக்கணம் தருவது என்கிற சாதனைக்கு இருக்க வேண்டிய இலக்கணங்கள், சொல் ஒன்றைப் புரிந்துகொள்ள வேண்டும் ஒரு மனித னுக்கு உதவி தர முயல்கிறவர்களைக் கட்டுப்படுத்த வேண்டியதில்லை. வரைவிலக்கணம் தந்துதான் x என்றால் என்ன? என உதவி கோரு பவனுக்கு உதவி செய்யலாம் என்கிறது உண்மையுமல்ல. விளக்கம் கேட்கப் படுகிறபோது, நாம் தருவதே—நாம் அங்கு தர ஆயத்தமாயிருப்பதே—சொல்லின் விளக்கம் ஆகும். இதுவும் ஒரு வரைவிலக்கணம் அல்ல. எம்மிடம் உதவி கேட்பவன் நாம் இவ்வளவுதான் சொல்லலாம், இப்படித்தான் சொல்லலாம் என்று விதிப்பதில்லை. அப்படி விதித்துவிட்டு, நான் சொன்னதைக் கேட்டுவிட்டு, அப்பால் ஓடிப்போய், எமது கூற்றைத் தனக்கு

எதிர்ப்படுகிற ஒவ்வொரு இடத்திலும் ஒப்பிட்டு அவன் பார்ப்பதுமில்லை. மேலும், அவனது கேள்விக்கு நாம் ஒரு விடை தந்த பின், தொடர்ந்து ஒன்றும் சொல்ல, அனுமதியில்லை என்றும் இல்லை. உதவி கோருபவனுக்கு நாம் தந்தது போதிய உதவி செய்யவில்லை என்றால், அவனுக்கு மேலும் எதனையும் காட்டவும் சொல்லவும், நாம் அல்லது வேறு யாரும் இருப்பது, விளக்கம் தருவது என்பதைப் பற்றிய முக்கியமான உண்மையாகும். விளக்கம் என்பதன் நடைமுறைச் சூழல்பற்றிய இந்த உண்மை பூரணமான வரைவிலக்கணம் தந்தே விளக்குதல் கூடும் என்கிற எண்ணத்தில் உள்ள குழப்பத்தை உணர்த்தும்.

அவ்வாறெனின், வரைவிலக்கணமோ விளக்கமோ பூரணமாகத் தரப் பட வேண்டியதில்லை என்று கூறும்போது, அறிவை முன்னேற்றுகிற முயற்சியையே நாம் இங்கு நிராகரிக்கிறோமோ எனக் கேட்டுக்கொள்ள லாம். அவனிலும் அவன் ஈடுபடுகிற காரியத்திலும் எமக்கு அனுதாபம் உள்ள வரை, x என்றால் என்ன? எனக் கேட்பவனுக்கு உதவுகின்ற எந்த முயற்சியும் வேண்டியதே. ஆனால், சிலவேளைகளில் விளக்கம் வேண்டுகிற கோரிக்கை வருவது, பிறிதோர் வகையான தேவையினால் ஆகும். ''சில வேளைகளில், நாம் விளக்கம் வேண்டுகிறபோது, விளக்கத்தின் வடிவிற் காக அதனை வேண்டுகிறோமேயன்றி, அதன் உட்பொருளுக்காகவல்ல என்பதையும் நினைவுகூர வேண்டும். எமது தேவை அமைப்பழகு பற்றியது; இங்கே தரப்படுவது, கட்டடத்தில் உண்மையில் எதனையும் தாங்காத ஒரு மேற்கட்டுமானம்தான்.''[15] அதாவது, இப்படி ஒரு விளக் கத்தை அமைத்துக்கொள்ளும்வரை, எமது அறிவு இன்னும் 'மூளி'யாய் நிற்பதுபோலத் தோன்றுவதால், எமது தேடலைத் தொடர்வது அவசியம் எனும் உணர்வு ஏற்படுகிறது. அவ்வாறாயின், இப்படிப்பட்ட உணர்வு ஏற்படுவதும், 'விளக்கம்' என்பதற்குப் பதிலாக 'வரைவிலக்கணம்' என் கிறதை நாட எம்மைத் தூண்டலாம்.

ஆனால், வரைவிலக்கணம் வேண்டும் என்கிற கோரிக்கைக்கு, இதனிலும் ஆழமான நியாயமாக உணரப்படும் ஒன்றுளது. அதனைப் பின்வருமாறு கூறலாம். ''சொற்களின் அர்த்தத்தை நாம் அறிந்துகொள்வதென்பது, சொற்களை நாம் புரிந்துகொள்வதையும் அவற்றைப் பிரயோகிப்பதையும் ஆற்றுப்படுத்த வேண்டும். எனவே, எமது சொற்பிரயோகங்களும் புரிந்து கொள்ளல்களும், அர்த்தத்தை நாம் அறிந்துகொண்டிருப்பதிலிருந்து தொடரல் வேண்டும். அர்த்தத்தை நாம் அறிந்துகொள்கிறபோது, நாம் பெறுகிற அறிவு இதை உறுதிசெய்ய வேண்டுமானால், அது பூரணமானதாயும், நாம் எதிர்காலத்தில் சந்திக்கப்போகிற ஒவ்வொரு இடத்திலும் இருக்கும் நிலை களின் சாரமான அம்சங்களை ஏதோ ஒரு வகையில் இப்போதே தன்னகத்தே கொண்டதாயும் இருத்தல் வேண்டும்.''

நாம் சொல்லின் அர்த்தத்தை விளங்கிக்கொள்கிறபோது, நாம் அறிந்து கொள்வது இத்தகைய பூரணத்துவம் உடையதாயிருக்க வேண்டும் எனும் எண்ணம், சொற்களின் அர்த்தத்தை அறிய வேண்டுமானால், வரைவிலக் கணங்கள் அவசியம் என்ற கோரிக்கையாக உருப்பெறுவது எதிர்பார்க்கப் படக்கூடியதே. இதனை, நாம் மனித மொழிபற்றிய ஒரு உய்த்தறிமுறைச் சித்திரம் எனக் கூறலாம். அதாவது, கணித சூத்திரங்களும், உய்த்தறி முறை அனுமான எடுகூற்றுகளும், தம்மிலிருந்து தொடர்வனவற்றை நிர்ப் பந்திப்பதுபோல, மொழிபற்றிய அறிவு, மொழியின் பயன்பாட்டை நிர்ண யிக்கிறது என்று கொள்ளப்படுகிறது. ஏனெனில், அவ்வாறு மொழியின் பயன்பாடு நிர்ணயிக்கப்பட்டவில்லையெனின், மொழி எவ்வாறு சாத்திய மாகிறது என்று புரிந்துகொள்ள முடியாது எனத் தோன்றுகிறது.

பொருளையோ படிமத்தையோ அல்லது பொதுவான கருத்தையோ நாம் எப்படித்தான் சொல்லோடு இணைத்துக்கொண்டாலும், அவற்றுள் எதுவும், அதிலிருந்து சொல்லின் அடுத்த பிரயோகத்திற்குப் போகையில், எம்மை ஆற்றுப்படுத்தப் போதியதாகாது. நாம் இணைத்துக்கொண்டது இதுதானோ என்கிற ஐயம், எமது தனிமையில் எழுந்தவுடனேயே, அதற் கப்பால் எவ்வகையிலும் மீள முடியாத குழப்பம் ஏற்பட்டுவிடுமென்றும், அதிலிருந்து விடுதலை பெற உதவுவதுபோலத் தோன்றும் ஒவ்வொரு வழியும் பலியாகும் என்று முன்னர் கூறப்பட்டது.

எவ்வளவு பூரணமான வரைவிலக்கணமும், தனிமையிலிருப்பவனுக்கு இந்தக் குழப்பத்திலிருந்து வெளிவர உதவ முடியாது. வரைவிலக்கணம் எவ்வளவு தெளிவாயிருந்தாலும், அது என்ன சொல்கிறது என்பதையிட்டு எமக்கு ஐயம் தோன்றினால், அதிலிருந்து மீள முடியாது. விற்கன்ஸ்ரைன் ஓரிடத்தில் சொல்வதுபோல, உள்ளுணர்வின் குரல் எனக்குள்ளேயே கேட் டால், அதனை நான் எப்படிப் புரிந்துகொள்வது? அதனைப் பற்றி எனக்குச் சந்தேகம் வந்தால், யார் எனக்குத் துணை? ‘வரைவிலக்கணம் எவ்வளவு தெளிவாயிருந்தாலும்’ என்று மேலே எழுதப்பட்டதை உண்மையில் மாற்றிக் கொள்ள வேண்டும். எம்மை வழிப்படுத்த முடியாத வரைவிலக்கணம், அக்காரணத்தினால், எமது தனிமையில் தெளிவற்றதும் ஆகும்.

கணித சூத்திரங்களும் உய்த்தறி அனுமான எடுகூற்றுகளும் எம்மை வழிப்படுத்துவது, சொல்லின் அர்த்தத்தின் செயற்பாடுபற்றிய எமது லட்சிய மாகிறது எனக் கூறப்பட்டது. ஆனால், இவை உண்மையில் எம்மை நிர்ப் பந்திக்கின்றனவா? கணித சூத்திரங்களை அறிந்தவர்கள், அனுமானத்தின் எடுகூற்றுகளைக் கேட்டவர்கள், அவற்றிற்கப்பால் செல்லும்படி எவ்வகை யில் நிர்ப்பந்திக்கப்படுகிறார்கள்? சரியென்று பொதுவாய் ஏற்கப்படுகிற வாறு, கணக்கிட, முடிபு பெற, மறுப்பவர்களை என்ன செய்வது? பிழை யாகவே எப்போதும் விடை தருபவன், இந்த நிர்ப்பந்தத்திலிருந்து எப்படி

விடுதலை பெற்றிருக்கிறான்? கணித சூத்திரங்களும் உய்த்தறி அனுமான விதிகளுங்கூட யாரையும் உண்மையில் நிர்ப்பந்திப்பதில்லை. மனிதர்களின் கூட்டமும், அவர்களது வாழ்க்கையில் பங்குபெறுவதற்கு எமக்குப் பயிற்சி கிடைப்பதும், அவ்வாறு பங்குபெற்று அவர்களோடு ஒன்று சேர்வதில் மனிதக் குழந்தைக்குள்ள இயல்பான ஊக்கமுமே, இந்த நிர்ப்பந்தங்களை ஏற்படுத்துகின்றன. இவை இல்லாதபோது, எந்த விதிக்கும் இந்தத் திறன் இல்லை.

விளையாட்டு என்கிற சொல்லை நாம் பிரயோகிப்பதற்கு எமக்கு உதவுவது, விளையாட்டுகள் யாவற்றிற்கும் பொதுவானது எதுவோ, அது அந்தச் சொல்லோடு அதன் அர்த்தமாக இணைக்கப்பட்டிருப்பது என்கிற கொள்கைக்கு எதிராக, விளையாட்டுகள் யாவற்றிற்கும் பொதுவான எதுவும் உண்மையில் இல்லை, அச்சொல்லை நாம் பிரயோகிப்பதற்கு உதவுவது இத்தகைய சாரம் எதுவுமல்ல எனலாம்.

அவ்வாறெனின், எமது பிரயோகங்கள் எப்படிச் சாத்தியமாகின்றன? விளையாட்டு என்கிற சொல்லை, நாம் யாருக்கும் விளக்க முயல்கிற போது, நாம் என்ன செய்கிறோம்? சில விளையாட்டுகளைச் சொல்லியும் வருணித்துக் காட்டியும், நாம் இச்சொல்லை விளக்கலாம். ஆனால், இவை உதாரணங்கள் மட்டுமேயன்றி, விளையாட்டு என்பதன் பூரணமான விளக்கம் அல்ல என்று யாரும் குறைப்படலாம். ஆனால், விளையாட்டுகள் எல்லாவற்றிற்கும் பொதுவானது என்னவென்று—எனக்குத் தெரியாவிட்டால்—எனக்குத் தெரியவில்லை என்பது பொதுவானதைச் சொல்லும் முயற்சியில் நான் வெற்றி பெறாததிலிருந்து ஏலவே தெளிவாயிற்று; இப்படி என்னால் உதாரணங்கள் தந்து விளக்க முடியுமேயன்றி பூரண மான விளக்கம் என ஏற்கப்படக்கூடியதை அதாவது வரைவிலக்கணம் போல, 'விளையாட்டு = x' என்கிற ஒரு விடையைத் தர முடியாது. ஆகவே, விளையாட்டு என்கிற சொல்லை என்னால் ஒருபோதும் விளக்க முடியாது என்று சொல்ல வேண்டும். ஆனால், இங்கு மீண்டும் நாம் விளக்கம் என்பதை, எங்கு யாருக்குத் தருகிறோம் என்பதை நினைவு கூர்வது அவசியம். மனித நடவடிக்கைகளில் பங்குபெறுபவனும், மனிதர் கூட்டத்தில் ஒருவனாகத் தொடர்ந்திருப்பவனுமான ஒருவனுக்கு, அந்த நடவடிக்கைகளின் மத்தியில், அந்த நடவடிக்கைகளைத் தொடர்கையில் ஏற்பட்ட பிரச்சினையைத் தீர்ப்பதற்காக, தடையொன்றைச் சமாளிப் பதற்கு உதவுவதற்காக, நாம் விளக்கம் தர முயல்கிறோம். நாம் தரும் உதாரணங்கள் அவனுக்கு உதவும் என்கிற நம்பிக்கையின்பேரில், எமது விளக்கம் தரப்படுகிறது. எமது உதாரணம் அவனுக்குப் போதியதாகலாம். அல்லது புதிய விளையாட்டுகளைச் சந்திக்கும்போது, சிலவேளை

அவனுக்குச் சந்தேகம் ஏற்படலாம்; தவறாகச் சொல்லைப் பிரயோகிக் கலாம். தவறை மற்றவர்கள் கண்டுகொண்டு திருத்தலாம். இப்படித்தான் எமது விளக்கங்கள் செயற்படுகின்றன.

விளக்கங்கள் இவ்வாறு செயற்பட முடியாது எனவும், சில விளை யாட்டுகளைக் காட்டுவது, அவனுக்கு அவற்றை மட்டும் விளையாட்டுகள் என்று காட்டுமேயொழிய, அவற்றிலிருந்து வேறுபடுகிற புதியனவற்றை, விளையாட்டு என்று கண்டுகொள்ள அவனுக்கு உதவாது எனவும் எண்ணுபவர்களுக்கு, விற்கன்ஸ்ரைன் தருகிற விடை, எமக்கு இத்தகைய விளக்கங்களையன்றி வேறெதையும் தர முடியாதிருக்கிறபோது, எமக்கும் விளையாட்டு என்றால் என்னவெனத் தெரியாதோ என்கிற கேள்வியாய் அமைகிறது. எங்களுக்குத் தெரிகிறதை, அவனுக்கும் சொல்கிறோம். எங்களுக்கு இருக்கிற மொழி அர்த்தத்திறன், அவனுக்கும் ஏற்படுகிறது. ஏற்படாவிட்டால், அவனுக்கு மேலும் விளக்கம் தருதல் கூடும். புதிய உதாரணங்களைக் காட்டுதல் கூடும். இது உதாரணத்தை மட்டும் காட்டுவ தல்ல. ஒன்றைக் காட்டுவது பின்னரும் பிரயோகத்தைச் சாத்தியமாக்கும் என்பதே, ‘உதாரணம்’ என்கிற கருத்துக்கே இடம் தருகிறது. அதாவது, இது மற்றவற்றையும் காட்டுகிறது எனலாம்.

பூரணமான விளக்கம் அல்லது வரைவிலக்கணம் வேண்டும் என்கிற வர்கள், புதிதாய் மொழியாடல் ஒன்றில் சேர்ப்பவர்கள், நாம் கூறியன போன்ற விளக்கங்களால்தான் நடைமுறையில் வழிப்படுத்தப்படுகிறார்கள் என்பதை மறந்துவிடுகிறார்கள். மொழிபற்றிய உய்த்தறிமுறைச் சித்திரம், அவர்களை இவ்வாறு எண்ணவைக்கிறது. ஆனால், உண்மையில் மொழியின் செயற்பாட்டையும் மனிதர்கள் மொழியைப் பயில்கிற வழிகளையும் நோக்கின், அங்கு பூரணமான விளக்கங்கள் எப்போதும் சாத்தியமில்லை யென்பதும், அவை அவசியமாயிருப்பதில்லை என்பதும் புலப்படும்.

> ‘‘பொதுவாக, இறுக்கமான விதிகளை அனுசரித்து நாம் மொழியைப் பயன்படுத்துவதில்லை என்பதை மறந்துவிடக் கூடாது. இறுக்கமான விதிகள் மூலமாக எமக்கு அது கற்பிக்கப்படவுமில்லை. ஆனால், நாங்கள் எங்களது ஆய்வுகளின்போது, மொழியைச் செம்மையான விதிகளைக்கொண்ட கணிதமுறையோடு எப்போதும் ஒப்பிட்டுப் பேசுகிறோம். நடைமுறையில், மொழி அபூர்வமாகவே இவ்வளவு செம்மையாய்ப் பயன்படுகிறது. மொழியைப் பயன்படுத்துகிறபோது, மொழிப் பாவனையின் விதிகள், வரைவிலக்கணங்கள் போன்றன வற்றை நாம் நினைத்துக்கொண்டிருப்பதில்லை என்பது மட்டுமல்ல, இத்தகைய விதிகளைத் தரும்படி கேட்டால், பெரும்பாலான இடங்களில் எம்மால் அவற்றைத் தர முடிவதில்லை. நாம் பயன் படுத்துகிற கருத்துகளை எம்மால் தெளிவாக வரையறை செய்து

காட்ட முடிவதில்லை. இந்த இயலாமை, அவற்றின் உண்மையான வரைவிலக்கணம் எமக்குத் தெரியாமலிருப்பதால் வருவதல்ல அவற்றிற்கு உண்மையான வரைவிலக்கணம் இல்லாதிருப்பதே இதற்குக் காரணம்'' என்கிறார் விற்கன்ஸ்ரைன்.[16]

'மெய்யியல் ஆய்வுகள்' நூலின் 43ஆம் பகுதியில், 'சொல்லின் அர்த்தம் என்பது, மொழியில் அதற்குள்ள பயன்பாடாகும்' என்று கூறும்போது, அர்த்தம் என்கிற சொல்லின் விளக்கம் ஒன்றை அவர் தருகிறாரேயன்றி, வரைவிலக்கணத்தையோ வரைவிலக்கணமான சமீகரணத்தையோ அல்ல என நாம் வலியுறுத்துவதன் தாற்பரியத்தை இது தெளிவுபடுத்தும்.

எமது விளக்கங்கள் இயந்திரங்களுக்கோ கணினிகளுக்கோ தரப்படுபவை அல்ல. மந்த புத்தியுடையவர்களுக்காக மட்டும் தரப்படுபவையும் அல்ல. விளக்கங்களை மனிதர்கள் பயன்படுத்துகிறார்கள். எந்த விளக்கமும், அது தரப்படுபவனுக்கு வேண்டியளவுக்கு வழிகாட்டுகிறது எனில், அந்தளவுக்கு அது திருப்திகரமானது. விளக்கத்தையிட்டு அநேக ஐயங்களை நாம் கற்பனை செய்யலாம்: இது இப்படி எடுத்துக்கொள்வதற்குப் பதிலாக அப்படி எடுத்துக்கொள்ளப்பட்டால், அங்கே இதற்குப் பதிலாக அது இருந்தால் என்றெல்லாம் கற்பனை செய்து, விளக்கம் போதியதல்ல என்று குறைப்பட்டுக்கொள்வது எப்போதும் சாத்தியம். ஆனால், ''கைகாட்டி மரம், சாதாரணமாக, அதன் பணியைச் செய்வதற்குப் போதியதாயிருக்கிறதென்றால், அதிற் பிழையில்லை.''[17] கைகாட்டி மரம் இருக்கிற திசையில் புதிதாக ஒரு பாதை வந்திருந்தால், அது காட்டுகிற பாதை இப்போது அடைக்கப்பட்டிருந்தால், வேறு யாரும் அதற்குப் பக்கத்தில் வேறோர் கைகாட்டி மரத்தையும் நாட்டியிருந்தால், இப்படியெல்லாம் ஐயங்களைக் கற்பனை செய்யலாம். இப்படியெல்லாம் கற்பனை செய்து, இவையெல்லாவற்றையும் தீர்க்கக்கூடிய உத்தம கைகாட்டி மரத்தை அமைத்து நிறுவும்வரை, போக்குவரத்தே சாத்தியமில்லை என்று சொல்பவர்களுக்கு, கற்பனை இங்கு எல்லையின்றிச் செல்லக்கூடுமென்பதைச் சுட்டிக் காட்டல் வேண்டும். கைகாட்டி மரத்தைப்புரிந்துகொள்ள முடியாதவர்கள் வந்தால்—நாம் ஒன்றைக் காட்டுகிறபோது அவர்கள் எங்களது விரலைப் பார்த்தால்—நடைமுறையில் நாம் இப்படிச் செய்கிறோம். பொதுவாக, இது திருப்திகரமாகப் பயன்படுகிறது. அவ்வளவுதான். நடைமுறையில் எமது விளக்கங்கள் போதியனவாயிருக்கின்றன. மொழியை அதன் நடைமுறையில் இருந்து தனியே எடுத்து நோக்கினால், அது எப்படிச் செயற்படுகிறது என்பதைக் காண்பதை, எமது முற்கற்பிதங்கள் தடைசெய்கின்றன. நடைமுறையில், சாதாரணமாய் ஏற்படுகிற பிரச்சினைகளைத் தீர்ப்பதற்கு நாம் எம்மைத் தயார்ப்படுத்திக்கொள்ளலாம். கற்பனையில் எழக்கூடிய பிரச்சினைகளையெல்லாம் தீர்த்தற்கு வேண்டிய விளக்கம்தான் பூரணமானது என்றால், அத்தகைய பூரணத்துவம் ஒருபோதும் கிடையாது.

ஏனெனில், எந்தப் பூரணமான விளக்கத்திற்கும் விளக்கம் வேண்டும் என்றும் கற்பனை செய்தல் கூடும். எனவே, சொல் எதற்கும் இறுதியான விளக்கத்தைத் தருகிற, அதன் சாரத்தைக் காட்டுகிற, சமீகரணம் ஒன்றை அமைக்க விற்கன்ஸ்ரைனும் முற்பட்டார் எனல் பொருந்தாது.

''மொழி என்றால் என்ன?'', ''எடுப்பு என்றால் என்ன?'' என்று நாம் கேட்கிறோம். இவற்றிற்கான விடைகள் இறுதியாகத் தரப்பட வேண்டும் எனவும், எதிர்காலத்தில் வரப்போகும் எந்த அனுபவத்தினாலும் விடை கூறுபவன் பாதிக்கப்படாதவனாயிருக்க வேண்டும் எனவும் எதிர்பார்க்கிறோம். சொற்களின் சாரத்தை அறிந்துகொள்ள வேண்டும். அதுவே, எமக்கு உதவும் என்று நினைப்பதை மேற்கூறியவாறு நிராகரிக்கும்[18] விற்கன்ஸ்ரைன், சொற்களின் சாரம் கூறும் வரைவிலக்கணமாக எதனையும் தர முடியாது.

எமது சொற்களின் பயன்பாடு, இறுக்கமான விதிகளினால் கட்டுப் படுத்தப்படக்கூடிய ஒன்றல்ல எனின், அதனைப் பூரணமாய் அகப்படுத்தக்கூடிய வரைவிலக்கணம் சாத்தியமில்லை. எமது சொற்களைப் பயன் படுத்துதற்கு உதவியாக அர்த்தம் விளக்கப்படுகிறதெனின், அவற்றிற்கு அத்தகைய வரைவிலக்கணம் அவசியமுமில்லை.

பொதுவாகச் சொற்களைப் பற்றியும், சொற்களின் விளக்கங்களைப் பற்றியும், நாம் இங்கு கூறியிருப்பனவற்றிற்கு 'அர்த்தம்' என்கிற சொல் விதிவிலக்கு என்று கொள்ள வேண்டியதில்லை. அதற்கும் நாம் விளக்கமே தரலாம். விற்கன்ஸ்ரைன் 'மெய்யியல் ஆய்வுகள்' நூலின் 43ஆம் பகுதியில் தருவதும் அதுவே. ஆனால், இந்த விளக்கம் அர்த்தம் என்கிற சொல்லினை விளக்குதற்கு பயன்பாடு என்கிற கருத்தைக் கொணர்வதின் மூலம், அதனைப் பிரயோகிக்கையிலும் புரிந்துகொள்ள முயல்கையிலும், எமக்கு ஏற்படக்கூடிய எந்தப் பிரச்சினைகளைத் தீர்க்க உதவுகிறது என்று இனிக் கூறுதல் வேண்டும். சொல்லின் அர்த்தம், மொழியில் சொல்லின் பயன் பாடு என்றதும், சொல்லின் களம் மனிதர்களது கூட்டத்திலே ஏற்படுகிற அவர்களது நடவடிக்கைகள் என்பது வலியுறுத்தப்படுகிறது. பிரத்தியேக மொழிச் சித்திரத்தின் தனிமையிலே விளக்க முடியாதிருந்த பிரச்சி னைகள் இவ்வாறு தீர்ந்துபோகின்றன. நான் காட்டியதை அவன் சரியாகக் கண்டுகொண்டானா என்கிற ஐயம் காலங்காலமாக எம்மைச் சஞ்சலப் படுத்த வேண்டியதில்லை.

'சிவப்பு' என நான் சொல்கிறபோது, அவன் அதைச் சரியாகப் புரிந்து கொண்டானா என்கிற ஐயம், 'சிவப்பு' என்பதன் அர்த்தம் எனக்குள்ளே உள்ள ஒன்று அல்லது நான் மட்டும் தனியே கண்டுகொள்கிற ஒரு பொருள் என எடுத்துக்கொண்டதால் வந்தது. 'சிவப்பு நூலை எடுத்து வா' எனவும் 'சிவப்பு வர்ணம் தீட்டு' எனவும் நான் சொல்கிறபோது, அவன் எப்படி நடந்துகொள்ள வேண்டும் என விளக்குதற்கு, நான் தருவதே

'சிவப்பு' என்பதன் அர்த்தம் என்றால், அவன் சிவப்பு என்பதைச் சரியாகப் புரிந்துகொண்டானா என அறிய அதிக நேரம் வேண்டியிராது. அவன் சரியாகப் புரிந்துகொள்ளவில்லை என்பதை, அவனது செய்கை காட்டும். இவ்வகையில் எமக்குள் உடன்பாடு ஏற்படும். அவன் புரிந்துகொண்டது சரியெனவும் பிழையெனவும் மதிப்பிடுவதற்கு எனக்கும் அவனுக்கும் இப்படி வழியேற்பட்டுப் போகிறது.

இப்படிச் சொல்கிறபோது, இலகுவில் இங்கு ஒரு தவறு மீண்டும் ஏற்படலாம். நான் சொல்வதை அவன் சரியாகப் புரிந்துகொண்டானா என்பதை அவனுடைய நடத்தை காட்டும் என்று கூறும்போது, அவனுடைய அகத்தே 'சிவப்பு' என்பதன் அர்த்தத்தைக் கிரகித்துக்கொண்டது சரியோ என்பதை, அவனது நடத்தை காட்டும் எனக் கூறுவதாக எடுத்துக் கொள்ளப்படலாம். அடிப்படை எடுப்புகள்பற்றிய தனது கட்டுரையில் அயர் கூறுவது இதுவே. ஒவ்வொருவரும் தனது அர்த்தவிதிகளை அகத்தே நிறுவிக்கொண்டதன் பின்னர், அவையெல்லாம் ஒன்றேதானோ என்பதை அவர்களது நடத்தையினாற் சரிபார்த்துக்கொள்ளல் கூடும் என்பது அயரின் கருத்து. ஆனால், நடத்தைகள் ஒன்றாயிருந்தாலும், ஒவ்வொருவரும் காணும் சிவப்பு வெவ்வேறாயிருக்கலாம் என்கிற ஐயத்தைத் தவிர்ப் பதற்கு, இது எவ்வகையிலும் உதவவில்லை. நான் 'சிவப்பு' என்பது, இன்னொருவன் 'சிவப்பு' என்பதுதானோ என்கிறது மீண்டும் அனுமானம் சார்ந்ததெனவும், இந்த அனுமானம் எந்த அளவிற்குச் சரியென்பது ஐயத் திற்குரியதேயெனவும் தோன்றுகிறது. எமது அனுமானத்திற்கு ஆதாரமான நடத்தைகளோடு, அவற்றின் ஆதாரத்தினால் அனுமானிக்கப்படுகிற 'சிவப்பு' என்பதன் அர்த்தத்தை ஒருபோதும் ஒப்பிட்டுச் சரிபார்க்க முடியாது என்கிற வாதம், மீண்டும் தலையெடுப்பதைத் தவிர்க்க முடியாது.

சொல்லின் அர்த்தம் எந்தப் பொருளுமல்ல. சொல்லின் அர்த்தம் எனப் படுவது, அச்சொல்லின் பாவனையைச் சரிவர நடத்துதற்குத் தரப்படுகிற விளக்கத்தாற் தரப்படுவதே என்று விற்கன்ஸ்ரைன் சொல்வதை நாம் அக்கறையுடன் கவனித்தல் வேண்டும். 'சிவப்பு நூலைக் கொண்டுவா' என்கிற ஆணையை, அவன் சரியாய் நிறைவேற்றினால், அதாவது இவ் வாறும் 'சிவப்பு' என்கிற சொல்லின் ஏனைய பிரயோகங்களினாலும், எங்களுக்கும் அவனுக்குமிடையே ஒப்புதல் உளதென்றால், அவனுக்கும் எனக்கும் 'சிவப்பு' என்பதன் அர்த்தம் தெரிந்திருக்கிறது என்கிறோம்.

ஆயின், 'சிவப்பு என்றால் என்ன?', 'சிவப்பு என்றால் இந்த நிற மல்லவோ?', 'இந்த நிறம் என்பது நான் காண்கிற இதுதானே?', 'நான் காண்கிறது எனக்குப் பிரத்தியேகமான இதுவல்லவோ?', 'இதைத்தானே சிவப்பு என்கிறோம்?' என்றெல்லாம் மீண்டும்மீண்டும் கேள்விகள் இங்கு எழும். சொல்லின் அர்த்தம் அதனோடு இணைக்கப்பட்ட ஒன்று என்கிற கற்பிதத்தின் முதிர்ந்த பலம், இவ்வாறு எம்மை அலைக்கழிக்கும்.

‘‘சிவப்பு என்பதன் அர்த்தம் = சிவப்பு என்பதன் பயன்பாடு’’ என்கிற சமீ கரணம் இங்கு வருவதற்கு விண்ணப்பிக்கவே தகுதியில்லாததாக ஒதுக்கப் பட்டுவிடும். சிவப்பு என்றாலென்ன என்பவனுக்கு, இத்தகைய சமீகரணம் விடைபோலவே தோன்றாது. வகைக்குழறுபடி என்பதற்கு நல்லவோர் உதாரணம்போலத் தோன்றும். சிவப்பு என்பதன் அர்த்தம் மேற்கூறிய வகை யிலான எதுவுமல்ல. பொருளும் அல்ல; படிமமும் அல்ல; பொருளிலும் படிமத்திலும் விரிந்ததான எமக்கே இன்னும் முற்றாகத் தெரியாத பயன் பாடு என்கிற ஒன்றுமல்ல. சிவப்பு என்பதன் அர்த்தம், எவ்வகைப் பொரு ளாய் இருந்தாலும், அது எமக்கு உதவாது என்பதற்கு விற்கன்ஸ்ரைன் தந்த வாதங்களையும் அவற்றின் வலிமையையும் மறந்துவிடலாகாது. ‘சிவப்பு’ என்பதன் அர்த்தம் எவ்வகைப் பொருளாயிருப்பினும், அர்த்தம் தெரிவதனால் வரும் திறன்களை விளக்க அதனால் முடியாது. பிறருக்கு எனது மொழி தெரிவதை மட்டுமல்ல, எனக்கு எனது மொழி தெரிவதையும் இந்த அர்த்தக் கொள்கையால் விளக்க முடியாது. எனவே, ‘சிவப்பு’ என்பதன் அர்த்தம், எனது நடத்தையினாற் காட்டப்படுகிற, எனக்குள்ளே இருக்கிற எதுவுமல்ல.

ஆனால், இத்தனைக்குப் பிறகும், இதெல்லாவற்றையும் ஒப்புக்கொண் டதன் பின்னரும், சிவப்பு என்றால் உண்மையில் என்ன? என்கிற கேள்வி எழலாம். சிவப்பு என்பது அந்த நிறம் என்றால், அது எனக்குப் புலன் வாயிலாய்த் தெரிவதென்றால், அவ்வாறு தெரிவது எனது அக அனுபவம் என்றால்... இப்படி மீண்டும் வாதம் முடிவின்றித் தொடர்வதைத் தடுக்க இயலாது போலிருக்கும். ‘‘மெய்யியலாளன் ஒரு வினாவுக்கு விடை தருவது, ஒரு நோய்க்கு வைத்தியம் செய்வதுபோல’’ என்று விற்கன்ஸ்ரைன் கூறுவது[19] இங்கு நினைவுக்கு வரலாம். கேள்விக்குச் சரியான விடை தந்தவுடன், காரியம் முடிவதில்லை. எம்மைப் பிடித்திருக்கும் கற்பிதங்கள், இலகுவில் தமது பிடியை விடுவதில்லை. ஒரு விரலைத் தளர்த்தினால், மற்ற விரலை இறுக்குபவனைப் போல அவை எம்மைப் பற்றி நிற்கும். ஏதோவொன்றைக் காட்டும்படி கோரிக்கை விடுவதுபோலத் தோன்றும், ‘சிவப்பு என்றால் என்ன?’ என்ற வினா, உண்மையில் ஒரு சொல்லின் அர்த்தத்தை அறிய விரும்புபவன் கேட்கும் கேள்வியாகும். மேலும், ஒன்றின் அர்த்தம் அறிய வேண்டும் என்பவன் வேண்டுவது, அச்சொல் பயன்படும் மொழியாடல்களில் பங்குபெறுதற்கு, தனக்கு வழியேற் படுத்தித் தருவதையே. இவ்வாறு, வழியேற்படுத்தித் தருகிறபோது, அவ னுக்கு அர்த்தத்தைத் தருகிறோம். அவ்வாறெனின், நாம் எமது விளக்கத் தினால் அவனுக்கு மொழியாடலில் சேர உதவி தருகிறபோது, இது புறத்தே நடைபெற, அவன் அகத்தே அர்த்தத்தைப் பெற்றுக்கொள்கிறான் என்று

எண்ணலாகாது. அவன் அகத்தே பெறுகிற எதுவும், அவனுக்கு இந்த உத வியைச் செய்ய முடியாது என்கிற வாதங்களை நினைவுகூர்ந்து, இந்தச் சித்திரத்தை அகற்றுதல் வேண்டும்.

எமது மொழியாடலில், எம்மோடு சேர்ந்துகொள்ள விழைந்து குரல் கொடுப்பவனை, நாம் கை தந்து எதிர்கொள்ளும் ஒரு சம்பந்தமாக x என்றால் என்ன? என்கிற கேள்வியையும், நாம் விளக்கம் தருவதையும் புரிந்துகொள்கிறபோது, அர்த்தம் கேட்பதற்கு விடையாகக் காட்டப்படுகிற எந்தப் பொருளும்—அல்லது பிறிதெதுவும்—எம்மை ஏகான்மவாதத்தின் தனிமைக்கு இட்டுச்செல்ல முடியாது என்பது புலப்படும். ஏனெனில், இந்தச் சம்பந்தம் நிகழ்கின்றபோதெல்லாம், ஒவ்வொரு முறையும், உறுதிப் படுவது நாம் தனிமையில் இல்லையென்பதே. அர்த்தம் அறிகிறவன் அறிவது, சொல்லைப் பயன்படுத்த—சொல்லை அவன் பயன்படுத்துகிறான் என்று சொல்ல முடிவது—அது சரியெனவோ பிழையெனவோ சொல்ல முடிகிற இடத்திலேயே. எனவேதான், நாம் தனிமையில், பிறர் வர முடி யாத ஒரு உலகில், அர்த்தம் தெரிந்துகொள்ள முடியாது. பிறரைப் பற்றி அறியாத இடத்தில், 'அர்த்தம்' தெரிந்துகொள்ள உன்னவும் முடியாது.

எனவேதான், ஏகான்மவாதச் சித்திரம் உண்மையல்ல என நிரூபிக்க முடியாது இருப்பினும், நாம் அதனை ஏற்க வேண்டியதில்லை என்று றசெல் கூறுகிறபோது, சொல்லவோ நினைக்கவோ முடியாத ஒன்றைப் பற்றி, நாம் அதை ஏற்பதோ விடுவதோ என்று சிந்திப்பதாகச் சொல்கிற வழு ஏற் படுகிறது. 'முக்கோண வட்டங்களைக் கண்டதாக இவன் சொல்கிறான். நான் இதை நம்ப வேண்டியதில்லை' என்று சொல்வதைப் போலத்தான் இதுவும். அவன் உண்மையில் நம்புவதற்கோ நிராகரிப்பதற்கோ எதையும் தரவில்லை. அவன் கதை சொல்கிறான். ஆனால், இது எமது நம்பிக்கை யையோ நிராகரிப்பையோ வேண்டி நிற்கும் மொழியாடலல்ல. ●

மொழி, அர்த்தம், மனம்: பின்குறிப்புகள்

எல்லாச் சொல்லும் பொருள் குறித்ததுவே.

- தொல்காப்பியம்,
சொல்லதிகாரம், பெயரியல், சூத்திரம் 52.

ஒப்புமுருவும் வெறுப்புமென்றா
கற்பு மேரு மெழிலுமென்றா
சாயலு நாணு மடனுமென்றா
நோயும் வேட்கையும் நுகர்வுமென்றாங்
காவயின் வரூஉங் கிளவியெல்லாம்
நாட்டிய மரபின் நெஞ்சு கொளினல்லது
காட்டலாகாப் பொருளவென்ப.

- தொல்காப்பியம்,
பொருளதிகாரம், பொருளியல், சூத்திரம் 247.

அன்பு எனப்பட்டது, தான் வேண்டப்பட்ட பொருளின்கண் தோன்றும் உள நிகழ்ச்சி. அதனைக்காட்டிக்காண்க என்னானன்றே, தானறிந்த பொருளாகலின்; என்னை? மாணாக்கன் நீர்வேட்டான், நீர்வேட்ட வேட்கையைக் காட்டுக என்னான், தானறிந்த பொருளாகலின்; காட்டுகஎன்னுமேயெனின் வஞ்சித்தானாம்; அவனை ஆசிரியன் அறிவித்தலுறுமேயேனின், பேதையாயினானாம்.

- இறையனார் அகப்பொருளுரை, *சூத்திரம் 1.*

சரியானதை இரண்டு முறையும் சொல்லலாம்.

- அக்கிரகாஸ் நகரத்து எம்பிடோக்கிளிஸ் *கி.மு. 494 - 434.*

நாம் மொழியைப் பயில்வது மக்கள் கூட்டத்தில் நடைபெறும் வாழ்வினிடையேயன்றி எமது அகத்தின் தனிமையிலே அங்கு காண்பன வற்றிற்குப் பெயரிட்டல்ல. மொழி பிறரோடு சேர்ந்த செயலாடல். தனிமையிலே எமது மொழியை ஏன் அமைத்திருக்க முடியாதென்பதற்கான

நியாயங்கள் நூல் முழுவதிலும் கூறப்பட்டன. அகத்தின் தனிமை என்று கற்பனை செய்யப்பட்ட இடத்தில் சந்திப்பனவற்றிற்குப் பெயரிடுதலும், இப்படித்தான் இந்த அனுபவத்தை இனி நான் அழைக்கப்போகிறேன் என்று விதி அமைத்தலும் சாத்தியமில்லை. மொழி இவ்வாறே ஒவ்வொரு வராலும் ஆரம்பிக்கப்பட்டுப் பயன்படுகிறது என்பது ஒரு குழப்பமான கற்பனை.

சொல்லின் அர்த்தத்தைத் தெரிவிக்குமாறு—x என்றால் என்ன? என—யாரும் கேட்பது அச்சொல்லைப் புரிந்துகொள்வதற்கு உதவ வேண்டுமெனும் கோரிக்கையே; தடங்கிய மொழியாடலைத் தொடர வேண்டுவோன் கேட்பதே. இக்கோரிக்கைகளுக்குப் பதிலாய், 'அர்த்தம்' எனத் தரப்படுவன, கேட்டவரது தேவையைப் பூர்த்திச்செய்யுமளவுக்கு-மொழியாடலினிடையே அவர்களுக்கு ஏற்பட்ட தடங்கலை நீக்கி மேலும் சரியாய்த் தொடர வழி ஏற்படுத்துமளவிற்கு அவை சரியானவை; கேட்போரது சூழலையும், ஏலவே உள்ள ஈடுபாடுகளையும், அவற்றைப் பதிலிறுப்போர் உணர்ந்திருக்குமளவையும் பொறுத்து இவ்விளக்கங்களது அமைப்பும் அளவும் வேறுபடும். சிலருக்குச் சுருக்கமான விளக்கங்களும், சிலருக்கு விரிவான விளக்கங்களும் வேண்டியிருக்கும். நடக்கத் தொடங்கும் குழந்தையைத் தொட்டும் தொடாமலும் அல்லது நன்றாகக் கையைப் பற்றிக் கொண்டும் உதவுவதுபோல.

இவ்வாறன்றி, அர்த்தம் என்பது ஒரு குறிப்பிட்ட வடிவத்தில், சிறப்பாக, ஒரு வரைவிலக்கணம்போல அமைவதுவே உத்தமம், சொல்லின் வரைவிலக்கணத்தை அறியும்வரை நாம் சொல்லை விளங்கிகொள்ளவில்லை எனும் கொள்கை, சொற்கள் எல்லாம் ஏதோ தூலமான அல்லது சூக்குமமான பொருள் அல்லது சாரம் என்பதைச் சுட்டுவன எனும் கருத்தின் தாக்கத்தால் வருவது. இது தவறு, x என்றால் என்ன? என்பதை x என்கிற பொருள் என்ன? எனும் கேள்வியாகப் புரிந்துகொள்வதால் ஏற்படும் குழப்பம்.

பல சொற்கள் எதனையும் காட்டுவதனால் விளக்கப்படுகின்றன. எல்லாம் அப்படி அல்ல. தொல்காப்பியர் சொன்னதுபோல "...நோயும் வேட்கையும் நுகர்வுமென்றாங் காவயின் வரூஉங் கிளவியெல்லாம், நாட்டிய மரபின் நெஞ்சு கொளினல்லது, காட்டலாகாப் பொருள வென்ப."

நாம் பேசும் மொழி எமது சமூகத்தின் பொது மொழி. அது நாம் ஒவ்வொருவரும் பிறருக்கு விளங்காது நாம் மட்டும் பயன்படுத்தும் தனி மொழியல்ல. ஒவ்வொருவரதும் ரகசியமான பிறரறிய முடியாத காரியங்களை அர்த்தங்களாயுடைய எதுவும் எமது மொழியல்ல. மொழி அவ்வாறமைதல் சாத்தியமல்ல. எமது மொழியின் சொற்கள் அர்த்தமுடையனவாவது எதனையும் சுட்டுவதால் அல்ல. கோபம், யோசனை, துக்கம்,

அறிதல் போன்ற சொற்கள் அர்த்தமுடையனவாவது எமக்குப் புறத்தேயோ அல்லது அகத்தேயோ உள்ள எதனுடையதும் பெயராயிருப்பதாலல்ல. தனியே பிறரறியாது எம்முள்ளே நடப்பவற்றைக் கூறுவது எமது தனி மொழியில் இயலாது: நமது மொழி, தொல்காப்பியர் சொல்வதுபோல, மக்கள் கூட்டத்திலே நிலவும் வழக்கைப் பயின்று எமக்குக் கைவந்த மொழி, நாப்பழக்கமான மொழி; ரகசியமான இடங்களைத் தனியே கண்டு நாம் பெயரிட்ட எதனையும் கொண்ட மொழியல்ல.

அதனிலும் முக்கியமாக, அர்த்தமுடைய மொழியாடலில் ஈடுபடுவது, புலப்படுகிற அல்லது புலப்படாத பொருட்களோடு இணைந்த சொற் களைப் பயன்படுத்தி அல்ல; ''எல்லாச் சொல்லும் பொருள் குறித்ததுவே'' என்று தொல்காப்பியம் சொல்கிறபோது, ஒவ்வொரு சொல்லும் ஒரு பொருளைச் சுட்டும் பெயர்ச்சொல் என அதற்குப் பொருள் கொள்ள வேண்டியதில்லை. பின்னர் பொருளதிகாரத்தில், ''...வரூஉங் கிளவி யெல்லாம் நாட்டிய மரபின் நெஞ்சு கொளினல்லது, காட்டலாகாப் பொருளவென்ப'' என்பதற்கு, நம் வாழ்வின் பின்னல்களினூடே நாம் பயிலும் இம்மொழிச் செயல்களுக்கு, யாதும் பொருளை எடுத்து இது வெனக்காட்டி விளக்கம் தருவதில்லை எனும் விளக்கத்தைப் பெறாமல், இவை சுட்டும் பொருட்களும் உள, ஆனால், அவை காட்ட முடியாத, சூக்குமப் பொருட்களென விளங்கிக்கொள்வதில்லை.

'அவன் இப்போதெல்லாம் இந்தக் காரியத்தைப் பற்றிக் கடுமையாய் யோசிக்கிறான்' எனும்போதோ, 'அவளை இங்கே வரச்சொல்ல வேண்டாம், மிக வெட்கப்படுவாள்' என்கிறபோதோ அவர்களுடைய அக அல்லது மன நிலைகளையோ நிகழ்வுகளையோ பற்றியே பேசுகிறோம், உடலைப் பற்றி யல்ல. ஆனால், அது அகம் அல்லது மனம் என்கிற ஒரு மறைவான இடத்தை ஏதோ விநோதமான வழியில் பார்த்தல்ல.

எனக்கு நோகிறது என்று கூறும்போது, நான் சொல்வது மற்றவர் களுக்குத் தெரியாத ஒன்றுதானே என்று சொல்பவர்களுக்கு, உண்மையில் அப்படியல்ல என்றும், அநேக வேளைகளில்—உண்மையில் பெரும் பாலான வேளைகளில், எனக்கு நோவது மற்றவர்களுக்குத் தெரிகிறது என்றும் சுட்டிக்காட்டலாம். ஆனால், இதற்குப் பின்வருமாறு எதிர்வாதம் வரும்: எமக்கு நோகிறது என்பது மற்றவர்களுக்குத் தெரிகிறது என்பது உண்மையே. ஆனால், எனக்கு நோகிறது என்று நான் சொல்கையில், நான் நோ என்பது எதையென்று மற்றவர்கள் அறிய முடியாது. அதாவது, நான் நோ என்பதன் அர்த்தம், உண்மையில் மற்றவர்களுக்குத் தெரிய முடியும். ஆனால், நான் 'நோ' என்கிற அது எனக்கு மட்டும்தான் தெரியும்,

ஆனால், இப்படிக் கூறுவது சாத்தியமில்லை. ஏன் சாத்தியமில்லை எனக் காண்பதற்கு, சொல்லின் அர்த்தம் தனியனுபவங்களல்ல என நாம் இது வரை சொல்லியிருப்பனவற்றை நோக்குதல் வேண்டும்.

இப்படி நாம் சொன்னதும் இன்னொன்று கூறப்படும்: ‘நோ’ என்கிற சொல், எமது மொழியில் பயன்படும் சொல் என்கிற அளவில், அதன் அர்த்தம் எல்லோருக்கும் தெரிய வேண்டியதே. எனவே அதனை ஏற்றுக் கொள்வோம். ‘‘ஆனால், ‘நோ’ என்கிற சொல் சுட்டுவது—அது எனக்கு மட்டுமே தெரியும்’’ எனும் டொன் லொக் (Don Locke 1930-), விற்கன்ஸ் ரைனது வாதத்தை விமர்சிக்கையில் பின்வருமாறு கூறுகிறார்:

‘‘ஆனால், சொல்லின் அர்த்தம் வேறு, அது சுட்டுவது வேறு—சொல் சுட்டுவது மற்றவர்களுக்குத் தெரிய முடியாத ஒன்று எனின், அச்சொல் லின் அர்த்தத்தையும் மற்றவர்கள் அறிய முடியாது எனக் கூற வேண்டிய தில்லை. பிரத்தியேகப் பொருளைச் சுட்டுகிற சொல்லின் அர்த்தம், மற்ற வர்களால் அறியப்படக்கூடியதாயும், சொல் சரியாகப் பயன்படுகிறதோ என்று மற்றவர்கள் சோதிக்கக்கூடியதாயும் இருப்பதற்குத் தடை ஒன்றும் இல்லை.’’

விற்கன்ஸ்ரைன் ஒரு நடத்தைவாதி என்று குற்றஞ்சாட்டும் பேராசிரியர் மண்டிலும் (C.W.K. Mundle 1916-1989) இதே கருத்தையே தெரிவிக்கிறார். எமது அர்த்தவிதிகள் ரகசியமானவையாயிருக்க முடியாதென ஏற்றுக் கொள்ளும் மண்டிலும் எமது பிரத்தியேக அனுபவங்களை, எமது மொழியிற் சுட்டலாம் என வாதிக்கிறார்.

சொல்லின் அர்த்தம், பிறருக்கும் தெரியக்கூடியதாய் இருத்தல் வேண்டும் என்பதற்கு விற்கன்ஸ்ரைன் தருகிற வாதங்கள் சரியென ஏற்றுக்கொள்வ தாகச் சொல்லும் டொன் லொக், சொல் சுட்டும் பொருள் மற்றவர்கள் அறியாத பிரத்தியேகப் பொருளாயிருப்பதில் தவறில்லை எனக் கூறுவது விந்தையானது. ஏனெனில், பிரத்தியேக மொழிவாதத்தை நினைவு கூர்ந்தால் ஒன்று தெளிவாகும்: சொல்லின் அர்த்தம் பிறருக்கும் தெரியக் கூடியதாக இருக்க வேண்டும் என விற்கன்ஸ்ரைன் அங்கு நிறுவ முடிந்தது, அர்த்தத்தைச் சொல்லோடு எவ்வகையிலாயினும் இணைக்கப்பட்ட ஒன் றாகக் கொண்டால், பிறரறியாத தனிமையில் அந்த இணைப்புச் சாத்திய மில்லை—நியமித்த இணைப்பு நியமித்தவாறே தொடர்கிறதுதானா என்று பார்த்துக்கொள்ளல் என்பதற்கு இத்தகைய பிரத்தியேக இணைப்பில் இட மில்லை என்கிற வாதத்தைப் பயன்படுத்தியே. அவ்வாறெனின், உண் மையில் விற்கன்ஸ்ரைனது வாதம், சொல்லின் அர்த்தம் பிறருக்கும் தெரிந்ததாயிருக்க வேண்டும் என்பதை நிறுவுவதற்கு முன்பே, சொல் எமக்கு மட்டும் தெரிகிற எதனையும் சுட்ட முடியாது என்றும் நிறுவி விடுகிறது.

அவ்வாறெனின், சொல்லைப் பயன்படுத்த, அர்த்தம் தெரிய, நாம் பிரத்தியேக அர்த்தவிதிகளைப் பயன்படுத்த முடியாது என்றும், எனவே

சொற்களுக்குப் பிரத்தியேக அர்த்தம் இருக்க முடியாது என்றும் ஒப்புக் கொள்பவர்கள், அவை பிரத்தியேகப் பொருட்களைச் சுட்ட முடியும் என்று ஏற்கவும் இயலாது.

எனவே, எனக்கு நோகிறது பொதுவாய் என்னை அவதானிக்கும் மற்ற வர்களுக்கும் தெரியலாம், தெரிகிறது என்பதே சரி. நான் நினைப்பதை, எனக்கு நோவதை மற்றவர்கள் காணாதிருக்க நான் சிலவேளை முயல் கிறேன், சிலவேளை அதில் வெற்றியும் சிலவேளை தோல்வியும் அடை கிறேன்.

உண்மையில், "நான் நினைக்கிறது எனக்குத் தெரியும்", "என்னுடைய நோ, எனக்குத் தெரியும்" எனும் கூற்றுகளையே விற்கன்ஸ்ரைன் கேள்விக் குட்படுத்துகிறார்: "நான் இப்படி நினைக்கிறேன்" அல்லது, "எனக்கு நோகிறது" என்று சொல்லலாம்; ஆனால், "நான் இப்படி நினைக்கிறது எனக்குத் தெரியும்", "எனக்கு நோகிறது என்று எனக்குத் தெரிகிறது." இந்த வாக்கியங்கள் என்ன சொல்கின்றன? "நான் இப்படி நினைக்கிறேன்", "எனக்கு நோகிறது" என்பதைவிட? யார், எப்போது இப்படிச் சொல் வார்கள், மெய்யியல் செய்பவர்களைத் தவிர? வீட்டில் உங்கள் மனைவி, பிள்ளைகளுக்கு முன்னாலிருந்து "எனக்கு நோகிறது என்று எனக்குத் தெரிகிறது" என்று எப்போது சொல்வீர்கள்? இதை அபத்தமில்லாத ஒரு மொழிச் செயலாக்குவதற்கு என்ன சூழல் வேண்டும்? உங்களுடைய சின்னப் பேரன் நேற்று உங்கள் கன்னத்தில் தட்டியது உங்களுக்கு இன்னும் நோகிறது என்றால், "அதெப்படி, அந்தக் குழந்தை சும்மா தட்டியது யாருக்கும் இன்னமும் நோகுமா" என்று உங்கள் மனைவி சொன்னால், எனக்கு நோகிறது எனக்கல்லவா தெரியும் என்று சொல்ல இடமேற்படும். அப்படி ஒரு சூழல் எதுவும் இன்றி, "எனக்கு நோகிறது என்று எனக்குத் தெரிகிறது" என நீங்கள் சொன்னால், வீட்டில் என்ன நினைப்பார்கள்? இதுவரை நல்லாய்த்தானே இருந்தார் என்று தோன்றாதா?

வெறுமனே "ஆம்" என்று சொல்லி நிறுத்தாது, "எனக்கு நோகிறது எனக்கல்லவா தெரியும்" என்று அவர் சொல்கிறபோது, "எனக்கு நோகிறது என்று நான் சொல்கிறபோது உனக்கு வருவது போன்ற சந்தேகத்திற்கு இந்த மொழிச் செயலில் இடமில்லை" என்று அவர் சொல்வதாகப் பொருள் கொள்ளலாம். எனக்கு நோகிறது என நான் சொல்கிறபோது நான் பொய் சொல்கிறேனா என்று அல்லது எனக்குத் தமிழ் தெரியுமா என்கிற சந்தே கங்கள் வேண்டுமானால் ஏற்படலாம். மற்றபடி, எனக்கு நோகிறது என்கிற போது எனக்கு நோகிறதுதானா என்று சந்தேகிப்பது, நான் அழுகிறபோது, அது அழுகைதானா எனச் சந்தேகிப்பதுபோலத்தான். அழுகிற குழந்தைதான் பிரத்தியேகமாய் அனுபவித்த ஒன்றை நோக்கிய பின், இதற்கு சிரிப்பு அல்ல, அழுகையே சரியான வெளிப்பாடு, என்று தேர்ந்துகொண்டு அழுவதில்லை.

"நோவுக்கும் அதன் வெளிப்பாட்டுக்குமிடையே மொழியைக் கொண்டு போய்ச் செருகுமளவிற்கு என்னால் ஆகுமா?" (மெய்யியல் ஆய்வுகள் - 248).

சரி, நோவை விடுவோம், எனக்குத் தெரிவன, நான் யோசிப்பன, எனக்கு ஏற்படும் இனிய, துயர உணர்வுகள், நான் செய்யும் கற்பனைகள்—இவை எனக்கு மட்டும் தெரிகிற, என் மனதிலே மட்டும் நிகழ்பவை அல்லவா?

'எனக்கு நல்ல கோபம் என்று எனக்குத் தெரிகிறது.'

'நான் இதை நம்புகிறேன் என்று எனக்குத் தெரிகிறது.'

'எனக்கு அது நன்றாகத் தெரிகிறது என்று எனக்குத் தெரிகிறது.'

உண்மையில் இவையெல்லாம் மற்றவர்களுக்கும் தெரியும் என்பது மட்டு மல்ல, நீங்கள் உங்களுக்குத் தெரிகிறது என்பதும் உண்மையில் பிழை என்று அவர்கள் காட்டவும் சிலவேளை கூடும்: 'நீ உண்மையில் அதை நம்பியிருந்தால், அந்த இடத்தில் அப்படி நடந்துகொண்டிருக்க மாட்டாய்', 'அது உண்மையில் அப்படியில்லை, உனக்குத் தெரிந்ததாக நீ நம்பிக் கொண்டிருந்தாய், அவ்வளவுதான்.' அதாவது, நீங்கள் நம்புவது, அறிவது, விரும்புவது உங்களுக்கு மட்டும் தெரிகிறது என்பது சரியில்லை மட்டு மல்ல, அவை உங்களுக்கு எப்போதும் தெரிவதுமில்லை. "தான் அவனை ஒருபோதும் விரும்பவில்லை என்று அவள் தொடர்ந்து சொன்னபோதிலும் அந்த நாட்களில் ஒன்றாய் அவர்கள் நெருங்கித் திரிந்ததைக் கண்ட எவர்க்கும் அதுபற்றி எந்தச் சந்தேகமும் இல்லை."

உண்மை என்னவென்றால், எங்களுக்குத் தெரிகிறது, விருப்பமிருக்கிறது என்பவற்றையும் ஏன், விருப்பமில்லை என்பதையும்கூட, பிறரும் ஒப்புக் கொண்ட பிரயோகங்களையுடைய மொழியின் சொற்களால்தான் நாங்கள் சொல்லவும், நினைக்கவும் அறியவும் முடியும். நாங்கள் ஒன்றை அறிந்து கொண்டோம் என்கிற கூற்று சரியாவதற்கு, அறிதல் என்கிற பதத்தின் பிரயோகத்துக்கு வேண்டிய நிபந்தனைகள் நிறைவேற்றப்பட்டிருக்க வேண்டும். "...நல்ல மனிதர் ஒருவரின் 'எனக்குத் தெரியும்' எனும் உறுதி யான வாக்குமூலம், அதன் உண்மைக்கு எவ்வகையிலும் உத்தரவாத மாகாது." (On Certainty 21, L Wittgenstein 1969) ஏனெனில், ஒரு கூற்று உண்மையாவதற்கு வேண்டிய யோக்கியதை, தகுதி அதற்கு ஒரு பிரத்தியேக உலகு தரக்கூடிய கொடையல்ல: அவ்வத்துறையில் ஒப்ப நிறுவப்பட் டிருக்கும் அளவைகளுக்கு அது அமைகிறதெனும் ஏற்பே அந்தத் தகுதியைத் தரும். "இது இப்படி என்று எனக்குத் தெரியும் என்கிற எந்தக் கூற்றும் 'எப்படி இது உனக்குத் தெரியும்?' என்கிற வினாவை வேண்டுவதே; அது ஆதாரம்பற்றிய வினா." (விற்கன்ஸ்ரைன், 'உளமெய்யியல் குறிப்புகள்' (Remarks on the Philosophy Psychology) பாகம் 2, பக். 286). இப்படி ஆதாரம் கேட்பவருக்கு 'எனக்குத் தெரிகிறது என்று எனக்குத் தெரிகிறது' என்று யாரும் ஆதாரம் தர முடியாது. இனி அவர் தருகிற ஆதாரங்கள்

திருப்தியில்லை என்றால், ''உண்மையில் இது உனக்குத் தெரியாது, நீ சும்மா இப்படி நம்புகிறாய்'' என்று நாங்கள் சொல்வதும் அவரது மனதில் நிகழ்வது எனக்குத் தெரிவதாலல்ல, அங்கிருப்பது உண்மையில் நம்புதலே ஒழிய தெரிதல் என்கிற எதுவுமல்ல என்று நாம் நேரே கண்டதனால் அல்ல.

எனின், உமக்கு மட்டும் தெரிபவை என்பவை பிறருக்கும் தெரியலாம் என்பது மட்டுமல்ல, உமக்குத் தெரியாமலுமிருக்கலாம் என்பதே உண்மை.

'அந்த மனிதன் ஒரு மஹாத்மா, ஆனால், இவர்கள் எல்லாம் சுத்தமான அற்பாத்துமாக்கள்' என்று சொல்கிறபோது எங்களுடைய குரலிலிருக்கும் நிச்சயம் ஐயத்திற்கிடமான ஒரு அனுமானத்தினால் வருவதில்லை. 'இன்றைய கூட்டத்தில் ஒன்று நன்றாகத் தெரிந்தது: முதலிற் பேசியவர் ஆழமாகச் சிந்தித்துப் பேசினார், மற்றவர் கொஞ்சமும் யோசியாமல் வாய்க்கு வந்த படி உளறினார்.' இந்த இருவரது அகத்தே நடந்தவை, செய்தவை எங்க ளுக்கு எப்படிச் சரியாகத் தெரியவந்தன?

மனிதக் கூட்டத்தில் வாழ்ந்து அவர்களைப் புரிந்துகொள்ளவும் அவர் களுடன் பேசவும் நாம் பயின்றுகொண்டோம், அவ்வாறே எங்களைப் பற்றியும் பேசப் பயின்றுகொண்டோம் என்பதுதான் உண்மை. மனிதர் களும் அவர்களது தொடர்பாடல்களும் அதனிடை வரும் மொழியாடல் களும் எங்களுடைய வளம், எங்களை நாங்களாக்கும் முதுசம். ஆயிர மாயிரமாண்டுகளாகச் சேர்ந்த இந்த முதுசம் ஆயிரமாயிரம் விவகாரங் களைச் சந்தித்துப் பிணங்கியும் இணங்கியும் சமாளித்து வளர்ந்திருக்கிறது. எம்முடைய மொழியை இயல்பாக நாம் பேசுவது தேர்ந்தல்ல, ஒவ்வொரு சொல்லையும் பற்றித் தீர்மானம் செய்தல்ல. எங்கள் சொற்களைத் தேர்ந்து பேசும், பேச வேண்டிய வேளைகளும், அரங்குகளும் உள—அங்கேயும் அந்தத் தேர்வு சரியாகவும் பிழையாகவும் செய்யப்படுவது உள்ளே காட்டப் படுவதை பார்த்து அல்ல.

அழுகிற குழந்தை, எப்படித் தனக்கு நோகிறது என்று கண்டுகொண்டு—எப்படிக் காண்பான், அவனுக்குத்தான் மொழி இன்னும் தெரியாதே—அழுவதில்லையோ, அதுபோலவே எதனையும் கண்டு, ''ஆகா, என்னுடைய அகத்தே அனுபவிப்பது நோதான்'' என்று தெரிந்து அல்லது முடிவு செய்து எனக்கு நோகிறது என்று சொல்வதில்லை, முடிவுசெய்து அந்த எண்ணத்தைப் பிறர்க்குத் தெரிவிப்பதில்லை. அதே போலவே எனக்குச் சினமும், துயரமும், மகிழ்வும், ஏமாற்றமும், நம்பிக்கையும், சோர்வும், உற் சாகமும், வெட்கமும், துணிவும், யோசனையும் எனவெல்லாம்—உள்ளே இருப்பதைக் கண்டுகொண்டு நான் உற்சாகமாவதில்லை, வெட்கப்படுவ தில்லை, யோசிப்பதில்லை; அவற்றை அறிவதில்லை. அநேக வேளைகளில் நான் எதையோ நினைக்கிறேன், உற்சாகமாயிருக்கிறேன், ஏமாந்துபோனேன் என்று பிறர் எனக்குத் தெரிவிப்பதுண்டு.

எனின், இவை அகநிகழ்ச்சிகள் அல்ல, உடல் நிகழ்ச்சிகள்தான் என் கிறாய், நீ ஒரு நடத்தைவாதிதானே என்று பாய வேண்டியதில்லை. இவை மனிதர்களைப் பற்றிய, ஆட்களைப் பற்றிய, அவர்களது தொடர்புகளைப் பற்றிய உரையாடல்களினூடே வருபவை: உள்ளேயிருக்கிற மனங்களைப் பற்றிய அல்லது வெளியே இருக்கிற உடல்களைப் பற்றிய கதைகளல்ல, என்னையும், உன்னையும், அவளையும் பற்றிய கதைகளேயன்றி, மன நிகழ்ச்சியையோ உடலியக்கத்தையோ அறிவிக்கும் கதைகளல்ல.

'சரியாய் அவர் வேலைவிட்டு வரும் நேரத்திற்கு ஜிம்மி வாசலில் போய் நிற்கிறது; அவர் வருவார் என்று ஜிம்மிக்குத் தெரியும்.

அவர் இன்று வரார். ஜிம்மி இன்றும் அந்த நேரத்திற்கு வாசலிற் போய் நிற்கிறது, அவர் வருவார் என்று நினைத்துக்கொண்டு.'

'ஜிம்மிக்குத் தெரிவதும், நினைப்பதும் எங்கே நடக்கிற நிகழ்ச்சிகள்? நாங்கள் இப்படிச் சொல்கிறபோது, ஜிம்மிக்குத் தெரியும், ஜிம்மிக்குத் தெரியவில்லை, பாவம் அப்படி நினைக்கிறது, என ஜிம்மிக்குள்ளே நடப்ப தெல்லாம் எப்படி உங்களுக்குத் தெரியும்? நீங்கள் சொல்வதெல்லாம் உங்கள் ஊகந்தானே?' என்று ஐயமெழுப்புபவருக்கு என்ன சொல்வீர்கள்? யார் 'உள்'ளைப் பற்றி ஏதும் கதைத்தார்கள்? ஜிம்மி என்ன செய்கிறதென்று சொன்னோம், அவ்வளவுதான்.

வேறெப்படி அதைச் சொல்கிறது?

''சொல் அல்ல, அதன் அர்த்தமே முக்கியம் என்று சொல்லிக்கொண்டு, சொல்லைப் போன்ற அதே வகையான ஒன்றாகவும், அதே நேரத்தில் அதிலிருந்து வேறான ஒன்றாகவும், அர்த்தத்தை நீ கற்பனை செய்கிறாய். இந்தப் பக்கம் சொல், அந்தப் பக்கம் அதன் அர்த்தம். காசும், காசுக்கு வாங்கிய மாடும் என்பதுபோல.'' பெயர்ச்சொல்லைக் கண்டவுடன், பெயரை உடைய பொருள் ஒன்றைக் கண்டுகொள்ள வேண்டும் என்கிற எமது நம்பிக்கையே, இந்தக் குழப்பத்திற்கும் காரணமாகிறது.

மனம், அகம், உள்ளம், நெஞ்சு என்பவையும் அங்கு நிகழ்வன எனப் படுவனவும், சொற்களின் அர்த்தம் எப்போதும் ஒரு பொருளே என்கிற தவறான கற்பிதத்தினால் ஏற்பட்ட சித்திரங்கள் என்பதையும், மனம் எனும் கற்பனை இடத்தின் தனிமையிலே எதிர்ப்படுவனவற்றை எம் மொழியிலே ஏன் பேசுவதில்லை, பேச முடியாது என்பதையும் ஏலவே பார்த்தோம். எம்மொழியில் வரும் மனமும், உணர்வும், நினைப்பும், தெரிதலும், அழுதலும், நோதலும், நம்புதலும் உண்மையில் மனிதர் கூட்டத்தில், பகிரங்க மொழியாடல்களில் ஏற்பட்ட, பயின்ற சொற்கள், இவற்றின் அர்த்தம் எந்த இடத்துப் பொருளோ நிகழ்ச்சியோ அல்ல என்பதை உணர்ந்ததும், மனநிகழ்ச்சிகள் என்பவை மனநிகழ்ச்சிகளல்லாமல் வெறும் உடல் நிகழ்ச்சி கள்தானோ என்கிற வினாவிற்கும் இடமில்லாது போகிறது.

இனி, மானுடம்பற்றியும் தேவர்கள்பற்றியும் விசாரிக்கத் தொடங்கிய காலத்திலிருந்தே எம்மை ஆட்கொண்டிருப்பதும், சாருவாகர்கள், சட வாதிகள் என்றும் அறியப்பட்ட விரோச்சனர்களால் மட்டுமே மறுக்கப் படக்கூடியதுமான, நாம் உடலும் அதனுள்ளேயிருந்து எம்மை இயக்கும் அகமும் என்னும் துவித சித்திரத்தைத் தாங்கும் மற்றக்காலாகிய ‘உடல்’ என்பதன், விற்கன்ஸ்ரைன் சொல்லில், ‘சிவில் அந்தஸ்தை’ப் பார்த்தல் வேண்டும். அகத்தேயுள்ள மனமும் அங்கு நடைபெறுவனவற்றை அழுகை யால், முனகலால், துடிப்பால், சிரிப்பாலும் சொற்களாலும் வெளிப்படுத்தும் உடலும் என்கிற வசீகரமான துவித சித்திரத்தைச் சற்றே நெருக்கமாய் விசாரிக்க வேண்டும்.

என்னையும் உன்னையும், உடல்களாக அல்லது சித்தர் சிலர் சொல்வது போல, கட்டைகளாகக் காணும் திறன் உண்மையில் யாருக்கு இருக்கிறது? யாருக்குமே இருக்கிறதா? அவளுடைய கையையும் அவனுடைய முகத் தையும் அவர்களுக்கு உள்ளேயிருக்கிற மனம் என்கிற ஒன்றால், ஆத்மா வால் இயக்கப்படுகிற எலும்பும் சதையுமாக யாராலும் பார்க்க முடிகிறதா? இப்படிப் ‘பார்க்கிற’ போதுதான் உண்மை தெரிகிறதென்று யார் சொல் வார்கள்? விற்கன்ஸ்ரைன் சொல்வதுபோல, மெய்யியல் செய்வதால் மரத்துப் போனவர்களைவிட யாரால் இப்படிச் சொல்லவோ பாசாங்கோ செய்ய முடியும்? ஒவ்வொரு காலையிலும் வீட்டு வாசலில் வந்து நிற்கும் பசு வையும்கூட இப்படி யாரால் பார்க்க முடியும்? இறைச்சி விற்கிறவனையும் தோல் வியாபாரியையும்விட?

மனநிகழ்ச்சிகள் என எவையும் இல்லை, உடல் நடத்தைகள்தான் உள என்று சொல்லும் நடத்தைவாதிகள் காணும் உடல் எது? ஏன், நாங்கள், மனிதர்கள் ஒவ்வொருவரும், சடமான உடலும் உடலை இயக்கும், புலப் படா உயிரும், மனமும், ஆத்மாவும் உடையவர்கள் என்பவர்கள் காணும் உடல்தான் எது? இதை, உடல் என்றால் எதுவென்பதை, எப்படி அறிந்து கொண்டோம்? இறைச்சிக் கடையில் நிறுத்துக் காகிதத்தில் சுற்றித் தரும் பொருளைப் பார்த்தா அல்லது பாடையில் வைத்து எரியூட்டப்படுகிற பிணத்தைப் பார்த்தா?

என்னுடைய மடியிலும், தோளிலும், கழுத்தைக் கட்டிக்கொண்டும் இருக்கும் இந்தக் குழந்தையைப் பார்த்து இது ஒரு உடல் என்று எப்படிச் சொல்வேன்? குழந்தையை இப்படிக் காண்பதற்குக் கண்ணை எப்படிச் சுழிப்பதால் சாத்தியமாகும்? மனத்தை எப்படி உயர்த்தி அல்லது கோண லாக்கி, நாங்கள் எல்லோரும் கட்டைகள் என்கிற இந்தக் காட்சியைச் சித்தர்கள் பெற்றுக்கொண்டார்கள்? எந்தக் குழந்தையையாவது எப்படிச் சோதித்து இதற்குள்ளே, இந்த உடலினுள்ளே ஒரு உயிர் இருக்கிறது, ஆன்மாவும் இருக்கும் என்றெல்லாம் யார் கண்டுபிடித்தார்கள்? கண்டார் களா, அல்லது உடலின் இயக்கங்களைக்கொண்டு சும்மா ஊகிக்கிறார்களா?

அப்படியென்றால் என்னுடைய மடியிலிருந்து சிரிக்கும் இந்தக் குழந்தை பற்றிய என் 'ஊக'மும் தவறாயிருக்குமோ, இவனுடைய உடலுக்குள்ளே ஒரு மனம், ஒரு உயிர், ஒரு ஆன்மா இருக்கிறது என்று நான் நினைப்ப தெல்லாம் பிழையான ஊகமென்றால் இவன் வெறும் உடல்தானோ?

எமக்கு மனிதர்களைத் தெரியும். இவன் புத்திசாலி, இவள் நல்லவள், இவருடைய காலில் வீக்கம், அவர் பரந்து வாசித்தவர், இவர் இரக்கம் சிறிதும் இல்லாதவர், அவர் மிகவும் விசால நோக்குடையவர்—இவை யெல்லாம் நாம் மனிதர்களைப் பற்றிச் சரியாயும் பிழையாயும் சொல்வன. வேண்டுமானால், சில அவனுடைய உடலைப் பற்றி, சில அவளுடைய மூளையைப் பற்றி, சில அவனுடைய மனதைப் பற்றி, ஆன்மாவைப் பற்றி என்றெல்லாம் சொல்லலாம். எனின் உலகில் என்ன உள்ளன? கட்டை களான உடல்களும், மனங்களும் ஆன்மாக்களும்தான் உள்ளன என்று சொல்ல வேண்டுமா அல்லது கட்டைகள்தான் உண்மை மற்றதெல்லாம் பொய் என்போமா?

இந்த சந்தேகங்களை எழுப்புகிற மெய்யியலாளர்க்கு விற்கன்ஸ்ரைன் சொல்வது, இந்தக் கேள்விகளெல்லாம் சாத்தியமாவது நீங்கள் மெய்யியல் செய்கிறபோதுதான், அதாவது மொழியை அதன் இயல்பான இடத்தி லிருந்து பிடுங்கி, அதற்கு இயல்பில்லாத பொருந்தாப் பணிகளுக்கு இழுக்கும்போதுதான். மொழி இயல்பாய் வசிக்குமிடத்தில் இத்தகைய ஐயங்கள் சாத்தியமில்லை. வேண்டுமானால், யாராவது தங்கள் குழந்தை யோடு, தாயோடு, மனையாளோடு, ஆசிரியரோடு, நண்பனோடு இருக்கும் போது அவர்களால், உங்களால் இந்த ஐயத்தை எழுப்ப முடிகிறதா, இது மனம் உள்ளேயிருக்கிறதா இல்லையா என்று தெரியாத ஒரு உடல் தானா என்று கேட்க முடிகிறதா என்று பாருங்கள், அங்கு நீங்கள் சொல்வது அபத்தமாயிருக்குமேயன்றி ஐயமாய் இராது. 'முக்கோணங்க ளெல்லாம் உண்மையில் வட்டமாயிருக்கலாமா?' என்று யாரும் ஒரு வசனம் அமைக்கலாம், ஆனால், கீறியிருக்கிற முக்கோணத்தைப் பார்த்துக் கொண்டு 'இது உண்மையில் ஒரு வட்டந்தானே' என்று யாரும் சொன் னால் எப்படி? அதுபோலத்தான் இதுவும். ''அவனை நான் காண்பது ஆத்மாவாக; அவனுக்கு ஆத்மா இருக்கிறது என்பது என்னுடைய ஒரு அபிப்பிராயமல்ல'' (மெய்யியல் ஆய்வுகள் - 178) என்று விற்கன்ஸ்ரைன் சொன்னதன் தாற்பரியம், எமது மொழியாடல்கள் நாம் வாழுமாற்றோடு பின்னியவை. அப்போதுதான், மொழி பயன்படும் போதுதான், அது அர்த்தமுடையதாகிறது. ''எனக்கு முன்பாக இருப்பது ஒரு உடல், இதற் குள்ளே ஒரு மனமிருப்பதென்பது உண்மையாயிருக்குமா அல்லது என் னுடைய ஊகம்தானா'' என்கிறபோது நாம் மொழிக்கு அது செயற்படும் அதன் பணியகத்திலிருந்து விடுதலை கொடுத்துவிட்டுக் குழம்புகிறோம்.

நாம் காணும் உடலும் அதன் நடத்தைகள் என்பவையும் எப்போதும் சற்குணிகள்தான். எமது விவகாரங்கள் எதுவுமில்லாமல் இவற்றை நாம் நிர்க்குணிகளாகக் காண்பதில்லை. சிரிப்பதும், சினத்தலும், இணக்குவதும், சுணங்குவதும், பதுங்குவதும், பிணங்குவதும், முனகுவதும், அழுவதும் மனித நடத்தைகள். மனிதர்கள் அறிபவைதான். அளவை நாடாவினாலோ, பாகைமானியாலோ, வெப்பமானியாலோ வேறெந்தக் கருவியாலோ வேறுபடுத்தப்பட்டு இனங்கண்டுகொள்ளப்பட்ட உடலியக்கங்கள் அல்ல. நோயை அறிவதற்காக என்னை நிறுத்தும், அளந்தும், தொட்டும், நசித்தும், தட்டியும் வெட்டியும் பார்க்கும் வைத்தியரும், காவியணிந்தோ அணியா மலோ தன்னையும் என்னையும் கட்டைகள் என்று காணவும் சொல்லவும் விரதம் பூண்டவரும் ஈடுபடுவது அவர்களவர்களது விவகாரத்தில். இவர்கள் எங்களை அப்படிக் காண்பதுவே பரமார்த்திக ஞானமல்ல.

''அவ இன்னமும் ஒரு முடிவுக்கு வரவில்லைபோல இருக்குது.

ஏன், என்ன இன்னும் யோசிக்கிறா? விலையைக் கூட்டிற எண்ணமோ?

வேறை ஆக்களும் கேக்கினம் என்று கதைக்கினம்.

நாங்க அவவுக்குச் செய்ததையெல்லாம் மறந்திட்டாவாக்கும்.

அவ அப்பிடியெல்லாம் மறக்கிற ஆளில்லை, நீங்களும் அந்த நேரம் செய்தது கொஞ்சமே.

அப்ப ஏன் இப்பிடித் தடுமாறிறா?

பேரனுக்கும் இப்ப வேலையில்லாமல் போயிட்டுதாம்... அதுவும் மனதில இருக்கும்.

எதையும் எங்களுக்கு வாயைத் திறந்து சொல்லலாந்தானே... சும்மா இப்பிடி இழுத்துக்கொண்டு போகலாம் என்று அவ நினைக்கிறதை எங்க ளால் நீட்டிலை பொறுக்க முடியாதென்றும் அவவுக்கும் தெரியுந்தானே.

அண்ணை, உங்கடை மனம் எனக்குத் தெரியாதே? எண்டாலும் அவவும் நெஞ்சுக்குள்ளை என்ன வைச்சிருக்கிறா என்று இப்ப என்னால வடிவாச் சொல்ல முடியேல்லை. ஆனா, ஒண்டு எனக்குத் தெரியும்... அவ நியாய அநியாயந் தெரியாத ஆளில்லை.''

உள்ளேயும், மனதிலும், நெஞ்சிலும் நடப்பவற்றைப் பற்றி இப்படி யெல்லாம் பேச எப்படிக் கற்றுக்கொண்டோம்? இவையெல்லாம் சடமான உடலின் அசைவுகளை நுண்ணிதாய் அவதானித்துச் செய்யப்பட்ட அனு மானங்களா? எந்த விதிகளின்படி? இந்த அனுமானங்களில் சரியெது பிழையெது என்று காண்பதெப்படி? வெளியே நடப்பனவற்றிலிருந்தா அல்லது உள்ளே எங்கேயாவது பார்த்தா—அதை எப்படிச் செய்கிறது?

புறமும் அகமும், மனமும் உடலும், உயிரும் ஆன்மாவும் என்றாவரும் கிளவியெல்லாம், நாட்டிய மரபை நெஞ்சு கொண்டதால் நாம் பயின்ற வையே அன்றி வேறெவ்வகையாலுமல்ல என்று தொல்காப்பியரோடு

சேர்ந்து நாமும் சொல்லலாம். அப்படிச் சொல்கையில் என்ன சொல்கிறோ மென்பதை—அதாவது இச்சொற்களைப் பயில்வது பிறருடன் சேர்ந்தே யன்றி, தனியிடத்தே, இன்னமும் நிச்சயிக்காத ஓர் மூலையிலேயல்ல என்பதை—மறக்கலாகாது.

இங்கு நெஞ்சு என்பதற்குப் பதிலாய் மனம் என்றோ, உளம் என்றோ, அகம் என்றோவும் சொல்லலாம். இவற்றை விடுத்து தலைக்குள்ளே, மூளைக் குள்ளே என்ன யோசிக்கிறாள் என்று தெரியாதென்றும் சொல்வதும் உண்டு. இதிலே கவனிக்கப்பட வேண்டிய ஒன்றுளது: அதாவது, நாம் அறிகிறபோதும் உணர்கிறபோதும் ஐயுறுகிறபோதும், இன்னும் பல நிகழ்ச்சி களுக்கும் இடம் ஒன்று தேவைப்படுகிறது, அந்த இடம் எது என்பது நேரத் துக்கு நேரம் வேறுபடலாம்—நெஞ்சாகவோ, தலையாகவோ, மனமாகவோ, மூளையாகவோ, ஏன் நியுரோனாகவோகூட இருக்கலாம். சொல்லுகிறவர் சொல்கிற நேரத்தைப் பொறுத்து இடம் மாறலாம்! அதெப்படி?

சஞ்சலமும், சிந்தனையும், நாணமும், வெகுளியும், வெறுப்பும், அன்பும், நோவும் சுகமும்-இச்சொற்கள் அர்த்தமுடையனவாதலால் அவை குறிக்கும் பொருட்கள் அல்லது நிகழ்ச்சிகள் உள என்று எங்களுக்குத் தெரிந்திருக் கிறதாம், இவை எங்கே இருக்கின்றன, நிகழ்கின்றன என்பதைப் பற்றி இன்னும் சரியாய் முடிவுசெய்யவில்லையாம், அவ்வளவுதான். தொல் காப்பியர் சொன்னதை ஏற்றாயிற்று: மரபிற் பயின்றுதான் இவற்றின் அர்த் தங்களைத் தெரிந்துகொண்டோம், ஆனாலும் கல்லையும், மண்ணையும், மரத்தையும் போலக் காட்ட முடியாத இந்தப் பொருட்கள் எம்முள்ளே நான் மட்டும் காண, அறிய உள்ளவை என்றால் இவை எங்கே உளவென்று தெரியாதிருப்பதெப்படி?

மனநிகழ்ச்சிகளையும், நிலைகளையும் நடத்தைவாதத்தையும் பற்றிய மெய்யியற் பிரச்சினை எப்படி உண்டாகிறது? முதலிலே விட்ட பிழையை நாம் காண்பதில்லை; அவளுடைய துக்கம், அவனுடைய ஏமாற்றம், இவ னுடைய குழப்பம் என்று மனநிகழ்ச்சிகள், நிலைகள் உள என்று ஏற்றுக் கொண்டுவிடுகிறோம், விவரங்களைப் பின்னர் தெளிவுபடுத்தலாம் என்பது போல; ஆனால், இதுவே எங்களுக்குப் பிரச்சினையை ஏற்படுத்துகிறது. நிகழ்ச்சி, நிலை என்பவற்றின் இலக்கணம், அவை எங்கே, எந்த இடத்தில் நடைபெறுகின்றன என்பது போன்ற வினாக்களைக் கொணர்கிறது: இன்னும் தெரியாத, தீர்மானிக்க முடியாத இடங்களையெல்லாம் அந்த நிகழ்ச்சிகளின் களமாகக் கொள்வதற்குத் தூண்டப்படுகிறோம் (மெய்யியல் ஆய்வுகள் - 308).

இதற்காக என்னுடைய உணர்வுகளைப் பற்றிப் பேசுவதும், அவளின் மனம் யாருக்கும் தெரியாதென்பதும், அகத்திலிருப்பது முகத்தில் தெரியும் என்பதும் பிழையான வசனங்கள் அல்ல; இவை மிகவும் வளமான எமது

மொழியின் முக்கிய பகுதிகள். இந்த வினாடி, இந்த நாள், இந்த வாரம், இந்தப் பருவம் என்றெல்லாம் நடப்பவற்றையும் காலங்காலமாகத் தெரிந்து கொண்டவற்றை லாவகமாகச் சமாளிக்கும் மொழியிற் செழித்த விருத்திகள்.

'நீங்கள் சொன்ன காரியங்களைக் கேட்ட பின், எனக்கு இப்ப அதிலே நல்ல நம்பிக்கை', 'அவருக்கு இப்ப தீவிர சஞ்சலம்' போன்றவை எம்மைப் பற்றி நாம் எம் வாழ்க்கையோட்டம்பற்றிக் கூறும் கதைகள்; நிகழ்ச்சி களின் கணப்படங்கள் (still photos) அல்ல. அப்படி எடுத்துக்கொண்டதும், அது எங்கே நடைபெற்ற நிகழ்ச்சி, உடலிலே அல்லவே, ஆகவே மனத்தில், தலையில், அகத்தில், மூளையில், நியுரோன் என்றெல்லாம் இடம் தேடத் தோன்றுகிறது.

''இந்தப் புதிரை முற்றாய் நீக்குவதற்கு மொழி எப்போதும் ஒரே மாதிரிச் செயற்படுகிறது, அதனுடைய ஒரே இலக்கு எண்ணங்களைத் தெரிவிப்பதே—வீடுகளைப் பற்றி, 'நோ'க்களைப் பற்றி, நன்மை கொடுமை களைப் பற்றி அல்லது எதைப் பற்றியாவது மனதில் நிகழ்வதை—என்கிற கருத்தை அறவே வெட்ட வேண்டும்'' *(மெய்யியல் ஆய்வுகள் - 304).*

எல்லோரும் ஏற்பதையே மெய்யியலும் கூறுகிறது எனக் கூறிய விற்கன்ஸ்ரைனிடமிருந்து, இதற்கு மாறாக எதனையும் நாம் எதிர்பார்க் கவும் வேண்டியதில்லை. அன்றியும், தனது முன்னைய பருவத்தில் றசெலின் லட்சிய மொழி ஆக்கத்தில் சேர்ந்துகொண்டிருந்த விற்கன்ஸ்ரைன், பின்னர் அதற்கு மாறாக, 'மெய்யியல் ஆய்வுகள்' 98ஆம் பகுதியில், ''...எமது மொழியின் ஒவ்வொரு வசனமும் அது உள்ளவாறே ஒழுங்காய் இருக் கிறது...'' எனக் கூறுவதை நாம் மறந்துவிடலாகாது.

அழுகிற குழந்தைக்கும் 'எனக்கு நோகிறது' என்பவனுக்கும் உள்ள வேற்றுமை என்ன? பின்னவன் எங்களோடு சேர்ந்து தமிழ் பயின்றிருக் கிறான். ஆனால், அழுகிற குழந்தை எப்படித் தனக்கு நோகிறது என்று கண்டுகொண்டு அழுவதில்லையோ அதுபோலவே இவனும். எதனையும் கண்டு, ''ஆ! என்னுடைய அகத்தே அனுபவிப்பது நோதான்'' என்று தெரிந்து அல்லது முடிவுசெய்து எனக்கு நோகிறது என்று சொல்ல முடிவு செய்வதில்லை, முடிவுசெய்து அந்த எண்ணத்தைத் தெரிவிப்பதில்லை.

மனமும், அகமும், புறமும், உள்ளமும், உணர்வும், நினைப்பும், யோச னையும் வெட்கமும், ஆழ்ந்த சிந்தனையும் எங்களுடைய மொழியிலே எங்களுடையே வாழ்வினிடையே வரும் சொற்கள். இந்த மொழியை நாம் பயில்வது நாம் மற்றவர்களுடன் தொடர்ந்து சேர்ந்தே; தனியே எதனையும் கண்டு பெயரிட்டல்ல.

எல்லோருக்கும் மனம் என்று ஒன்று இருக்கிறதா, இல்லையா?

இதுகளைக் கொஞ்சம் கேளுங்கள்:

''என்னை இன்றைக்குக் கொஞ்சம் விடுங்கள், எனக்கு மனம் அவ்வளவு சரியில்லை.''

அவனுடைய மனம் நல்லாய்க் குழம்பிப்போய்ட்டுது.

உங்களோடு பேசியதன் பின் எனக்கு மனம் நல்ல தெளிவாகிவிட்டது.

எழுத வேண்டாம், மனதிலேயே செய்து விடை தாரும்.

அவர்கள் சொன்னது எனக்கு மனதிலே ஏற்படுத்திய புண் இன்னும் ஆறவில்லை.

உன்னுடைய மனதிலே என்னதான் வைத்திருக்கிறாய், எங்களுக்கும் கொஞ்சம் சொல்லேன்.

இவனுக்கு அவளிலே மனம் என்று எங்களுக்கு நெடுநாளாகத் தெரியும்.

எனக்கு அதிலே இரண்டு மனமாய்ப் போச்சு.

இவையெல்லாமே எங்களுடைய மொழியின் வசனங்கள். இவற்றில் எந்தப் பிழையுமில்லை.

உமக்கும் எனக்கும் மனம் இருக்கிறதா, இல்லையா?

''எனக்கு மனம் இருக்கிறது'', ''உனக்கு மனம் இருக்கிறது'' இவை உண்மையா பொய்யா என்று கேட்கிறீரா?

''எனக்கு மனம் இருக்கிறது'' யாரிலே/எதிலே என்ற கேள்வியை எழுப்புகிற பொருளில் அல்லாமல் இதை எங்கே, எப்ப, யாருக்குச் சொல்வேன்? இது உண்மையாயோ பொய்யாயோ இருப்பதற்கு?

எனக்கு ஒரு வீடிருக்கிறது, வங்கிக் கணக்கிருக்கிறது, செல்போன் இருக்கிறது என்கிறதுபோல, ''எனக்கு மனம் இருக்கிறது'' என்று சொல் வேனா, சொல்வீரா?

என்னுடைய உடமைகளை அட்டவணைப்படுத்துகையில், 55 ரூபாய், ஒரு கடிகாரம், ஒரு செல்போன், ஒரு கைக்குட்டை, ஒரு மனம் என்று நான் எழுதுவேனா என்று கேட்கிறீரா?

மனிதர்களாகிய எங்களுக்கு மனம் என்று ஒன்று இருக்கிறதா? என்று கேட்கிறேன். அது புரியவில்லையா உமக்கு?

இல்லாமலா முன்னர் சொன்னபடியெல்லாம் பேசுகிறார்கள்?

அப்ப அது எங்கே இருக்கிறது?

தொல்காப்பியர் சொன்னது முதலிலேயே சொல்லப்பட்டிருக்கிறது:

> ....நுகர்வுமென்றாங்
> காவயின் வரூஉங் கிளவியெல்லாம்
> நாட்டிய மரபின் நெஞ்சு கொளினல்லது
> காட்டலாகாப் பொருளவென்ப.

வள்ளுவரையும் கூப்பிடலாம்:

பொருளல்லவற்றைப் பொருள் என்று உணரும்
மருள்.......

மனம், ஆன்மா, நாடு, கழகம், கற்பு, காய்ச்சல், வெட்கம், துக்கம், ஆசை... எல்லாம் மூக்கையும் நாக்கையும் முருங்கை மரத்தையும் போன்ற சொற்களல்ல என்று விற்கன்ஸ்ரைன் சொன்னதைப் பலமுறை சொல்லி யாயிற்று.

எங்களுடைய மரபுகளும், வாழ்க்கைக் கோலங்களும் எங்கள் மொழி களும், வசனங்களும் முளைவிடும் விளைநிலங்கள். செழித்துப் பூத்துக் காயாகிப் பழமாகியும் பதராகி உதிர்ந்தும் போகும் களங்கள்.

காசு இருக்கிறதா, கத்திரிக்காய் இருக்கிறதா, நேரமிருக்கிறதா, மன மிருக்கிறதா, பிரச்சினையிருக்கிறதா, தெய்வமிருக்கிறதா, காய்ச்சல் இருக் கிறதா, சுதந்திரம் இருக்கிறதா, அழகாய் இருக்கிறதா என்கிற எல்லா வற்றையும் புரிந்துகொள்கிறோம். இவையெல்லாம் இருப்பது ஒரே மாதிரி என்பவன் அரங்கின்றி வட்டாட முயலும் வித்துவான்; இவன் நகருள் வந்து விழிபிதுங்கும் காட்டுவாசி போன்றவன் என்கிறார் விற்கன்ஸ்ரைன்.

''எனக்குள்ளே இருக்கும் ரகசியம்'', ''என் ஆத்மாவின் குரல்'', ''உருப் பளிங்கு போல்வாள் என் உள்ளத்தினுள்ளே இருப்பளிங்கு வாராதிடர்'' போன்றவையும் எமது வாழ்வினிடையே பிறருடன் சேர்ந்து ஆக்கிய யதார்த்தங்கள்தான்.

என்னுடைய ஆழ்மனமும், ரகசியமும், ஆன்மாவும், தெய்வமும், தெய் வத்தின் உருவமும், அருவமும், இப்ப எல்லாம் சொல்கிறார்களே ஏதோ ஒரு சக்தி என்று அதுவும் ஊழிகள் பலவாய் நமது இனம் ஆக்கிய வளங்கள்.

''பழையன கழிதலும் புதியன புகுதலும் வழுவல கால வகையினானே'' என்கிற நன்னூலார், மரபுகள் நாட்டிய, வாழ்க்கைக் கோலங்கள் ஆக்கித்தந்த, இருப்புகளைப் பற்றி என்ன சொல்வார் என்று நாம் சிந்திக்கலாம்.

முந்தி மனத்திலே கணக்குச் செய்தோம், இப்ப நியுரோனில் கணக்குச் செய்கிறோம் என்போமா?

பூவும் பொட்டுமாய் பெண்சாதியும் பிள்ளைகளுமாய், எல்லாமிழந்த நிர்க்குண பிரமமுமாய், இப்ப ஏதோ ஒரு சக்தியாய் எல்லாமாய் இருக்கும் பிதாவும், பிரபுவும், ஐயனும் ஆண்டவனும், மெய்த்தேவும் பொய்த்தேவும் எம் பொதுவாழ்வில் ஆகியவைதான்.

எப்படி இவர்களால், இவற்றால் வலு லாவகமாக உள்ளேயும் வெளி யேயும், அதற்கு அப்பாலும் சஞ்சரிக்க முடிகிறது என்பது மெய்யியலாளர் சிலர் சுவைக்கும் வினாக்களில் ஒன்று.

வருத்தும் துயரம் இருக்கிறது, அதைத் தீர்க்க மருந்தும் இருக்கிறது என்ற புத்தரிடம், ஆன்மா இருக்கிறது, தெய்வம் இருக்கிறது என்பதெல்லாம் பொய்யா என்று கேட்டவர்களுக்கு, இல்லை, இல்லை என்று சொன்னார்.

அப்படியென்றால், ஆன்மா இருக்கிறது, தெய்வம் இருக்கிறது என்ப தெல்லாம் மெய்யா என்று கேட்டவர்களுக்கும் இல்லை, இல்லை என்று சொன்னாராம்.

ஏன் புத்தர் இப்படி ''நேத்தி, நேத்தி'' என்று நிறுத்திக்கொண்டார்? ஏன் சங்கரர் அநிர்வசீயம் என்று சொல்லி முடித்துக்கொண்டார்?

இதைப் புரிந்துகொள்ள, திருவேறு தெள்ளிய ராதலும் வேறு என்று வள்ளுவர் சொன்னதோடு இருப்போமா?

விவகாரங்களிலே இருப்பதும் இல்லாமலிருப்பதும் விவகாரத்திற்கு வெளியேயும் அப்படியேதானா என்பதற்குப் புத்தர், சங்கரரின் பதில்கள் போல.

இமானுவேல் கான்ற், உள்பொருள் என்பதை அறியவும் பேசவும் முடியாது என்றும், சில நூற்றாண்டுகளின் பின், எதைப் பற்றிப் பேச முடியாதோ அதைப் பற்றி மௌனமாயிருத்தல் வேண்டும் என விற்கன்ஸ் ரைனும் சொன்னார்கள்.

இதைப் பற்றி எவ். பீ. றாம்சே (F. P. Ramsey 1903-1930) சொன்னதையும் மறக்க வேண்டாம்: எதைப் பற்றிப் பேச முடியாதோ அதைப் பற்றி மௌனமாயிரும், அதைப் பற்றி விசிலடிக்கலாம் என்று முயற்சிக்காதீர்.

நினைக்கவும் முடியாது, நினைக்க உன்னவும் முடியாது. அதைப் பற்றி ஊமைக் குழலும் வாசிக்க முடியாது.

குறள், ''இருவேறு உலகத்தியற்கை...'' என்கிற குரல் அடிக்கடி ஒரு புறம் காதில் கேட்கிறது. •

* * *

> "......மெய்யியற் சிந்தனையின் குரல் சிலவேளைகளில் மிகவும் மெல்லியது, அவ்வேளைகளில், கேள்வி கேட்போர்க்கு விடை தர வேண்டிப் பேசும் சொற்களின் சந்தடியே அதனை அமிழ்த்தி, கேட்க முடியாமற் செய்துவிடும்."

— விற்கன்ஸ்ரைன், Zettel 453.

அடிக்குறிப்புகள்

அகமும் மொழியும்

1. Wittgenstein, Ludwig.,1953. Philosophical Investigations. Translated from German by G. E. M. Anscombe. Oxford: Basil Blackwell.

   விற்கன்ஸ்ரைன் ஜெர்மன் மொழியில் எழுதிய மூலத்தையும் அதன் ஆங்கில வடிவத்தையும் கொண்ட இந்நூல் 2 பகுதிகளைக் கொண்டது. அடிக்குறிப்பில் உதாரணமாக PI 215 என்பது முதல் பகுதியின் தொடர் இலக்கத்தையே குறிக்கும், பக்கங்களை அல்ல; PI p. 25 என்பது இந்நூலின் இரண்டாம் பகுதியின் பக்க எண்ணைக் குறிப்பதாகும்.

2. இது 1945இல் எழுதப்பட்டதாயினும் அவர் வாழ்ந்த காலத்தில் இந்நூல் வெளியாகவில்லை. அவர் இறந்தபின் 1953இல் இந்நூல் வெளியானபோது இம்முன்னுரையும் சேர்க்கப்பட்டு அச்சிடப்பட்டது.

3. Preface to Philosophical Investigations. இனி இந்நூல் சுருக்கமாக PI எனக் குறிப்பிடப்படும்.

4. Ibid.

5. PI. p. 109.

6. Thomson, Judith Jarvis. "Private Languages", American Philosophical Quarterly Vol. 1 No.1 (January 1964): pp. 20-31.

7. Socrates, St. Augustine, Gottlob Frege, William James, Bertrand Russell, G. E. Moore and F. P. Ramsey.

8. Cook, John W. "Solipsism and Language", Ludwig Wittgenstein: Philosophy and Language, edited by Alice Ambrose and Morris Lazerowitz. George Allen and Unwin, London, Humanities Press (Newyork,) 1972. pp. 44 ff.

9. Ayer, A. J. "Can There Be a Private Language?", Aristotelian Society Proceedings Supplementary Vol. 28. (1964) pp. 63-76.

10. Stace, W. T. The Theory of Knowledge and Existence. Oxford: Clarendon Press, 1932. p. 15.

11. Ibid. p. 17.

12. Locke, John. An Essay Concerning Human Understanding, Vol. I, Chapter II, Book III. ed. A. C. Fraser. Oxford: The Clarendon Press. 1894. pp.1-2.

13. Thomas, Storer. "Linguistic Isomorphisms", Philosophy of Science, Vol. 19 No. 1 (Jan 1952). p. 77.

14. Stace. op. cit. p. 31.

15. Huxley, Aldous. Essays: Sermons in Cats. London 1960. p. 81.

16. PI. 348.

17. Eliot, T. S., Knowledge and Experience in the Philosophy of F. H. Bradley, Faber and Faber, London 1964. p. 141.

18. Dingle, H. "Solipsism and Related Matters". Mind, A Quarterly Review of Philosophy. Vol. 64, No. 256 (Oct 1955). p. 434.

19. Arnould, Antoine. Objections to the Meditations as cited in Antony Flew in An Introduction to Western Philosophy. London 1971. p. 330.

20. Descartes, Rene. Discourse on the Method of Rights Conducting One's Reason and of Seeking Truth in the Sciences, Dover Philosophical Classics. 1961.

21. Russell, Bertrand. The Problems of Philosophy. London: Williams and Norgate. 1912. p. 9.

22. Ibid. p. 16-17.

23. Russell, Bertrand. An Inquiry into Meaning and Truth. Pelican. 1965. p. 282.

24. Pears, David. Bertrand Russell and the British Tradition in Philosophy, London: Fontana. 1972. p. 36.

25. Russell, B. op. cit. p. 288-289.

26. Pears, David. op. cit. p. 40 n 21.

பிரத்தியேக மொழி வாதம்

1. 'உணர்வுகள்' என இங்கு குறிப்பிடுகையில் நோதல், வலித்தல் போன்ற உடலுணர்வுகள் மட்டுமல்லாமல், அனுபவவாத மரபில், புலக்காட்சியின் போது அகத்தே ஏற்படுவனவாகக் கருதப்பட்டனவும் லொக், பாக்லி போன்றோரால் 'கருத்துகள்' என்பனவற்றில் அடக்கப்பட்டனவும், பின்னர் 'புலன் பதிவுகள்', 'புலன் தரவுகள்' என்றெல்லாம் வழங்கியனவு மான புலனுணர்வுகள் என்பனவும் கருதப்படும். ஜெர்மன் மொழியில் விற்கன்ஸ்ரைன் பயன்படுத்தியுள்ள Empfindung எனும் சொல்லும், அவரது

மொழிபெயர்ப்பாளர்கள் ஆங்கிலத்தில் பயன்படுத்தியுள்ள sensation எனும் சொல்லும் உடலுணர்வு, புலனுணர்வு எனும் இரண்டையும் கருதுவன. அன்றியும், விற்கன்ஸ்ரைன் 243ஆம் பகுதியின் முதலாம் வரியிலேயே 'அக அனுபவங்கள்' என்பதைப் பயன்படுத்துவதும், பின்வரும் பகுதிகள் பலவற்றில் நோதல், சிவப்பு, பச்சை, பயம் போன்றவற்றையும் உதாரணங் களாக எடுத்துக்கொள்வதும், அனுபவவாத மரபினரால், பிரத்தியேக அக அனுபவங்கள் எனக் கொள்ளப்பட்ட அனைத்துமே அவரது ஆய்வின் வீச்சுக்குள்ளாகின்றன என்பதை ஐயத்திற்கிடமின்றிப் புலப்படுத்தும்.

2. PI. 32.

3. Grammar (Grammatik), இது விற்கன்ஸ்ரைன் மெய்யியலில் வரும் பிரதான கருத்துகளுள் ஒன்று. சொல் ஒன்றின் இலக்கணம் என்கையில் அவர் கருது வதை, சொல்லொன்று பயன்படுமாற்றைக் கூறும் விதிகளைப் பற்றிய அறிவு எனச் சுருக்கமாய்க் கூறலாம். ஆனால், சொல்லின் பயன்பாட்டிற்கும் விதிகளுக்கும் இடையே உள்ள தொடர்புபற்றியும் விதிகள் என்பவை பற்றியும் அவர் கொண்டிருந்த தரிசனம் உண்மையில் இலகுவில் சுருக்க மாகக் கூறப்படக்கூடியதன்று. மொழியின் பயன்பாட்டைப் பற்றிய எந்த விளக்கமும் அதன் 'இலக்கணம்' ஆகும் என விற்கன்ஸ்ரைன் தனக்குக் கூறியதாக மூஅர் கூறுகிறார்.
Wittgenstein's Lectures in 1930-33 in Moore, G. E. Philosophical Papers, London 1959. pp. 257-258 and pp. 276 ff.

4. PI. 257.

5. Wittgenstein L, The Blue and Brown Books, Oxford, 1969. p. 18.

6. PI. 260.

பிரத்தியேக மொழிகுறித்து ஏ.ஜே. அயர்

1. Ayer, A. J. Can There Be a Private Language? in Wittgenstein-The Philosophical Investigations ed. George Pitcher. London 1968. pp. 251-266. Reprinted with one additional footnote from Proceedings of the Aristotelian Society, Supplementary Vol. XXVIII 1954.
2. Ibid. p. 256.
3. Ibid. p. 256-257.
4. Ibid. p. 257 n.
5. PI. 261.
6. Ayer. Ibid. p. 256.

7. Ibid. p. 259.
8. Ibid. p. 259.
9. PI. 289.
10. PI. 244.
11. Ayer, Ibid. p. 257.
12. Ibid. p. 258.
13. Ibid. p. 256.

சொல்லும் பொருளும்: சுட்டல்முறை வரைவிலக்கணம்

1. Russell, B. Acquaintance and Description in The Problems of Philosophy, London 1912. p. 75.
2. Ibid. p. 81.
3. Ibid. p. 74.
4. Ayer, A. J. Basic Propositions in Philosophical Essays, London 1954. p. 123.
5. Ibid. p. 119-120.
6. Ibid. p. 120.
7. Stebbing, L. S. A Modern Introduction to Logic, London 1950. p. 423. ஸ்ரெபிங்கின் கருத்துப்படி, இவற்றை வரைவிலக்கணங்களாகக் கொள்வது, வெறுமனே "குறியீடொன்றைப் புரிந்துகொள்வதை, அதற்கு வரைவிலக் கணம் தருவதோடு மயங்குவதாகும்." இவ்விடத்தில் நாம் ஒன்றைக் கவனித்து வைத்தல் கூடும்: விற்கன்ஸ்ரைனின் மெய்யியல் ஆய்வுகளில் சுட்டல்முறை வரைவிலக்கணம் (hiweisunde Definition), எனவும் சொல்கிறபோதிலும், அவர் அதிகமாகப் பயன்படுத்துவது சுட்டல்முறை விளக்கம் (hinweinsunde Erklarung) என்பதையே. துர்பாக்கியமாக, அன்ஸ்கம் இவ்விரண்டாவது பாவனையையும், அநேக இடங்களில் சுட் டல்முறை வரைவிலக்கணம் என மொழிபெயர்த்துள்ளார். உதாரணமாக, மெய்யியல் ஆய்வுகளின் **14**ஆம் பக்கத்தி முதலாம் வரியில் சுட்டல்முறை வரைவிலக்கணம் என மொழிபெயர்க்கப்பட்டிருப்பது hinweisunde Definition என்கிற ஜெர்மன் சொல் எனினும், அதே பக்கத்தில் இறுதி அடியிலும் இடையே அநேக இடங்களிலும் சுட்டல்முறை வரை விலக்கணம் என மொழிபெயர்க்கப்பட்டிருப்பது சுட்டல்முறை விளக்கம் எனப் பெயர்க்கப்பட்டிருக்க வேண்டிய hinweisunde Erklarung எனும் பதமே. **2009**ஆம் ஆண்டில் திருத்தப்பட்ட புதிய பதிப்பு வரும்வரைக்கும்

இந்தப் பிழை கவனிக்கப்படவேயில்லை. அதுமட்டுமன்று, இந்தப் பிழையின் பாரிய தாக்கமும் இதுவரை உணரப்பட்டதாகத் தெரியவில்லை.

8. Johnson, W. E. Logic, Cambridge 1971. Part 1 p. 94.
9. Ibid. p. 95.
10. Ibid. p. 96.
11. Russell, B. The Object and Language in an Inquiry into Meaning and Truth, London 1940. p. 65.
12. Ibid. p. 67, 70.
13. Ibid. p. 68.
14. Wittgenstein, L. Tractatus Logico-Philosophicus, (Pears & Mcguinnes Translation), London 1961. 3. 202, 3. 203, 3. 22, 3. 221. p. 23.
15. "எனது மூத்தோர் ஏதாவது பொருளைப் பெயர் சொல்லிக் குறிப்பிட்டு, அதனை அணுகியபோது, அதனைக் கண்ட நான், அதனைக் காட்ட முயல் கையில் அவர்கள் இட்ட ஒலி, அதனைக் குறிப்பிடும் பெயர் என்பதைக் கிரகித்துக்கொண்டேன். இவ்வாறு, பல்வேறு வாக்கியங்களிலும் சொற்கள் பயன்படுவதைத் தொடர்ந்து கேட்டதனால், எந்தப் பொருட்களை, எந்த ஒலிகள் குறித்தன என்பதைச் சிறிதுசிறிதாகப் பயின்றுகொண்டேன்; இந்த ஒலிகளை எழுப்ப எனது வாயைப் பயிற்றிய பின்னர், எனது விருப்பங்களை வெளியிட இவற்றை நான் பயன்படுத்தினேன்." Augustine, Confessions, I.8.
16. PI. 1.
17. Ibid.
18. Ibid. 2.
19. Quinton, A.M. Contemporary British Philosophy in A Critical History of Western Philosophy ed. D. J. O'Connor. New York 1964. p. 541.
20. Moore, G. E. Wittgenstein's Lectures in 1930-33 in Philosophical Papers, London 1959. p. 260.
21. Wittgenstein, L. The Blue and Brown Books, Oxford 1958. p. 1.
22. PI. 38.
23. PI. 43.
24. PI. 380.

25. PI. 305, 306, 128. ஒப்பிடுக: "எல்லோரும் அனுமதிப்பதையே மெய்யியல் சொல்கிறது." PI. 599.

26. "இடுகுறிப் பெயர்... தன்னளவிலேயே அர்த்தம் உடையது; சந்தர்ப் பத்தைச் சார்ந்ததல்ல. Principia Mathematica, 2nd edn. Cambridge 1927.

27. The Blue Book p. 1.

28. PI. 28.

29. PI. 27.

30. Ayer, A. J. Can There Be a Private Language? p. 259.

31. PI. 264.

32. Hamlyn, D.W. Sensation and Perception, London 1961. p. 197.

33. PI. 226.

சொல்லும் அர்த்தமும்: பெயரும் பெயரை உடையதும்

1. Tractatus-Logico-Philosophicus. 3. 202, 3. 203, p. 23.

2. The Blue and Brown Books. p. 18.

3. Anscombe, G.E.M. An Introduction to Wittgenstein's Tractatus, London 1971. p. 43.

4. Plato, Theaetetus. 201 E-202 B. PI. 46.

5. PI. 47.

6. Pears, David. op. cit. Ch IX p. 138 ff.

7. Anscombe, Ibid. p. 28.

8. PI. 40. இப்பகுதியின் இறுதி வாக்கியம், எளிதான ஒரு நியாயமும் எவ்வளவு கூர்மையாக விற்கன்ஸ்ரைனால் வாதிக்கப்படுகிறது என்பதற்கு நல்லதோர் உதாரணமாகும். அழிவதும் மாறுவதுமான, எமது புலன்கள் தருகிற உலகில், நாம் பயன்படுத்தும் சொற்கள் அர்த்தமுடையனவா வதற்கு, அவை சுட்டுவன, அழியாத உலகொன்றிலுள்ள உருக்களின் பிரதிகளாகக் காணப்படுதல் வேண்டும் எனப் பிளேற்றோ கூறியதற்கான நியாயமொன்று இங்கே புலப்படும்: சொற்களின் அர்த்தம், அவை சுட்டும் பொருட்கள் எனும் கொள்கையை ஏற்றால், அழியும் பொருட்கள், ஏதோ ஒருவகையில் அழியாதிருத்தலும் வேண்டும். இல்லையேல், அவை அழிந்துபோயின என்பதைச் சொல்லலும் நினைத்தலும் இயலாது.

9. PI. p. 54. n(b).

10. PI. 140.
11. PI. 376-380.
12. Russel, B. The Problems of Philosophy. p. 143.
13. PI. 66.
14. PI. 66.

அர்த்தமும் பயன்பாடும்: வரைவிலக்கணமும் விளக்கமும்

1. PI. 380.
2. PI. 31.
3. PI. 242.
4. PI. 241.
5. PI. p. 218.
6. PI. 120.
7. Ayer, A. J. The Central Questions of Philosophy, Pelican, 1976. p. 31, 51-52.
8. Malcolm, Norman in The Encyclopaedia of Philosophy ed. Edwards. P., London 1976. Vol. 8, p. 337.
9. Kenny, Anthony. Wittgenstein. Pelican 1975. p. 155.
10. Baker G. P. & P.M.S. Hacker. Wittgenstein, Oxford 1980. Vol.1, pp.10 and 251.
11. Austin J. L. How To do Things with Words. O.U.P. 1962. p. 100.
12. Searle, J. R. Speech Acts C.U.P. 1969. p. 146.
13. Wittgenstein. L. The Blue and Brown Books, p. 19.
14. Wittgenstein. Ibid. p. 27.
15. PI. 217.
16. Wittgenstein L. The Blue and Brown Books, p. 25.
17. PI. 87.
18. PI. 92.
19. PI. 255.

கலைச்சொற்கள்

அக அனுபவம்	Inner Experience
அடிப்படை எடுப்புகள்	Basic Propositions
அபத்தம்	Nonsense
அர்த்தக் கொள்கை	Theory of Meaning
அர்த்தத் தொடர்பு	Meaning Relation
அர்த்தமுடைமை	Meaningfulness
அர்த்தவிதி	Meaning Rule
அளவை மாறிலிகள்	Logical Constants
அளவையியலாளர்	Logician
அனுபவவாதம்	Empiricism
ஆசங்கை	Doubt, Worry
ஆதாரப்படுத்துதல்	Justification
ஆற்றுப்படுத்தல்	Guidance
இடப்பரிமாணம்	Spatial Dimension
இனக்குறைப்புவாதம் - இனமாற்றம்	Reductionism
இனங்காணல்	Identify, Recognize
உட்கிடை	Implication
உடலியக்கம்	Bodily Movement
உத்தி	Strategy, Technique
உய்த்தறி அனுமானம்	Deductive Logic
உரு	Form
உள்பொருள்	Reality
உள்ளுணர்வு	Intuition

எடுகூற்று	Premise
எடுகோள்	Assumption
எளிய குறியீடு	Simple Sign
எளிய பகுதிகள்	Simple Parts
ஏகான்மவாதம்	Solipsism
ஐயவாதம்	Scepticism
கட்புலன்	Visual Sense
கருத்துவாதி	Idealist
கற்பிதம்	Supposition, Assumption
காரணப்பன்மை	Plurality of Cause
குறியீட்டு அளவையியல்	Symbolic Logic
கூட்டு	Complex
சதுரத்திண்மம்	Cube
சமீகரணம்	Equation
சமூக ஒப்பந்தம்	Social Contract
சமூக நிறுவனம்	Social Institution
சாரம்	Essence
சாராச் சோதனை	Independent Test
சுட்டல்முறை வரைவிலக்கணம்	Ostensive Definition
சுட்டுதல்	Refer
சுயம்பிரகாசமாய்	Selfevidently
சூத்திரம்	Formula
சொல்முறை	Verbal Definition
தரிசனம்	Philosophy, Insight
தருக்க அணுவாதம்	Logical Atomism
தருக்கப் புலனறிவுவாதி	Logical Positivist
தனிப்பொருட்பெயர்	Proper Name

தனியன்கள்	Individuals
துவிதம்	Dualism/Duality
நடத்தைவாதம்	Behaviourism
நியமம்	Form/Standard
நியாயத் தொடை	Syllogism
நிறை	Universal
நேர்வு	Fact
பகுப்பாய்வு	Analysis
படிமம்	Image
பதிலீடு	Substitute
பயன்பாடு	Use
பரிச்சய அறிவு	Knowledge by Acquaintance
பிரத்தியேக மொழி	Private Language
பிரயோகம்	Application
பின்னிணைவு	Consequent
புலப்படுகுறி	Perceptible Sign
புலன் தரவு	Sense Data
புலன் பதிவு	Sense Impression
புலனுணர்வு	Sensation
புறப்புலன்கள்	External Senses
புறயதார்த்தம்	External Reality
பொதுமையாக்கம்	Generalisation
பொருள் மொழி	Object Language
பொறிப்பு	Mark
போலி	Fallacy
பௌதிகவதீதம்	Metaphysics
மனமெய்யியல்	Philosophy of Mind

முடுக்கி	Switch
முற்கற்பிதம்	Presupposition
முன்நிபந்தனை	Precondition
முன்னெடுப்பு	Antecedent
மூலங்கள்	Elements
யதார்த்தம்	Reality
லட்சிய மொழி	Ideal Language
வகைக் குழறுபடி	Category Mistake
வருணணைக் கொள்கை	The Theory of Descriptions
வரைவிலக்கணம்	Definition
வன்முறை நியாயம்	Argument by Force
வாய்ப்பற்றது	Invalid
வாழ்க்கைக் கோலங்கள்	Forms of Life
விவரணம்	Description
வீச்சு	Range
வெளிப்பாடு	Expression